In Search of Peace

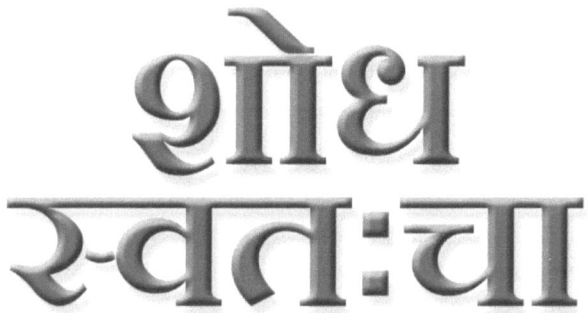

शोध स्वतःचा

हरक्युलिसचा आंतरिक प्रवास

बेस्ट सेलर पुस्तक 'विचार नियम'चे रचनाकार सरश्री यांची अन्य श्रेष्ठ पुस्तकं

आध्यात्मिक विकास साधण्यासाठी या पुस्तकांचा लाभ घ्यावा

- जीवनाची दोन टोकं – ध्यान आणि धन
- रामायण वनवास रहस्य
- संत ज्ञानेश्वर – समाधी रहस्य आणि जीवन चरित्र
- अंतर्मनाच्या शक्तीपलीकडील आत्मबळ
- ध्यान नियम – ध्यान करण्याचे सुलभ उपाय
- मृत्यू उपरांत जीवन – मृत्यू मोका की धोका
- क्षमेची जादू – क्षमेचं सामर्थ्य जाणा, सर्व दुःखांपासून मुक्त व्हा
- प्रेम नियम – प्लॅस्टिक प्रेमातून मुक्ती
- धर्मयोग – स्वभाव हाच धर्म

स्वविकासासाठी या पुस्तकांचा लाभ घ्यावा

- विचार नियम – आपल्या यशाचं रहस्य
- विकास नियम – आत्मसंतुष्टीचं रहस्य
- परिवारासाठी विचार नियम – हॅपी फॅमिलीची सात सूत्रं
- आळसावर मात – उत्साही जीवनाची सुरुवात
- स्वसंवाद एक जादू – आपला रिमोट कंट्रोल कसा प्राप्त करावा
- आत्मविश्वास आणि आत्मबळ – यशाचं शिखर गाठणारे पंख
- साहसी जीवन कसं जगाल – अशक्य कार्य शक्य कसं कराल
- समग्र लोकव्यवहार – मैत्री आणि नातं निभावण्याची कला
- अपयशावर मात – क्षमताप्राप्तीचं रहस्य
- कसा कराल स्वतःचा विकास आणि प्रशिक्षण – आत्मविकासाची सात पावलं

युवकांनी या पुस्तकांचा लाभ घ्यावा

- आजच्या युवा पिढीसाठी – विचार नियम फॉर युथ
- नींव नाइन्टी फॉर टीन्स् – बेस्ट कसे बनाल
- श्रीरामांकडून काय शिकाल – नवरामायण फॉर टीन्स

या पुस्तकाद्वारे प्रत्येक समस्येचं समाधान प्राप्त करा

- स्वाथ्यप्राप्तीसाठी विचार नियम – मनःशक्तीद्वारे निरामय आरोग्य मिळवा
- स्वीकाराची जादू – त्वरित आनंद कसा प्राप्त करावा
- भय, चिंता आणि क्रोध यांपासून – मुक्ती

या आध्यात्मिक कादंबऱ्यांद्वारे जीवनाचं गूढ रहस्य जाणा

- योग्य कर्मांद्वारे यशप्राप्ती – सन ऑफ बुद्धा
- शोध स्वतःचा – In Search of Peace
- पृथ्वी लक्ष्य – मृत्यूचं महासत्य
- दुःखात खुश राहण्याची कला – संवाद गीता

In Search of Peace

शोध
स्वतःचा

हरक्युलिसचा आंतरिक प्रवास

शोध स्वत:चा – हरक्युलिसचा आंतरिक प्रवास

Shodh Swatacha - Herculescha Aantrik Pravas

by **Sirshree** Tejparkhi

(सदर पुस्तकाच्या तेजज्ञान ग्लोबल फाउंडेशनद्वारे ५ आवृत्त्या पूर्वप्रकाशित झाल्या आहेत.)

प्रकाशक : वॉव पब्लिशिंग्ज् प्रा. लि., पुणे

प्रथम आवृत्ती : जून २०१५
पुनर्मुद्रण : सप्टेंबर २०१६, जुलै २०१८, जुलै २०१९

ISBN : 978-81-8415-321-7

© Tejgyan Global Foundation

All Rights Reserved 2013.
Tejgyan Global Foundation is a charitable organization
having its headquarters in Pune, India.

सर्वाधिकार सुरक्षित
'वॉव पब्लिशिंग्ज् प्रा. लि.'द्वारे प्रकाशित हे पुस्तक अशा अटीवर विकण्यात येत आहे, की प्रकाशकाच्या लेखी पूर्वअनुमतीविना ते व्यापाराच्या दृष्टीने अथवा अन्य प्रकारे उसने, भाड्याने अथवा विकत, अन्य कोणत्याही प्रकारच्या बांधणीत अथवा अन्य मुखपृष्ठासह देता येणार नाही; तसेच अशाच प्रकारच्या अटी नंतरच्या ग्राहकावर बंधनकारक न करता आणि वर उल्लेखिलेल्या कॉपीराइटपुरत्या मर्यादित न ठेवता या पुस्तकाच्या कोणत्याही स्वरूपाच्या विनिमयास, तसेच कॉपीराइटधारक व वर उल्लेखिलेले प्रकाशक दोघांच्याही लेखी पूर्वअनुमतीविना इलेक्ट्रॉनिक, मेकॅनिकल, फोटोकॉपी, रेकॉर्डिंग इत्यादी प्रकारे या पुस्तकाचा कोणताही अंश पुन:प्रस्तुत करण्यास, जवळ बाळगण्यास अथवा सुधारित स्वरूपात प्रस्तुत करण्यास मनाई आहे.

'स्वयं का सामना' या मूळ हिंदी पुस्तकाचा मराठी अनुवाद

समर्पित

हे जग तसं नाही, जसं आपल्याला दिसतं
तथापि असं आहे, जसे आपण असतो.
ज्याने माणसाला त्याचा खरा चेहरा दाखवला,
स्वतःचंच दर्शन घडवलं, अशा संपूर्ण विश्वाला
हे पुस्तक समर्पित...

विषय संकेत

१	दिव्य आवाज आणि स्वदर्शन – प्रस्तावना	९
२	हरक्युलिसचा शोध – नवी कहाणी	१३
३	हरक्युलिसचं पहिलं कार्य – पारिवारिक सुख-शांती	२५
४	हरक्युलिसचं दुसरं कार्य – नोकरी आणि व्यवसाय	५२
५	हरक्युलिसचं तिसरं कार्य – न्याय आणि अन्याय	७८
६	हरक्युलिसचं चौथं कार्य – आजार आणि स्वास्थ्य	११३
७	हरक्युलिसचं पाचवं कार्य – विचारांचे रहस्य	१४१
८	हरक्युलिसचं सहावं कार्य – मान्यतांच्या पलीकडे	१६६
९	परिशिष्ट – हरक्युलिसची बारा कार्य	२०३

|| पुस्तकाचा लाभ कसा घ्याल ||

१. कथेचा शेवट प्रथम वाचू नका.

२. सदर पुस्तकात 'शोध' या विषयाला कथेच्या रूपात प्रस्तुत केलं आहे. कथेतील पात्रांच्या स्वरूपात जेथे आपण स्वतःला बघाल, तो अध्याय लक्षपूर्वक वाचा.

३. पुस्तकातील काही गोष्टी आपल्या लक्षात येणार नाहीत असंही होऊ शकतं. पण त्या गोष्टी बाजूला ठेवून वाचन चालू ठेवा. त्याचं स्पष्टीकरण पुस्तकाच्या शेवटी आपल्याला अवश्य मिळेल.

४. हरक्युलिस हे पात्र नीट समजण्यासाठी परिशिष्टात दिलेली कथा 'हरक्युलिसची १२ कार्य' (पृष्ठ क्र. २०५) प्रथम वाचू शकता.

५. 'सेल्फ शिबिराचा' लाभ या पुस्तकाद्वारे घेता येईल. ३० दिवसांमध्ये हे पुस्तक विभाजित केलं आहे. त्यामुळे दररोज १ भाग वाचून आपला आंतरिक शोध घ्यायचा आहे.

६. समाजातील अधिकांश लोक आज विचारांमुळे त्रस्त आहेत तर काही शारीरिक अस्वस्थतेने. काही त्यांच्यावर झालेल्या अन्यायाचे शिकार होतात तर काही नोकरी-व्यवसायात येणाऱ्या जीवघेण्या तणावामुळे पीडित आहेत. शिवाय आपल्या कुटुंबात जिथे आनंदाचं साम्राज्य असायला हवं, तिथे तयार होतो वादविवादाचा आखाडा.

माणूस लहान-सहान मान्यतांमध्ये अडकून अज्ञानातच आपलं अवघं आयुष्य व्यतीत करतो. पृथ्वीवर येण्याचं उद्दिष्ट लक्षात न राहिल्याने पृथ्वीलक्ष्य न जाणताच तो येथून जातो. या सर्व विषयांचा शोध घेऊन तो संपूर्ण जाणून घेण्यासाठी कृपया या पुस्तकाच्या मागे दिलेल्या विषय-सूचीची (पृ. क्र. २०७) मदत घ्यावी.

दिव्य आवाज आणि स्वदर्शन

प्रस्तावना

आजवर बहुमूल्य असा आरसा कुणी पाहिलाय, जो स्वतःच्याच मान्यतांचं आणि विचारप्रणालीचं दर्शन घडवतो! कारण आरशात माणूस केवळ स्वतःच्या शरीराला पाहू शकतो. पण जर त्याला स्वतःच्या स्वभावाचं दर्शन करायचं असेल, तर मग त्याने कुठं जावं? कोणत्या आरशात बघावं?

हा आरसा म्हणजे हे जग... हा संसार... आपल्या आसपास वावरणारे लोक... दररोज प्रत्येक क्षणी जीवनात घडणाऱ्या घटना... नातेसंबंधात घडणाऱ्या प्रत्येक घटनेत मनात उपजणारे विचार... हे विचारच आपला वैचारिक साचा कसा आहे, हे दर्शवतात. आपले विचार आपल्या विश्वाला आकार देतात. परंतु हे जग म्हणजे आपला आरसा, आपला दर्पण आहे, ही मजेदार गोष्टच मुळी माणसाला माहीत नसते. नव्हे, ती त्याच्या पचनीच पडत नाही. त्यामुळे आरशात आपलं प्रतिबिंब बघणं तर दूरच, किंबहुना त्यातच तो गुरफटून राहतो. आहे ना आश्चर्य?

आरशात बघून माणूस नेहमी हाच विचार करतो, 'जर माझे डोळे कमळाप्रमाणे सुंदर असते... माझं नाक धारदार, चाफेकळीसारखं असतं... माझे ओठ नाजूक असते... माझे कान मोठे नसते...मी गोरापान असतो... भुवया धनुष्याकृती असत्या... बांधा सुडौल असता... तर काय बहार आली असती...पण माणसाची अलौकिक शोधयात्रा जेव्हा पूर्ण होते, तेव्हा त्याचे हेच विचार कसे परिवर्तित होतात ते बघूया...

माझे डोळे अतिशय सुंदर आहेत, कारण ते चांगलं आणि वाईट यांच्या पलीकडचंही पाहू शकतात, सत्य कोठे गवसेल हेच शोधत असतात. माझं नाक इतकं तीक्ष्ण आहे, जे नेहमी सत्याचा सुगंध हुंगत असतं. माझे कान फारच छान आहेत, जे इतरांद्वारे काहीही बोललं गेलं तरी केवळ सत्यश्रवणच करतात... माझी त्वचा इतकी मुलायम, सुंदर आहे, की ती आपल्या छिद्राद्वारे अधिकाधिक प्राणवायू घेऊन ब्रह्मांडातील सकारात्मक ऊर्जेसाठी ग्रहणशील बनली आहे... माझ्या शरीरातील रेणू न रेणू सत्याला साद घालण्यासाठी आसुसलेला आहे... माझं शरीर इतकं सुदृढ आहे, की स्वानुभव घेण्यासाठी ते सदैव तत्पर असतं... आणि वास्तवात यातच शोधाची मौज दडलेली आहे.

माणसाच्या मनात चाललेला सततचा संघर्ष तणावाला जन्म देतो म्हणून आपण जसे आहात तसेच राहा. सर्वोत्तम जीवन आपल्याकडे आकर्षित व्हावं यासाठी सहज व विवेकपूर्ण रीतीने जीवनप्रवाहात गतिमान अवस्थेत जगा. फुलांना विकसित होण्यासाठी काही प्रयत्न करावे लागतात का? उमलणं ही एक सुंदर नैसर्गिक क्रिया आहे. फुलाला उमलण्यासाठी धक्के देण्याचे प्रयत्न त्याला कोमेजून टाकतात. सागराला धक्के देऊन त्याला दाबता येत नाही. त्याला मुक्तपणे वाहू देणं गरजेचं असतं. तरीही आपण आपल्या आयुष्यात तेच करीत असतो ना?

तुमचं आंतरिक विश्व जितकं स्वच्छ, निर्मळ असतं, तितकंच बाह्यविश्वही सुंदर बनतं. माणसाच्या हृदयात, अंतरंगात खोलवर अशी जागा असते जिथे आपल्या प्रत्येक प्रश्नाचं उत्तर उपलब्ध असतं. फक्त मौन–मननाद्वारे त्याचा शोध घेणं आवश्यक असतं. आयुष्यातील मोठ्यात मोठं बक्षीस तेथेच दडलेलं असतं म्हणून माणसाने आपला शोध कधीही थांबवता कामा नये.

जेव्हा तुम्ही स्वतःला नीट जाणून घेता व स्वतःचा संपूर्ण स्वीकार करता, तेव्हाच खऱ्या अर्थाने स्वतःवर प्रेम करू शकता. अशा आत्मस्वीकारासह, आत्मप्रेमाशिवाय शांती मिळूच शकत नाही आणि शांतीशिवाय आनंद नाही...

'शोध स्वतःचा' हे पुस्तक न रहस्यमय कादंबरी आहे न कुठली भयंकर कथा. षड्यंत्राने आणि हत्येनं भरलेली उत्तेजनात्मक कथा तर अजिबातच नाही. मग नेमका यात कोणता विषय मांडलेला आहे? कुठला महत्त्वपूर्ण आशय वाचकांसमोर सादर केला जाणार आहे? हा बारावा कोण आहे? या विषयीचं कमालीचं औत्सुक्य वाढवणारी अकल्पित अशी ही कथा आहे.

न्याय, स्वास्थ्य, आनंद आणि नातेसंबंधात एक अनोखी समज देणारा हा आश्चर्यकारक शोध... अंतर्यामी सतत उपलब्ध असणारा एक अभूतपूर्व अनुभव... चैतन्याकडे नेणारा प्रवास... एक आध्यात्मिक सुखद वाटचाल...एक अलौकिक आत्मशोध... 'शोध स्वतःचा' या कथानकात गुंफलेला आहे.

आजवर आपण 'स्व-चौकशी'विषयी अनेक पुस्तकं वाचली असतील. स्वतःची विचारपूस कशी करावी, हेही आपल्याला ज्ञात असेल. परंतु या पुस्तकात मात्र एका वेगळ्या पद्धतीनं स्वतःचं आत्मपरीक्षण, स्वदर्शन होतं. इतरांप्रति असणाऱ्या आपल्या तक्रारींचं मूळ कुठे आपल्यातच तर दडलेलं नाही ना, या महत्त्वपूर्ण गोष्टींवर प्रकाश टाकून छोट्या छोट्या कथानकाच्या माध्यमातून हसत खेळत वाचकांसमोर सत्य प्रस्तुत केलंय. जीवनात घडणाऱ्या सामान्य घटनांमध्येही शोध कसा घ्यायचा, हे वेगवेगळ्या पात्रांद्वारे दर्शवलं आहे. ज्या घटनांमुळे माणूस दररोज दुःखी होतो, चिंतातुर राहतो, त्यातून त्याने त्वरित मुक्त कसं व्हावं, शिवाय तणावरहित आयुष्य कसं व्यतीत करावं, याची गहिरी समजदेखील हे पुस्तक प्रदान करून जातं. त्यामुळे जीवनाचे नवे सूर तर गवसतातच शिवाय जीवनाला एक नवी दिशा मिळते.

या आध्यात्मिक पुस्तकातील कथा 'हरक्युलिस' नाव असलेल्या पात्राच्या अवतीभोवतीच फिरते. एक साधारण विचारधारा असलेला सामान्य माणूस जीवनात घडणाऱ्या घटनांवर, आपल्या अल्पशा ज्ञानाने, योग्य समजेद्वारे चेतनेच्या सर्वोच्च स्तरावर पोहोचून संपूर्ण समाजाला कसा बदलू शकतो, याचं उत्तम प्रस्तुतीकरण, या पुस्तकात केलं आहे.

कौटुंबिक वादविवाद, नोकरीविषयीच्या समस्या, निरनिराळ्या क्षेत्रांत होणारे माणसावरील अन्याय, नकारात्मकता, मान्यतारूपी मोठमोठ्या भिंती, संघर्ष... या सर्व अडचणी का आणि कशा येतात... याचा शोध घेऊन या सर्वांपासून आपण मुक्त होऊ शकतो का...? जर हरक्युलिस हा अलौकिक आत्मशोध करू शकला, स्वतःचा शोध घेऊ शकला, तर आपणही हरक्युलिस नाही होऊ शकत?... आपल्या अंतर्यामी असलेल्या दिव्य आवाजाचं मार्गदर्शन निश्चितच आपणदेखील घेऊ शकतो, हे आपल्याला प्रथमच ज्ञात होतं.

वास्तविक प्रत्येक माणसासाठीच या दिव्य आवाजाचं मार्गदर्शन त्याच्या अंतरंगात उपलब्ध असतं. परंतु माणूस या गोष्टीपासून अनभिज्ञ आहे. हरक्युलिसने याच दिव्य मार्गदर्शनाच्या अनुषंगानं आयुष्यात आलेल्या प्रत्येक परिस्थितीचा, घटनेचा योग्य

अर्थ जाणून घेतला आणि स्वतःच्या सर्व वृत्ती-प्रवृत्ती, संस्कारांतून मुक्ती मिळवली. त्याचबरोबर अकरा जणांच्या जीवनातदेखील आमूलाग्र परिवर्तन घडवून आणलं. आपणही आपल्या अंतर्यामी असणारा 'दिव्य आवाज' ऐकायला उत्सुक आहात ना? या तर मग 'शोध स्वतःचा' घेऊन या अलौकिक आत्मशोधाने स्वतःबरोबरच इतरांचंही आयुष्य आपण आनंदरूपी प्रकाशानं उजळून टाकूया. निश्चितच, प्रत्येकाच्या जीवनावर तेजोमय आभा पसरावी, असं आपल्याला मनापासून वाटत असेल...

तर घ्या हरक्युलिसप्रमाणे टास्क... काढून टाका बाराव्याचा मास्क आणि करा संकल्प... वाचा हे पुस्तक... जाणून घ्या गुपित... कसं येईल विश्वात शांतीचं साम्राज्य...

धन्यवाद...

हरक्युलिसचा शोध

नवी कहाणी

दूरवर पसरलेला काळाकभिन्न काळोख... रातकिड्यांचा अधूनमधून येणारा आवाज... त्यांना साथ देणारी टिटवींची एका लयीतील सुरावट... अंगाला झोंबणारा बोचरा वारा... त्या वातावरणावर जणूकाही निसर्गानं गूढ आच्छादन घातलं होतं! पण या गूढतेचं आच्छादन कापत चालली होती एक मोटारबाइक. अतिशय कर्कश आवाजात आणि भन्नाट वेगातही! ती बाइक चालवणाऱ्या हरक्युलिसच्या मनात त्या वेळी अत्यंत खळबळ उडाली होती. आपल्या बायकोबरोबर – राधेबरोबर झालेला वादविवाद मनात अजूनही ताजाच होता. नव्हे, वारंवार तो डोकं वर काढत होता आणि हरक्युलिस अधिकाधिक बेचैन होत होता. त्या बेचैनीत पूर्णपणे एकाकी आणि निराशेने घेरलेला हरक्युलिस गाडीला आणखीच वेग देत होता.

'नको ते विचार!' स्वतःशीच तिटकाऱ्याने मान हलवत विचारांच्या गर्तेतून बाहेर पडण्यासाठी त्याने ॲक्सिलेटर आणखी वाढवला. विचारच ते! ते काय हार मानणार? मनाची गाडी कोणत्याही गाडीपेक्षा जास्त वेगानंच धावणार! 'राधा... राधा... राधा... का असं वागलीस तू माझ्याशी...छे! मला नाही आठवायचं काही. काहीच नाही...' हरक्युलिसचे वर्तमानाशी नाते जोडण्याचे सगळे प्रयत्न निष्फळ ठरत होते. आजूबाजूच्या काळोखाला कापत तो पुढे पुढे चालला होता. गाडीच्या उजेडात त्याला पुनःपुन्हा राधेचाच चेहरा दिसत होता. 'नाही! तू जा माझ्यासमोरून...' मनातून विचारांना

उखडून टाकण्याचे सगळे प्रयत्न असफल होताना दिसत होते. अशाच उद्विग्न अवस्थेत, डोक्यात चाललेल्या सततच्या विचारमंथनातून आपल्या डोळ्यांची दिसण्याची शक्ती कमीकमी होत चालली आहे, असं त्याला वाटू लागलं. त्याच नादात त्याने गाडीचा वेग आणखी वाढवला. त्या वेगाबरोबर विचारांची गतीही वाढली. वाकडेतिकडे विचार आणि गाडीची दिशाही तशीच, दिशाहीन... विचारांची गती वाढली तशी हरक्युलिसने ॲक्सिलेटर आणखीन दाबला. कुठे चाललोय हेच त्याला समजत नव्हतं. शून्य मनानं, यांत्रिकतेनं शहरातल्या अनेक रस्त्यांवर सुसाटपणे वळणं घेतघेत तितक्याच वेगाने गाडीने हायवे गाठला. मात्र, त्याच्या गाडीने जोरात कुणाला तरी धडक दिली. काय झालंय हे समजायच्या आत एका हृदयद्रावक किंकाळीने त्याला खडबडून भानावर आणलं. नक्की काय झालंय हे जरी समजलं नसलं, तरी काहीतरी विपरीत घडल्याची जाणीव त्याला क्षणार्धात झाली आणि त्या कुडकुडणाऱ्या थंडीतही घामानं डबडबला तो...

सर्व शक्तीनिशी त्यानं गाडीचा ब्रेक कचकन दाबला. वेगात असलेली त्याची बाइक ब्रेक लावताच हेलकांडतच थांबली. त्याने पाठीमागे वळून पाहिलं तर एक स्त्री रक्तबंबाळ अवस्थेत रस्त्यावर अस्ताव्यस्त पडली होती. शेजारी तिची स्कूटरही पडली होती. थोड्या वेळापूर्वी ज्या शेकडो विचारांनी हरक्युलिसच्या डोक्यात थैमान घातलं होतं, अचानकपणे ते नाहीसे होऊन समोरच्या त्या दृश्यानं हरक्युलिसला पुरतं जखडून ठेवलं. हतबद्ध होत तो त्या स्त्रीकडे नुसता पाहतच राहिला. अविश्वास, करुणा, भीती आणि आत्मग्लानी यांसारख्या भावनांनी त्याच्या तना-मनाचा पुरता ताबा घेतला. एकापाठोपाठ एक तयार होणाऱ्या या भावना त्याला धिक्कारू लागल्या.

जे घडलंय ते नीट जाणून घेण्याच्या मानसिकतेत हरक्युलिस पोहोचलाच नव्हता. इतक्यात चारी बाजूंनी लोक गोळा होऊ लागले. रस्त्यावर रक्तबंबाळ होऊन पडलेली ती स्त्री आणि काही अंतरावर शून्यावस्थेत उभा असलेला असहाय हरक्युलिस!... जमावाला प्राण वाचवण्यापेक्षा प्राण घेण्यात अधिक रस असतो. त्यामुळेच 'पकडा... मारा त्याला...पळून जाऊ देऊ नका...धरा, सोडू नका' असा आवाज सर्व बाजूंनी हरक्युलिसच्या कानांवर आदळू लागला. त्या आवाजाने पुन्हा त्याला भानावर आणलं. अशा वेळेस स्वतःचे प्राण वाचवण्यापेक्षा माणसाला अधिक मोलाचं ते काय असणार? हरक्युलिसने गाडीला किक मारली, सर्वशक्तीनिशी ॲक्सिलेटर वाढवला आणि वाऱ्याशी स्पर्धा करत त्याची गाडी वेगाने धावू लागली.

ती रक्तबंबाळ स्त्री...त्याच्या जीवावर उठलेली माणसं... सगळं पुन्हा

त्याच्याबरोबर होतंच... विचारांच्या रूपानं! आपल्या मित्राच्या घरी जाता जाता घडलेल्या या दुर्घटनेमुळे हरक्युलिसची पावलं आपोआपच स्वतःच्या घराकडे वळली. आता डोक्यात विचार केवळ त्या जखमी स्त्रीचेच होते. 'तिला असहाय अवस्थेत सोडून मी स्वतःचे प्राण वाचवले. योग्य केलं मी?... माघारी जाऊन तिला हॉस्पिटलमध्ये घेऊन जावं का?... पण आत्तापर्यंत ती जिवंत राहिली असेल?...' त्या स्त्रीची रक्तानं माखलेली छबी आणि तिच्या मृत्यूच्या विचारांनी हरक्युलिस नखशिखांत थरारून उठला. त्याच्या नजरेसमोर अचानक तुरुंगच आला.

या सगळ्या उलथापालथीमध्ये बराच वेळ गेला होता. परंतु तो स्वतःच्या मनावर काही केल्या नियंत्रण ठेवू शकत नव्हता. 'आधीच संकटं कमी होती, त्यात याची आणखी भर!' तो स्वतःशीच पुटपुटला. त्याच्या नजरेसमोर एखाद्या चलच्चित्राप्रमाणे जीवनातील संकटांची शृंखलाच तरळून गेली. सगळं आठवून त्याचा गळा दाटून आला. तो पुटपुटला, 'कुणालाही दुःखी करण्याचा माझा हेतू नसतो, पण मग असं का घडतं? अरे देवा, त्या स्त्रीच्या हत्येचं ओझं पाठीशी घेऊन मी नाही जगू शकणार! सतत डाचणाऱ्या अपराधी भावनेच्या विळख्यातून लवकर मुक्त कर रे बाबा मला!'

उदास अंतःकरणाने आणि जड पावलांनी त्याने ते शहरच सोडून जाण्याचा निर्णय घेतला. 'त्याचबरोबर जोपर्यंत मी माझ्या पापाचं प्रायश्चित्त घेणार नाही, तोपर्यंत या शहरात पाऊलही ठेवणार नाही,' अशी शपथही पश्चात्तापदग्ध हरक्युलिसने घेतली. घरादाराचा, कपड्यालत्त्याचा त्याग करून फक्त चेकबुक, क्रेडिट कार्ड आणि काही रुपये बरोबर घेऊन, घराला कुलूप ठोकून तो बाहेर पडला. कळत-नकळत झालेल्या पापाचे डाग धुण्यासाठी... पश्चात्तापाच्या अग्नीला शांत करण्यासाठी... आत्मग्लानी संपवण्यासाठी... मनःशांतीच्या शोधात त्याचं मार्गक्रमण सुरू झालं. एका अज्ञात, अपरिचित मार्गावर...

• • •

एका मोठ्या इलेक्ट्रॉनिक्स उपकरणांच्या शोरूमचा मालक होता हरक्युलिस. मित्राबरोबर भागीदारीत हा व्यवसाय तो करत होता. यशस्वी आणि धनवान असणाऱ्या हरक्युलिसला राधा नावाची सुशील आणि सुसंस्कृत पत्नी होती. हिमांशू आणि हिमानी नावाची दोन गोंडस मुलंही होती त्याला... परंतु राधा आणि हरक्युलिसच्या आयुष्यात असं काहीतरी विपरीत घडलं होतं खरं ज्यामुळे राधा आपल्या मुलांना घेऊन त्याच्यापासून वेगळं राहात होती.

एकंदरीतच सुदृढ अशा हरक्युलिसमध्ये आत्मविश्वास शिगोशिग भरलेला होता. या आत्मविश्वासाच्या जोरावरच तो येणाऱ्या प्रत्येक परिस्थितीला सामोरं जायला तयार असायचा. त्याची ती सुंदर शरीरयष्टी, दमदार पावलं टाकत येण्याची लकब, चेहऱ्यावर सतत असणारं मंद स्मित, एकूणच मनाला भावणारं व्यक्तिमत्त्व. लौकिक जीवनात यशस्वितेचा हार त्याच्या गळ्यात पडला होता खरा, पण या धनाने आणि ताकदीनेच त्याच्यात क्रोधाची बीजं पेरायला सुरुवात केली होती. छोट्या छोट्या गोष्टींमध्येही तो स्वतःवरचा ताबा गमावू लागला होता. अशा वेळेस त्याला योग्य-अयोग्य काहीही समजत नसे.

हळूहळू क्रोधरूपी विषाचं खतपाणी मिळाल्याने मायग्रेनच्या आजाराचं रोपटं त्याच्यात चांगलंच फोफावलं. जेव्हा जेव्हा असह्य डोकेदुखी उद्भवायची, तेव्हा तेव्हा त्याची विचारांची क्षमताच क्षीण व्हायची, नष्ट व्हायची. अशा वेळेस त्याच्या क्रोधाग्नीचा जो भडका उडायचा, त्या ज्वाळेची धग हळूहळू नात्यांना बसू लागली. सुरुवातीला मित्र आणि नंतर एक दिवस राधा त्याच्या वर्तणुकीमुळे कंटाळून त्याला सोडून गेली.

घडलेल्या घटनांवर तो जेव्हा शांत डोक्याने विचार करत असे, तेव्हा नक्कीच यात आपली स्वतःची चूक आहे, असं त्याला कुठे ना कुठे जाणवत असे. परंतु तितक्यात अहंकाराचा फणा डोकं वर काढून त्याच्या आत्मचिंतनाला पुरतं नेस्तनाबूत करून टाकत असे. राधेची माफी मागून आपला हसताखेळता संसार पुन्हा सुरू करावासा वाटे, पण त्याचा पुरुषी अहंकारमध्येच दरडावून त्याला 'तूच का म्हणून माफी मागायची?' असे विचारत राही. दुसरीकडे त्याच्या व्यावसायिक भागीदाराबरोबरचे संबंधही बिघडत चालले होते. हरक्युलिसची आपल्या क्लायंटबरोबर वर्तणूक चांगली नाही, ही त्याची तक्रार होती. त्यामुळे मोठमोठ्या कंपन्यांच्या ऑर्डर वेळेवर पूर्ण होत नव्हत्या. व्यवसायाला आता उतरती कळा लागली होती. हरक्युलिसच्या व्यावसायिक भागीदाराने त्याच्या हेकेखोर स्वभावाबद्दल त्याला वारंवार समजून सांगण्याचा प्रयत्न केला. परंतु परिणाम शून्य! हळूहळू त्या दोघांमधली दरी वाढतच गेली. त्याच्या घमेंडखोर आणि क्रोधी स्वभावामुळे आजूबाजूचे मित्र, नातेवाईक, परिचित सगळेच त्याच्यापासून दुरावले. कोणीही त्याच्याबरोबर संबंध ठेवू इच्छित नव्हतं. लोकांच्या अशा वागण्यामुळे हरक्युलिसच्या मनात घोर निराशा जन्म घेऊ लागली.

राधेबरोबर झालेल्या वितंडवादाने विचारांच्या गर्तेत तो इतका झाकोळून गेला होता, की एका महिलेच्या मृत्यूला कारणीभूत ठरला...

शोध स्वतःचा ❑ १६

त्याच रात्री हरक्युलिस घर सोडून रेल्वे स्टेशनवर पोहोचला. विश्रांतिगृहात बसल्यावर त्याचं डोकं जरा शांत झालं होतं. खरंच का मी लोकांचं वाईट करतो? जर नसेल, तर लोक माझ्याशी असं तुटकतुटक का वागतात? माझ्यावर नेहमी नाराज का असतात?

पश्चात्तापाचा अग्नी त्याला जाळू लागला. 'मी जवळच्यांना दुःखी केलं. बाहेरच्यांना त्रास दिला. इतका स्वार्थी, अहंकारी, निर्दयी कसा होऊ शकतो मी? इतका बेफिकीर कसा झालो, की समोरून येणारी स्कूटरही मला दिसू नये! माहिती नाही त्या स्त्रीच्या नातेवाइकांची मनःस्थिती काय असेल! कोणत्या परिस्थितीत असतील ते? हे देवीमाते! माझ्या हातून हे काय घडलं?' अपराधभावनेनं दग्ध होऊन जळणाऱ्या हरक्युलिसने आपल्या आराध्य देवीमातेचा धावा सुरू केला.

येणाऱ्याजाणाऱ्या ट्रेनच्या खडखडाटात, इंजिनाच्या कर्कश आवाजात विश्राम गृहातली ती रात्र कशी सरली, हे हरक्युलिसला समजलंदेखील नाही. सकाळी अचानक हरक्युलिसला जाणवलं त्याच्यासमोर डोळे दीपवणारा, देदीप्यमान प्रकाशपुंज प्रकट झाला आहे. हरक्युलिस पुरता चक्रावला. काही क्षण तो स्तंभित झाला. त्याचा आपल्या डोळ्यांवर विश्वास बसेना आणि काय आश्चर्य! त्या प्रकाशपुंजातून त्याच्यासमोर साक्षात देवीमाता प्रकटली! देवीमातेला पाहताच इतका वेळ रोखून ठेवलेला त्याचा बांध फुटला. एखाद्या लेकरानं आपल्या आईला घट्ट बिलगावं तशी त्याने तिच्या चरणांना मिठी घातली. तो ओक्साबोक्शी रडू लागला. लहान मुलाप्रमाणे आक्रोश करणाऱ्या हरक्युलिसच्या अश्रूंमधून त्याच्या मनातील सगळं दुःख, द्वेष, क्रोध जगन्मातेच्या चरणांवर वाहून गेला.

दुःखाचा आवेग थोडा ओसरल्यावर हरक्युलिस आईला विनंती करू लागला, ''माते! माझ्या हातून घडलेल्या गोष्टीचा मला अत्यंत पश्चात्ताप होतोय. मला माझ्या पापांमधून त्वरित मुक्त व्हायचयं. कृपया मला मार्ग दाखव.'' देवी हसली. म्हणाली, ''त्या दूर डोंगरावर जे मंदिर दिसतंय ना, तेथील पुजाऱ्याला शरण जा. त्याचा दास बनून राहा. मनःपूर्वक त्याची सेवा कर. त्याच्या आज्ञेचं पालन कर. त्याने सांगितलेल्या कार्यांतून बारा महिन्यांत बारा लोकांच्या जीवनात परिवर्तन घडवून आण. हेच तुझं प्रायश्चित्त असेल.'' असं म्हणून देवीमाता अंतर्धान पावली.

हरक्युलिस मनातल्या मनात म्हणाला, 'लोकांच्या जीवनात परिवर्तन आणि मी आणायचं? अगोदरच माझ्यावर दुःखाचा डोंगर कोसळलाय. अशात मी काय कुणाच्या जीवनात परिवर्तन घडवून आणणार? छे! अगदीच अशक्यप्राय गोष्ट आहे ही. मी तर

स्वतःच्याच मदतीसाठी टाहो फोडतोय, याचना करतोय. पण माझ्या वेदनेचे हुंकार यांना दिसत का नाहीत? आणि...' हरक्युलिसच्या विचारांना एकदम कलाटणी मिळाली, एक वेगळीच दिशा मिळाली. 'देवीमातेचाच जर असा आदेश असेल तर त्यात नक्कीच काहीतरी तथ्य असणार, संकेत असणार. उठ हरक्युलिस! आता उशीर करू नकोस. तुला त्या मंदिरापर्यंत पोहोचायचंय...'

अचानक हरक्युलिसला जाग आली. बघतो तर काय, आपण स्टेशनच्या विश्रामगृहात आहोत, हे त्याच्या लक्षात आलं. अरेच्चा हे स्वप्न तर नाही ना! परंतु हे स्वप्न नसून देवीमातेने त्याला प्रायश्चित्त घेण्याचा मार्ग दाखवला आहे, हे त्याला समजलं. हरक्युलिसला वेळोवेळी अंतर्दृष्टीद्वारे संकेत मिळाले होते. परंतु त्यानं त्यांच्याकडे नेहमीच दुर्लक्ष केलं होतं. हा त्याचा आजवरचा अनुभव होता. नव्हे, सपशेल डोळेझाक केली होती. वास्तविक प्रत्येक माणसाचा विवेक हाच त्याचा खरा पथदर्शक असतो. परंतु माणूस नेमकं तेच नाकारतो. अहंकारवश हरक्युलिसदेखील आपल्या श्रीमंतीच्या जोरावर विवेकाची कायम उपेक्षा करत आला. पण तीच उपेक्षा आज पुन्हा पुढे सरसावली जीवनाच्या एकाकी मार्गावर त्याला साथ देण्यासाठी. क्षणार्धात हरक्युलिसचे ज्ञानचक्षू उघडले. त्याने भीष्मप्रतिज्ञा केली, 'आयुष्यात या चुका पुन्हा म्हणून करणार नाही. देवीमातेच्या आदेशांचं दृढतापूर्वक पालन करेन.' या निश्चयानं त्याचं डोकं जरा शांत झालं, चित्तवृत्ती प्रसन्न झाल्या. आतल्या दुर्गंधीचा निचरा होऊन सुगंधी विचारांची शिंपडण त्याच्या मनावर झाली. विचारांची उलथापालथ आता थांबली होती. आतून शांत शांत वाटत होतं. आता त्याच्या आयुष्याला नवीन दिशा मिळणार होती, सगळं काही चांगलंच घडणार होतं...

आंतरिक मार्गदर्शन प्राप्त होताच हरक्युलिस स्टेशन मास्तरांकडे गेला. स्वप्नात पाहिलेल्या देवीमातेच्या मंदिराचं हुबेहूब वर्णन करून त्याने त्याविषयी जाणता का, असं विचारलं. तेव्हा तत्परतेनं स्टेशन मास्तर म्हणाले, "हो नक्कीच. मी त्या मंदिराविषयी जाणतो आणि ते जवळच्याच गावात आहे." हे ऐकून हरक्युलिस आश्चर्यचकित झाला.

हरक्युलिसने आपल्या जीवनाचा श्रीगणेशा पुन्हा गिरवायचं ठरवलं. परंतु आता त्याच्यापाशी होती असीम ऊर्जा... देवीमातेचा कृपाशीर्वाद... निश्चित ध्येय... आणि त्या ध्येयाकडे घोडदौड करण्यासाठी, नवीन जीवनावस्था प्राप्त करण्याची शुभेच्छा जपणारं त्याचं संयमित मन...

• • •

गावात पोहोचल्यावर मंदिराविषयी त्याने लोकांना विचारलं, तेव्हा त्याला तो योग्य ठिकाणी पोहोचल्याचं लक्षात आलं. देवीमातेचं मंदिर डोंगरावर आहे, असं समजताच त्या दिशेने हरक्युलिस वाटचाल करू लागला.

सूर्य मावळतीला झुकला. चारही बाजूंनी अंधार दाटू लागला. मनात असंख्य प्रश्न घोळवतच हरक्युलिस डोंगरावर असलेल्या देवीमातेच्या मंदिरात पोहोचला. मंदिरात पोहोचताच आपण योग्य जागी आलो आहोत, याची खात्री त्याला पटली. प्रसन्नचित्ताने त्याने मंदिरात प्रवेश केला.

मंदिरात पुजारी भक्तगणांना प्रसाद देत होते. हरक्युलिसदेखील त्या श्रद्धाळूंच्या रांगेत जाऊन उभा राहिला. पुजाऱ्याने मंदस्मित करत त्याच्या हातावर प्रसाद ठेवला. हरक्युलिसने देवीमातेला साष्टांग दंडवत घातला आणि मंदिराच्या एका कोपऱ्यात जाऊन बसला. सगळे भक्त एकएक करून प्रसाद घेऊन देवळाबाहेर पडले तेव्हा हरक्युलिस पुजाऱ्याजवळ गेला. पुजाऱ्याने पुन्हा एकदा मंदस्मित करून त्याला विचारलं, ''कोण आहेस तू? नाव काय तुझं?''

''मी हरक्युलिस.'' नमस्कार करत तो पुजाऱ्याला म्हणाला.

''हरक्युलिस! असं कसं नाव तुझं? याचा अर्थ काय?''

''हरी कोळसे – माझं खरं नाव. परंतु सुदृढ शरीर पाहून माझं नाव हरक्युलिस पडलं. हरक्युलिस ग्रीस देशाचा बलाढ्य पुरुष होता, हे आपल्याला माहिती आहे ना?''

''हं...हरक्युलिस...! बरं, मला सांग तू आलास कुठून? मी तर तुला पहिल्यांदाच या मंदिरात पाहतोय.'' पुजाऱ्याने त्याच्या बोलण्याकडे काणाडोळा करत विचारलं.

हरक्युलिसचा चेहरा काळवंडला. उदास होत त्याने पुजाऱ्याला घडलेली हकिगत सांगितली. त्याच्या हातून कळत-नकळत कशी दुष्कर्म घडली... अन्याय झाला... ॲक्सिडेंट... याचं इत्थंभूत वर्णन करून शेवटी त्याने देवीमातेच्या दृष्टांताविषयी सांगितलं.

अशी आपली दुःखदायक कर्मकहाणी सांगत असतानाच त्याचे डोळे भरून आले, कंठ दाटून आला. दुःखातिरेकाने त्याने स्वतःला पुजाऱ्याच्या पायांवर झोकून दिलं आणि विनवणी करू लागला, ''कृपा करून मला इथेच राहू द्या. आपली सेवा करू द्या. मातेच्या दरबारात राहून एका नवीन आयुष्याची सुरुवात करू द्या...'' अशा प्रकारे हरक्युलिस पुजाऱ्याला काकुळतीने आळवू लागला.

सावळ्या रंगाच्या, पोट सुटलेल्या, लांब केसांच्या पुजाऱ्याला साऱ्या पंचक्रोशीत खूपच मान होता. गावात सगळ्यांशी त्याची ओळख होती. हरक्युलिसला देखील पुजाऱ्याच्या वागण्याबोलण्यातून खूपच आपुलकी जाणवली होती. परंतु...

पुजारी बाहेरून वेगळा आणि आतून वेगळा होता. एकाच माणसाची दोन रूपं होती ती... तो अत्यंत कपटी व धूर्त मनुष्य होता. मंदिराच्या पवित्र वास्तूचा उपयोग अतिशय घृणास्पद कामांसाठी करत असे. पूजा, आरती यांसारख्या दैनंदिन कर्मांच्या नावाखाली चरस, गांजा, अफीम यांसारख्या नशा आणणाऱ्या वस्तूंचा व्यापार तो करत असे. मंदिरापासून काही फर्लांगावरच दोन खोल्यांच्या घरात तो राहायचा आणि त्याचे कुटुंब जवळच्याच गावात. पुजाऱ्याला रात्रंदिवस आपल्या मुलीच्या लग्नाची चिंता छळत राहायची.

पुजाऱ्याच्या मुखवट्यालाच खरा चेहरा समजलेला हरक्युलिस त्याला भेटून खूप आनंदित झाला होता. परंतु हरक्युलिसचं तिथे येण्यामागचं कारण समजताच पुजाऱ्याच्या तळपायाची आग मस्तकात गेली होती. 'ही आणखी कोणती नवी बला गळ्यात पडली? मी तर जगाच्या नजरेपासून माझे सगळे काळे धंदे लपवण्यासाठी पुजारी बनलो. या वेशात माझ्यावर कोणी शंका घेणार नाही म्हणून... देवीचे भक्तदेखील या सगळ्यापासून अनभिज्ञ आहेत आणि आता जर हा देवीचा नवा भक्त रात्रंदिवस इथेच नाक घासत बसला, तर एक ना एक दिवस माझं पितळ उघड पडणार हे नक्की.'

नुसत्या विचारानेच पुजाऱ्याला घाम फुटला. परंतु चेहऱ्यावर तुच्छतेचे भाव आणून हरक्युलिसला जवळजवळ फटकारतच म्हणाला, ''भ्रम आहे तुझा भ्रम! देवीमाता अशी सगळ्यांना दर्शन देत नाही आणि सध्या तर मला इथे कोणत्याही सेवकाची आवश्यकता नाही. वास्तविक मीच सेवक आहे मातेचा! भक्तांच्या कृपाप्रसादानं जे थोडंफार मिळतं त्यावर गुजराण करतो. देवीमातेची पूजाअर्चना हेच माझं जीवन. तिच्या चरणांपाशी मला आसरा मिळाला यापेक्षा अधिक आता मला काहीही नको. त्यामुळे तू माझी सेवा करण्याची आवश्यकताच नाही. तू दुसरीकडे जाऊन स्वतःसाठी नवीन जीवनाची सुरुवात कर, नवीन जीवनाचा शोध घे. माझ्याबरोबर राहून तुला काहीही मिळणार नाही.''

पुजाऱ्याचा ठाम स्वर ऐकून हरक्युलिस दुःखी झाला. परंतु त्याने स्वप्नात हेच मंदिर आणि हाच परिसर बघितला होता. देवीमातेने त्याला याच मंदिराच्या पुजाऱ्याची सेवा करण्याची आज्ञा दिली होती. त्यामुळे धीर न सोडता पुन्हा एकदा पुजाऱ्याचे पाय

धरत तो म्हणाला, ''तुम्ही मला स्वतःपासून कितीही दूर लोटण्याचा प्रयत्न करा, पण मी आपले चरणकमल सोडणार नाही. तुम्हाला जरी माझी आवश्यकता नसली, तरी मी माझ्याकडून सेवेत कोणतीही कसर ठेवणार नाही. तुम्हाला योग्य वाटलं नाही तरी यापुढे माझा मुक्काम इथेच राहील. आपल्या सेवेतच मला सगळं जीवन व्यतीत करायचं आहे.''

हरक्युलिसचं निश्चयपूर्वक बोलणं ऐकून पुजारी मनातल्या मनात पुटपुटला, ''हे माते! कुठून हे संकट येऊन टपकलं? बळजबरीचा रामराम नुसता... मला तर हा ठार वेडा वाटतोय...पण कदाचित हा पोलिसांचा खबऱ्या असण्याचीही दाट शक्यता आहे. माझ्या बेकायदा धंद्याची गुप्तपणे माहिती काढण्यासाठी तर हा आला नसेल? दिसायला तर एखाद्या पहिलवानासारखा दिसतोय. समजा मी त्याला हाकलून दिलं आणि उलट त्यानेच मला मारपीट केली तर? करू तरी काय या माणसाचं?...'' पुजारी आतून भयभीत झाला होता. त्याची भीती क्षणाक्षणाला वाढत होती.

''आपण कोणत्या विचारात गुंतून पडला आहात? मी स्वतःचा भार तुमच्यावर टाकणार नाही, माझ्यावर विश्वास ठेवा. माझ्या सेवेमुळे तुम्ही नक्कीच माझ्यावर प्रसन्न व्हाल, याची मला पूर्ण खात्री आहे. कृपया मला परत पाठवू नका.'' पराकोटीच्या याचनेने आणि विनम्रतेने हरक्युलिस बोलत होता.

त्याच्या त्या हट्टी याचनेसमोर पुजारी निरुत्तर झाला. काही दिवसांसाठी आपला धंदा बंद करून हरक्युलिसविषयी काहीतरी तोडगा काढावा, असा विचार त्याने केला.

''ठीक आहे. एका अटीवर मी तुला इथे राहण्याची परवानगी देऊ शकतो.'' धूर्तपणे तो म्हणाला.

''कोणती अट?'' हरक्युलिसच्या स्वरात कमालीची उत्सुकता होती.

''मी जे काम देईन ते पूर्ण करून तुला, माझ्या परीक्षेत यशस्वी व्हावं लागेल. जर तू अयशस्वी झालास तर कोणत्याही क्षणी मी तुला इथून हाकलून देईन.''

''मला तुमची प्रत्येक अट मान्य आहे.'' हरक्युलिस समाधानानं हसत मोठ्या विश्वासानं म्हणाला.

पुजाऱ्याने हरक्युलिसला मंदिरामागे असलेल्या एका मोडकळीस आलेल्या अडगळीच्या खोलीत राहण्याची परवानगी दिली. शिवाय ती खोली दुरुस्त करून घेण्याची जबाबदारीही त्याच्यावरच सोपवली.

शोध स्वतःचा ❑ २१

हरक्युलिस खूप आनंदित झाला. पुजाऱ्याच्या अटींव्यतिरिक्त त्याने स्वतःहून काही छोट्यामोठ्या कामांची नैतिक जबाबदारी उचलली होती. मंदिराची साफसफाई, बागेची देखरेख, पुजाऱ्याला पूजेच्या वेळेस मदत करणं, स्वयंपाक तयार करणे, बाजारातून सामान आणणं इत्यादी छोटीमोठी कामं करण्यातच त्याला धन्यता वाटू लागली.

परंतु तिकडे पुजाऱ्याच्या सुखशांतीला जणूकाही ग्रहण लागलं होतं. रात्रंदिवस एकच विचार त्याच्या मनात घोळत होता, हरक्युलिसला असं कोणतं काम द्यावं, जे तो अजिबातच करू शकणार नाही आणि इथून पळून जाईल...

• • •

एके दिवशी मंदिरात बसलेल्या एका माणसाकडे पुजाऱ्याची नजर खिळून राहिली. कपडे आणि हावभावांवरून तो जवळच्याच गावातला प्रतिष्ठित माणूस वाटत होता. कित्येक दिवसांपासून तो दररोज मंदिरात यायचा आणि रात्र झाली, की निघून जात असे. मंदिरातील पूजा, आरतीमध्ये यांत्रिकपणे तो सहभाग घेत असे. दिवसभर इथे बसून हा करतो तरी काय? याचं पुजाऱ्याला आश्चर्य वाटायचं. एके दिवशी रात्र झाली तरी तो माणूस तिथेच थांबला. आपल्या घरी गेलाच नाही. तेव्हा पुजाऱ्याच्या आश्चर्यात अधिकच भर पडली. 'आता इथे एक नाही तर दोन-दोन माणसं आलीत. माझा धंदा करू तरी कसा?' या विचारांनी त्याची घालमेल वाढून तो हैराण झाला.

दुसऱ्या दिवशी संधी मिळताच पुजाऱ्याने त्या माणसावर प्रश्नांची तोफ डागली. 'काय रे, तू काही कामधंदा करतोस की नाही? आणि दिवसभर इथे कशासाठी बसून असतोस? कुठून आलास? तुझं नाव काय?'

दीनवाण्या चेहऱ्यानं पुजाऱ्याकडे बघत मोठ्या अजीजीने तो माणूस म्हणाला, ''पुजारीजी, माझं नाव जितेंद्र. माझ्या घरातली माणसं अशी आहेत की...'' असं बोलता-बोलता त्याचा गळा दाटून आला. काही वेळ तो तसाच शांत बसून राहिला. मग संयमित आवाजात म्हणाला, ''तीन-चार दिवसांपूर्वी बायको आणि मुलांबरोबर माझं भांडण झालं. तेव्हापासून मी खूप उदास आहे. कोणत्याच कामात माझं मन लागत नाही. या दिवसांत ऑफिसला पण गेलो नाही. काल तर घरात असं वातावरण होतं, की काय सांगू... त्यासाठी मी देवळातच झोपलो आणि आपण तर ग्रामदेवतेचे मुख्य पुजारी आहात. तेव्हा आता आपणच सांगा, ही समस्या कशी सोडवायची? माझ्या घरच्यांनाही आपणच समजावून सांगणं इष्ट. माझी पत्नी आपलं म्हणणं टाळणार नाही. कारण ती

देवीमातेला खूप मानते. त्या विश्वासामुळे ती आपलं म्हणणं नीट ऐकून घेईल.''

पुजारी विचारात पडला, 'हा माणूस मला जसा समजतोय तसा वास्तवात मी नाही. त्यामुळे याची समस्या मी कशी सोडवू शकणार? परंतु मी जर याला नकार दिला, तर देवीमातेवरचा याचा विश्वास उडेल. त्यानंतर माहीत नाही काय उलटसुलट प्रचार करत फिरेल हा गावात!' तितक्यात त्याच्या डोक्यात एक विचार विजेसारखा लख्खकन् चमकून गेला. 'हरक्युलिसलाच याच्याबरोबर पाठवून दिलं तर? हरक्युलिस याची समस्या सोडवू शकणार नाही, याची मला पूर्ण खात्री आहे. कारण तोपण घरातून भांडून इथे आला आहे. शिवाय माझ्या कसोटीवर उतरू न शकल्यामुळे मी त्याला ताबडतोब इथून जायला सांगेन. अशा प्रकारे एका दगडात दोन पक्षी मारले जातील. हा माणूस पण इथून जाईल शिवाय हरक्युलिसपासूनही सुटका मिळेल. एका घावात दोन तुकडे, साप पण मरेल आणि काठी पण तुटणार नाही...' आपल्या षड्यंत्रावर मनोमन खूश होत पुजारी जितेंद्रला म्हणाला, ''या मंदिराची संपूर्ण जबाबदारी माझ्यावर असल्यामुळे मी तर इथून जाऊ शकत नाही. परंतु तू जराही काळजी करू नकोस. तुझी समस्या सोडवण्यासाठी मी माझ्या शिष्याला तुझ्याबरोबर पाठवतो. तो तुझ्या घरातील परिस्थिती समजून घेऊन निश्चितच त्यावर तोडगा काढेल.''

''जसं आपल्याला योग्य वाटतंय.'' असं म्हणत असतानाच डोक्यावरचं खूप मोठं ओझं उतरल्याचा आभास जितेंद्रला झाला होता.

पुजाऱ्याने हरक्युलिसला हाक मारली. तो धावतच आला.

''आज मी तुझ्यावर मोठं जबाबदारीचं काम सोपवत आहे.'' आव्हानयुक्त स्वरात पुजारी म्हणाला. पण 'काम' शब्द ऐकताच हरक्युलिस आनंदला. कारण आजवर पुजाऱ्याने त्याला तो स्वतःचं कर्तृत्व सिद्ध करून दाखवू शकेल, असं कोणतंही काम सांगितलं नव्हतं. पुजाऱ्याने हरक्युलिसला जितेंद्रची सर्व हकिगत सांगितली आणि आज्ञा केली, ''तुला जितेंद्रच्या घरी जाऊन त्याच्या घरच्या परिस्थितीचं अवलोकन करून त्याची कौटुंबिक समस्या सोडवायची आहे. हे काम काही सोपं नाही...आणि माझ्या अटी तर तुला आठवत असतीलच ना?''

मानेनंच होकार देत हरक्युलिस म्हणाला, ''तुमच्या सगळ्या आज्ञा शिरसावंद्य!'' तो असं म्हणाला खरा, परंतु आतून मात्र नाराज होता. पुजारी त्याच्या बलवान, धिप्पाड शरीराचा उपयोग होईल, असं काही काम त्याच्यावर सोपवतील असं त्याला वाटलं होतं. मात्र, इथे तर बौद्धिक शक्ती पणाला लावायची होती. तो स्वतःशीच पुटपुटला,

'न जाणो कोणत्या समस्यांना तोंड द्यावं लागत आहे! माझ्या घरीदेखील हीच समस्या होती. त्यामुळेच तर माझे कुटुंबीय, आप्तस्वकीय, सुहृद माझ्यापासून दुरावले. मला माझी बायको, मुलं, घर, व्यवसाय सगळं काही सोडून इथे यावं लागलं. अशा अवस्थेत मी या माणसाची मदत काय करणार? हे देवीमाते! ही तुझी परीक्षा घेण्याची कोणती रीत? परंतु आता माझ्यासमोर इतर कुठलाही पर्याय नाही. मी तर पुजाऱ्याचा सेवक... ते जे सांगतील ते मला करावंच लागणार...''

''कोणत्या विचारात गुंतलास?'' पुजाऱ्याने छद्मी हसत विचारलं.

''कोणत्याही नाही'' इतकं म्हणून हरक्युलिस जितेंद्रच्या घरी जाण्याच्या तयारीला लागला. काही वेळांतच ते दोघंही आयुष्यातील नव्या प्रकाशाच्या शोधार्थ गावाकडे निघाले...

हरक्युलिसचं पहिलं कार्य

जितेंद्रच्या चेहऱ्यावर समाधानाचे भाव ओसंडून वाहात होते. आनंद ओतप्रोत भरलेला दिसत होता. हरक्युलिसच्या रूपाने जणूकाही देवदूतच भेटला होता त्याला. आपल्या घरी पोहोचेपर्यंत जितेंद्र आपल्या कुटुंबाविषयी, मुलाबाळांविषयी भरभरून बोलत होता. जितेंद्रच्या चेहऱ्यावरचा तो ओसंडून वाहणारा आनंद क्षणभर हरक्युलिसला पण आनंदित करून गेला. पण अचानक त्याला आपल्या कुटुंबीयांची आठवण आली. काही क्षणासाठी तो बेचैन झाला खरा पण लगेच सावरलाही. इतकं भावुक होणं त्याच्या स्वभावातच नव्हतं...

"बाबा आले... बाबा आले..." करत जितेंद्रची दोन्ही मुलं जयेश आणि जयश्री त्याला बिलगली. त्यांच्या कोवळ्या मिठीने जितेंद्र विरघळला. प्रेमाने त्यांच्या डोक्यावर थोपटू लागला. इतक्यात...

"कुठे गेला होता तुम्ही? आम्ही किती बेचैन होतो याची कल्पना तरी आहे का तुम्हाला? मुलांनीपण सगळी रात्र जागून काढली. तुमची तर खरोखरच कमाल झाली! अगोदर दिवस दिवस घराबाहेर राहात होता तेव्हा मी काही बोलले नाही. पण आता मात्र हद्द केलीत. रात्रभर घराबाहेर राहिलात आणि ते देखील न सांगता..." जितेंद्रच्या पत्नीचा, जागृतीचा क्रोधाचा पारा चढला होता. बोलताबोलता तिची नजर अचानक जितेंद्रच्या शेजारी उभ्या असलेल्या हरक्युलिसकडे वळली. आपल्या नवऱ्याबरोबर

कोणी अनोळखी माणूस आहे, हे तिच्या गावीही नव्हतं. ती एकदम गप्पच झाली. ''हे, हरक्युलिस... देवीच्या मंदिरातील पुजाऱ्यांचे शिष्य.'' हरक्युलिसचा परिचय करून देत जितेंद्र पुढे म्हणाला, ''काल रात्रभर मी देवीच्या देवळातच होतो. मंदिराच्या पुजाऱ्यांनी आपली सगळी हकिगत ऐकल्यानंतर हरक्युलिसला आपल्या मदतीसाठी पाठवलं आहे. आपल्या घराचं हरवलेलं घरपण परत देण्यासाठीच हरक्युलिस आले आहेत.'' जितेंद्र त्याच्याकडे कृतज्ञतेनं बघत म्हणाला.

खरोखरच सगळं काही सुरळीत होईल, अशी आशा जागृतीच्या मनातही निर्माण झाली. देवीमातेनं आपलं गाऱ्हाणं ऐकून हरक्युलिसच्या रूपाने जणू आपला दूतच पाठवला आहे! तो आता आपल्या सगळ्या समस्या सोडवणार, या विचारांनी तिला खूप हलकंहलकं वाटलं. मनातल्या मनात देवीचे लाखलाख आभार मानत तिने प्रसन्नतेने हरक्युलिसचं स्वागत केलं.

मोठ्या आनंदी वातावरणात सगळ्यांचं नाश्तापाणी झालं. मुलं तयार होऊन शाळेत गेली. जितेंद्रदेखील खोलीत झोपायला निघून गेला. त्या सगळ्या कालावधीमध्ये हरक्युलिस घरातील वातावरणाचा, कुटुंबातील सदस्यांचा, त्यांच्या परस्पर नात्याचाच विचार करत होता. अचानक आपल्या मुलाबाळांच्या आठवणीने त्याला पुन्हा एकदा गहिवरून आलं. त्याच्या डोळ्यात पाणी आलं. तो व्याकूळ झाला, पण तरीही त्यानं स्वतःला सावरलं.

संध्याकाळ झाली. मोठमोठ्याने आरडाओरडा करत, शाळेतल्या गमतीजमती सांगतच मुलं घरात शिरली. एकीकडे त्यांची बडबड चालू होती, तर दुसरीकडे शाळेचा ड्रेस, बूट-मोजे, दप्तर, डबा, वॉटर बॅग जागा दिसेल तिथे त्यांनी फेकून दिलं. नंतर कपडे बदलून, हातपाय धुवून, थोडंसं खाऊन खेळायला निघूनही गेली. खेळून परत आल्यानंतर त्या पसाऱ्यातच आणखी पसारा करत अभ्यास करू लागली. एकमेकांच्या खोड्या करत, चिडवत त्यांचा अभ्यास चालू होता. मुलं जिथे बसली होती त्या खोलीत अचानक जितेंद्रने प्रवेश केला. खोलीभर पसारा पाहून त्याचा क्रोध अनावर झाला. ''तुम्हाला आपापल्या वस्तू नीट जागेवरपण ठेवता येत नाहीत का? तुमचे बूट, मोजे, कपडे, खेळणी कशी घरभर पडलेली असतात. गृहपाठ करतानादेखील वह्यापुस्तकं, दप्तर नुसतं कचऱ्यासारखं टाकून दिलेलं असतं. तुम्हाला नीटनेटकं राहणं, वस्तू जागच्या जागी ठेवणं जमतच नाही. रोज तेच तेच सांगून मी दमून गेलो, पण तुमच्या डोक्यात प्रकाश पडेल तर शपथ!''

जितेंद्रच्या तोंडाचा पट्टा सुरूच होता, पण इतस्ततः पडलेलं मुलांचं सामान पटापट आवरावं हे काही त्याला सुचलं नाही. त्याच्या आरडाओरड्यानं मुलांचं अभ्यासावरचं मनच उडालं. वातावरणात एकदम ताण आला.

रात्री सगळ्यांनी त्या तणावग्रस्त वातावरणातच जेवण केलं. जितेंद्रला वाटलं, जेवल्यानंतर जागृतीने त्याच्याबरोबर आणि हरक्युलिसबरोबर थोडा वेळ बसून गप्पा माराव्यात. परंतु त्या तापलेल्या वातावरणात जागृतीला फार काळ राहवेना. जेवणानंतर किचन आवरून ती मुलांच्या खोलीत निघून गेली. तिचं वागणं जितेंद्रला काही पटलं नाही. कुढ्या स्वरात तो हरक्युलिसला म्हणाला, ''आलेल्या पाहुण्यांबरोबर जागृतीने चार शब्द बोलावेत ही माझी इच्छा चुकीची तर नाही ना! पण तिला तेवढं पण जमत नाही. तिच्या अशा वागण्यामुळे एकीकडे शरमेनं मान खाली जाते, तर दुसरीकडे जीव घुसमटत राहतो. राग अनावर होतो. पण मी स्वतः याबाबतीत खूपच व्यवस्थित आहे. येणाऱ्या पाहुण्यांचं आदरातिथ्य मला उत्कृष्टपणे करता येतं.'' काहीशा प्रौढीने जितेंद्र म्हणाला.

हरक्युलिसच्या मनात विचार आला, 'मीदेखील घरच्यांबद्दल नेहमी अशाच तक्रारी करत आलो. त्यामुळेच तर सगळं उद्ध्वस्त झालं. जितेंद्रच्या मुलाबाळांना, पत्नीला पाहिल्यानंतर, त्यांचं परस्परांशी असणारं नातं थोडंफार समजल्यानंतर असं जाणवतंय, की कदाचित समोरच्या व्यक्तीचे विचार आपल्यापेक्षा भिन्न असू शकतात. दुसरी गोष्ट म्हणजे समोरच्या व्यक्तीच्या ज्या चुकांकडे आपण बोट दाखवतो तेच दोष नेमके आपल्यातही असू शकतात...'

'अरे! मी असा विचार करू शकतो?'... हरक्युलिस एकदम चपापला. त्याला आपल्याच समजूतदारपणावर शंका येऊ लागली. अर्थात, ही गोष्ट वेगळी होती, की जितेंद्रला समजून सांगण्यासाठी ज्या शब्दांची, भावनांची आवश्यकता होती ते त्याच्या मन–मस्तिष्कापासून अद्याप खूप दूर होतं. त्याने मनापासून देवीमातेला साद घातली, ''आई! हे माते! तुझ्या आदेशानुसार मी पुजाऱ्याचा सेवक बनलो आहे. त्यांनी जितेंद्रच्या घरातील हरवलेली सुखशांती त्याला परत मिळवून देण्याची महत्त्वपूर्ण जबाबदारी माझ्यावर सोपवली आहे. मी या समस्येवर कसा उपाय शोधून काढू तेच मला समजत नाहीये. तूच काहीतरी मार्ग दाखव ग आई!''

अत्यंत तळमळीने प्रार्थना करणाऱ्या हरक्युलिसला अचानक कोणीतरी आवाज देतंय असं वाटलं. 'अरेच्च्या, तो तर देवीमातेचा आवाज होता. तो आश्वस्त आवाज

त्याला सांगत होता, 'माझा आशीर्वाद नेहमीच तुझ्या बरोबर आहे. जेव्हा केव्हा तू एखाद्या प्रश्नाचं उत्तर शोधण्याचा प्रयत्न करशील, तेव्हा तुला अंतर्मनातूनच खरं उत्तर मिळेल आणि ते योग्य शब्दांमध्ये तू समोरच्याला समजावून सांगू शकशील. त्यासाठी तुला हवं ते मार्गदर्शन मिळत जाईल...' देवीमातेच्या या आशीर्वादाने गहिवरून आलेल्या हरक्युलिसने तिला मनोमन श्रद्धापूर्वक नमस्कार केला.

इकडे जितेंद्र आपल्याच तंद्रित बोलत होता, ''आमच्याकडे दररोज असं काही ना काही घडत असतंच. नावालासुद्धा मनःशांती मिळत नाही. आता तुम्हीच आम्हाला मदत करू शकता.''

मोठ्या अजीजीने हरक्युलिसकडे पाहणाऱ्या जितेंद्रला तो म्हणाला, ''आज आपण दोघंही थकलेलो आहोत. उद्या सकाळी लवकर उठून आपण फिरायला जाऊ तेव्हा या विषयावर चर्चा करू.''

''पण उद्या तर मला ऑफिसलादेखील जावं लागेल. आधीच चार दिवसांची रजा झालीय. त्यामुळे उद्या थोडं लवकरच जाईन म्हणतो ऑफिसला. नाहीतर बॉसची बोलणी खावी लागतील.'' जितेंद्रने घाईघाईतच सांगितलं.

''ठीक आहे. आपण रात्रीचं जेवण झाल्यानंतरच रोज फिरायला जाऊ. त्या वेळी वेगवेगळ्या विषयांवर आपल्याला चर्चा करता येईल.'' हरक्युलिसने त्याच्या वेळेच्या समस्येवर तोडगा काढला.

• • •

जागृतीचा दिवस सुरू झाला तो नेहमीच्याच घाईगडबडीत. जितेंद्रचे आणि मुलांचे डबे तिने पटापट भरून तयार ठेवले आणि नाश्त्याच्या तयारीला लागली. जितेंद्र आणि मुलांच्याही अंघोळी वगैरे उरकल्या. नाश्ता करून त्यांनी घर सोडलं...

''इथून जवळच एक ग्रंथालय आहे. खूप छान पुस्तकं असतात तिथे. तुम्हाला आवड असल्यास हवं ते पुस्तक वाचायला घेऊन येऊ शकता.'' जाताजाता जितेंद्रने हरक्युलिसला सुचवलं.

हरक्युलिस आवरून घराबाहेर पडला. जितेंद्रने ग्रंथालयाच्या खाणाखुणा सांगितल्या होत्या. त्यामुळे त्याला अगदी सहजपणे ते सापडलं. ग्रंथालयात जाऊन तो पुस्तकं पाहू लागला. अचानक त्याच्या हातात, 'शोध स्वतःचा' हे पुस्तक आलं. पुस्तकाच्या शीर्षकावरूनच, मोठ्या उत्सुकतेने त्याने ते पुस्तक उघडलं. वेगवेगळ्या

अध्यायांमध्ये ते विभागलेलं होतं. त्यातील पहिलाच अध्याय त्याने उघडला आणि तो वाचू लागला...

दुःखाच्या तळाशी सुखाचा शोध

जीवनात तुम्ही कितीतरी संकटांना सामोरे जाता आणि दुःखी होता. परंतु, तुम्ही कधी तुमच्या दुःखाचा शोध घेण्याचा प्रयत्न केला आहे? दुःखाचं मूळ कारण काय असावं, याचा कधी विचार केला आहे? प्रत्यक्षात दुःखी कोण होतं?... तुम्हाला जर तुमच्या दुःखांपासून कायम ची सुटका हवी असेल, तर दुःखाच्या मुळापर्यंत जायला हवं. सत्यशोधक बनायला हवं. सत्यशोधक बनल्यानंतर दुःखद घटनेतही सुखी कसं राहावं ही कला तुम्हाला आपोआपच साधेल. मात्र, त्यासाठी आपल्याला मनाचा तळ उपसावा लागेल. सुरुवातीला अवघड वाटणाऱ्या या कलेत आपण हळूहळू इतके पारंगत होत जाल, की दुःखाची सगळी कारणं आपणहून तुमच्यासमोर येतील आणि विलीनदेखील होतील.

एखादी गोष्ट किंवा घटना जेव्हा प्रकाशात येते, तेव्हा नेमकं काय होतं? तर वास्तव समोर येतं. प्रकाशाच्या अस्तित्वात असत्य विलीन होतं आणि सत्य झळाळून उठतं. हेच सत्याचं मोजमाप आहे. प्रकाशात आल्यानंतर जी वस्तू लुप्त होते, दिसेनाशी होते, तिचं अस्तित्व या जगात नव्हतंच मुळी. तो तर केवळ एक भ्रम होता. जो दीर्घकाळ आपल्या मनात घर करून बसला होता. या भ्रमाकडे, तुम्ही तुमच्या अहंकारापायी, भौतिक सुखसुविधांच्या लालसेपोटी दुर्लक्ष करत होता किंवा कळत– नकळत त्याला आंजारूनगोंजारून पोसत होता एवढंच!

जीवनात दुःखद वाटणाऱ्या घटनांकडे पूर्वीच्याच दृष्टिकोनातून पाहत राहिलात, तर त्या घटना आत्तापर्यंत जे फळ देत आल्या तेच पुढेही देत राहणार. याचा सरळ सरळ अर्थ असा, की त्या घटनांच्या पुनरावृत्तीमुळे आपल्या वाट्याला पुन्हा दुःखच येणार. पण जेव्हा तुमचे ज्ञानचक्षू उघडतात तेव्हा दुःखाची कारणं एकएक करून प्रकाशात येतात. त्यानंतर ज्या घटनांमुळे तुम्हाला अत्यंत वेदना झालेल्या असतात, त्याच आता परम आनंदाचं कारण बनायला सुरुवात होते. आपल्याला दुःख देणारे लोक आता आपल्याबरोबर चालायला उत्सुक होतात. असं जेव्हा

आपल्याबरोबर घडायला लागतं तेव्हा आपण शोधक बनला आहात, असं खुशाल समजावं. नाहीतर जुन्या सवयींनुसार, विचारधारेनुसार घटना घडते न् घडते तोच आपण तिच्यावर शिक्का उमटवतो. लेबल लावतो म्हणजे घडलेली घटना सत्य मानतो. शिक्कामोर्तब करण्याची- स्टॅम्पिंगची हीच सवय आपल्याला नवीन आणि चांगल्या विचारांपासून परावृत्त करते. आपल्या मनाला आणि बुद्धीलाही संकुचित बनवते.

शिक्कामोर्तब करणं

स्टॅम्पिंगचा अर्थ आहे कोणत्याही गोष्टीवर शिक्कामोर्तब करणे, तेदेखील आपल्या मतानुसार. एखादा माणूस तुमच्या खोलीत येतो, पण तो त्याच्याच विचारात गर्क असल्यामुळे त्याचं तुमच्याकडे लक्षच जात नाही. तसं बघायला गेलं, तर ही घटना किती साधी सरळ आहे. यामध्ये दुःखी होण्याचं काही कारण आहे का? नाही. तरीदेखील आपल्या अहंकाराला ठेच लागतेच, दुःख होतंच. कारण आपण त्या घटनेवर कपोलकल्पित कथा रचून, त्यावर शिक्का मारतो, 'त्याने माझ्याकडे बघितलंदेखील नाही. याचाच अर्थ त्याला मी आवडत नाही.' आहे ना गंमत?

अशा प्रकारे प्रत्येक मनुष्य अज्ञानवश काही कपोलकल्पित कथांची निर्मिती करत आला आहे. या कपोलकल्पित कथा अथवा मान्यकथा त्या व्यक्तीच्या आजूबाजूचं वातावरण, तिच्या कुटुंबीयांची मानसिकता, तसेच तिचं पालनपोषण यांवर अवलंबून असतात. या मान्यकथांच्या आधारावरच तिचं सगळं जीवन व्यतीत होत असतं...

एखादं काम काळजीपूर्वक करायचं असल्यास तुम्हीदेखील आजूबाजूच्या लोकांकडे दुर्लक्ष करून आपल्या कामात मग्न राहता. असं कित्येकदा घडत असेलही. पण याचा अर्थ असा नाही, की आपण ज्यांच्याकडे दुर्लक्ष करतो ती माणसं आपल्याला आवडत नाहीत. ती आपल्याला नकोशी असतात. परंतु जेव्हा दुसरा एखादा तुमच्याबरोबर असं वागतो तेव्हा आतून ताबडतोब टेप वाजायला लागते, 'त्याला मी आवडतच नाही'... म्हणूनच तो असा वागला... आणि मनाच्या डोहात दुःख, कुंडली पसरून मांडा ठोकतं. कोणताही साधक बाधक विचार न

करता, सत्य जाणून न घेता एखाद्या गोष्टीला खरं किंवा सत्य मानून चालणं म्हणजे स्टॅम्पिंग आहे. जेव्हा आपण स्टॅम्पिंग करणं, ठप्पा मारणं सोडून द्याल म्हणजे घटना घडताच जे विचार आले, त्यांना सत्य समजून मान्यता देणं बंद कराल, तेव्हा तुमच्यासमोर एक नवीन दृष्टी, नवा पैलू प्रकट होऊ लागेल. ज्या घटना आधी दुःख देत होत्या, त्याच आता जीवनात आनंदाचं कारण बनल्या आहेत याचंही तुम्हाला आश्चर्य वाटेल.

आपण आपल्या मान्यकथांना प्राधान्य न देता त्या एका बाजूला ठेवा. नवीन दृष्टीने त्यावर मनन करून शोध घेताच, स्टॅम्पिंग केलेली गोष्टच संपूर्ण अस्तित्वासह तुमच्यासमोर प्रकट होईल. सगळ्या रहस्यांचा भेद करेल आणि जेव्हा सगळी रहस्य आपोआपच एकामागोमाग समोर प्रकटतील, तेव्हा आपलं नैराश्य दूर झालेलं असेल.

जोपर्यंत आपल्यापुढे रहस्य उलगडत नाही, तोपर्यंत आपण निराश होऊन दुःखच पसरवत राहतो. त्यामुळे आपण काय पसरवत आहोत आणि प्रत्येक घटनेकडे कोणत्या नजरेने पाहत आहोत, यावर अवश्य मनन करा. या शोधामुळे आपल्याला आपला स्वभाव माहिती होईल. एखाद्याचा धक्का लागला... ज्याची वाट पाहत आहात तो वेळेत आला नाही... फोनची रिंग वाजल्यावर समोरच्या व्यक्तीने फोन लवकर उचलला नाही... रस्त्याने चालताना एखाद्याचा पाय तुमच्या पायावर पडला... तुमच्याकडे कोणी लक्ष देत नसेल... तुमच्यासमोर कोणी स्वतःचंच गुणगान गायला लागलं... तुमचं मन कुरकुर करत राहिलं... तेव्हा या छोट्याछोट्या गोष्टींमधून, मनाच्या दुर्बिणीतून शोध घ्यायला सुरुवात करू शकता. शोध घेताघेता एक वेळ अशी येईल जेव्हा या गोष्टींमधून येणारे नकारात्मक भाव पूर्णपणे बंद होतील. त्यासाठी खोदूनखोदून म्हणजेच मनाच्या गाभ्यापर्यंत, अगदी खोलवर जाऊन शोध घेतला, तर हाच शोध मौजेमध्ये (आनंदामध्ये) बदलेल. जीवनातील प्रत्येक घटनेकडे जेव्हा तुम्ही 'शोधका'च्या नजरेतून बघायला शिकाल, तेव्हा तुमची मूळ चूक प्रकाशात येईल. त्याच घटना पुन्हा एकदा घडण्याची तुम्ही प्रतीक्षा कराल व त्या घटनांवरील प्रतिक्रिया बघायलाही उत्सुक असाल. अशी अवस्था प्राप्त झाल्यावर आपल्याला विचारांपासून मुक्त झाल्याचा आनंद मिळेल...

एवढं वाचून झाल्यावर हरक्युलिसने घड्याळात वेळ बघितली आणि पुस्तक आपल्या नावावर घेऊन तो बाजाराकडे निघाला. बाजारात फिरता फिरता नवीन दृष्टिकोन आणि शोधाच्या गहनतेवर विचार करत राहिला. बुद्धिबळाऐवजी हरक्युलिसने नेहमीच बाहुबळाला महत्त्व दिलं होतं. परंतु आज एका नवीन लक्ष्यामुळे त्याच्या बुद्धीलादेखील चालना मिळाली, एक नवी दिशा गवसली. त्याला जितेंद्रच्या घरच्या तसेच स्वतःच्या घरातील समस्या सोडवण्याचा मार्गही आता स्पष्टपणे दिसू लागला. त्याने निश्चय केला, 'आजपासून मी जितेंद्रबरोबर माझ्याही प्रत्येक समस्येचा शोध घ्यायला सुरुवात करणार. त्यामुळे समस्येचं मूळ कारण प्रकाशात येईलच. शिवाय त्यातून नक्कीच सगळ्या प्रश्नांची खरी उत्तरं मिळत जातील.'...असे विचारचक्र डोक्यात चालू असतानाच हरक्युलिसला घर केव्हा आलं ते समजलंदेखील नाही. थोडा वेळ घराच्या अंगणात बसूनच त्याने शांतपणे चिंतन-मनन केलं. संध्याकाळी जितेंद्र ऑफिसमधून लवकरच आला. कोणत्याही वादविवादाशिवाय सगळ्यांनी जेवणं उरकली. त्यानंतर जितेंद्र आणि हरक्युलिस फिरायला बाहेर पडले...

१०.. ३ ..०२

घराबाहेर पडल्यापडल्या जितेंद्रने तक्रारी सांगायला सुरुवात केली. ''मी सगळी कामं किती कौशल्याने करतो... प्रत्येक काम नीटनेटकं, टापटिपीत असतं... सगळ्या वस्तू कशा व्यवस्थित हाताळतो...जागच्या जागी ठेवतो... आठवणीने सगळी कामं करतो... ऑफिसच्या जबाबदाऱ्यादेखील पूर्णपणे सांभाळतो... पण माझी मुलं बघितली ना? सगळीकडे पसारा घालून ठेवतात. त्यांना माझ्यासारखं शिस्तबद्ध जगता का येत नाही? बेशिस्त लोकं मला अजिबात आवडत नाहीत.''

जितेंद्रचं हे तावातावाचं बोलणं ऐकून हरक्युलिसने त्याला सकाळीच वाचलेल्या 'शोध स्वतःचा' या पुस्तकाच्या पहिल्या अध्यायाचा सारांश शांतपणे सांगितला. आपण आता शोध घेत घेत तुझ्या या समस्येच्या मुळापर्यंत जाऊन त्यावर उपाय शोधूया असंही सुचवलं.

विशेष उत्साह न दाखवता जितेंद्रने 'ठीक आहे' म्हणत होकार दिला.

''जितेंद्र! तू तुझ्या सगळ्या वस्तू जागच्या जागी ठेवतोस, सगळी कामं आठवणीने करतोस ही तर चांगलीच गोष्ट आहे. पण मला अशी एखादी गोष्ट सांग, जी तू करू शकत नाहीस.''

''मला तरी तशी कोणतीच गोष्ट दिसत नाही.'' जितेंद्र काहीशा गर्वानं म्हणाला.

''तू मनाच्या कपाटातील विचारांना योग्य ठिकाणी ठेवू शकतोस? आपली सगळी कामं पद्धतशीरपणे करू शकतोस? आपलं आरोग्य उत्तम राहावं याकडे लक्ष देतोस? मिळवलेल्या पैशाचा योग्य प्रकारे वापर करतोस? आपल्या सामाजिक जबाबदाऱ्या पार पाडतोस?''

हरक्युलिसच्या या प्रश्नांच्या सरबत्तीपुढे जितेंद्र गडबडला. या सर्व प्रश्नांनी त्याला विचार करायला प्रवृत्त केलं. तो अंतर्मुख झाला. स्वतःचा शोध घ्यायला त्याने सुरुवात केली. फारसे कष्ट न घेता काही गोष्टी त्याच्यासमोर पटापट उलगडत गेल्या... शारीरिक स्वास्थ्यासाठी आवश्यक व्यायाम आणि आहाराविषयी तो किती बेफिकीर आहे, हे त्याच्या लक्षात आलं. त्याच्या मनात नेहमीच विचारांचा गुंता सुरू असतो. ऑफिसच्या समस्या तो घरात सोडविण्याचा प्रयत्न करतो आणि कौटुंबिक समस्यांना ऑफिसच्या वेळेत डोक्यात ठेवतो. त्याला पैशांचं नियोजन नीट जमत नाही आणि एखाद्या परिचिताने सामाजिक कार्यात रस घेण्याविषयी सुचवलं, तर मोठं संकट समजून तो ते काम टाळतो...

''खरंच! आता मला अशा जागा दिसत आहेत जिथे मी स्वतः अतिशय अव्यवस्थित, कमकुवत आहे.'' जितेंद्र खजील होऊन खालच्या आवाजात म्हणाला. त्याला आता हळूहळू पटायला लागलं होतं, की नक्कीच आपल्यातही काहीतरी कमी आहे.

''जर तुझ्यामध्ये इतक्या गोष्टींची कमतरता आहे, तर त्यासाठी एवढं रागवायचं कारण ते काय? आणि तुझी मुलं तर फक्त एखाद-दुसरं काम नीट करू शकत नाहीत. मुलं तुझा आरसा आहेत, तू किती ठिकाणी चुकतो हे दाखवणारा!''

हे सगळं ऐकून जितेंद्र बधिर झाला होता. त्याच्या मनात विचारांची खळबळ सुरू झाली होती. तो पुरता चक्रावून गेला होता आणि पहिल्यांदाच त्याला आपल्या चुकांची जाणीवही झाली. त्याच्या मनात विचार आला, जर बायको-मुलं माझ्या अपेक्षेनुसार वागत नाहीत, तर शांतचित्ताने मला स्वतःमध्येच डोकावून बघायला हवं, मी स्वतः प्रत्येक ठिकाणी माझ्या स्वतःच्या अपेक्षांनुसारच वागतो अथवा नाही.

''आत्तापर्यंत मला प्रत्येक क्षेत्रात मी निपुण आहे, असंच वाटत होतं. पण थोड्याशा शोधानंतरच भाव, विचार, वाणी आणि क्रिया यांच्यामध्ये मी परिपूर्ण नाही, हे माझ्या लक्षात आलं. माझ्यात त्या सगळ्यांचा एकमेकांशी ताळमेळ नाही. त्याचबरोबर मी शारीरिक, मानसिक, आर्थिक, सामाजिक, आध्यात्मिक क्षेत्रात देखील परफेक्ट

नाही. दुसऱ्यांबद्दल तक्रारी करणं सोडून दिलं पाहिजे, हे आता पूर्णपणे माझ्या लक्षात आलं. कारण तेच माझ्या दुःखाचं सगळ्यात मोठं कारण आहे.'' जितेंद्र हरक्युलिसला म्हणाला.

''आपले भाव, विचार, वाणी आणि क्रिया यांच्यात एकरूपता येताच आपण परिपूर्ण आणि आनंदात जगू शकतो. पण जेव्हा आपले भाव, विचार, शब्द आणि कृती यांचा परस्परांशी संबंधच उरत नाही, ते परस्परभिन्न असतात, तेव्हा आपलं जगणं अपूर्ण असतं, तुटक असतं. म्हणजे आपण बोलतो एक आणि करतो भलतंच. हे असं तुकड्यातुकड्यातलं जगणंच दुःखाचं कारण बनतं.'' जितेंद्रच्या प्रामाणिक शोधावर संतुष्ट होत हरक्युलिस म्हणाला.

जेव्हा केव्हा त्याच्या मुलीला, जयश्रीला राग येतो तेव्हा त्याला ती एवढी का रागावते ही मान्यकथादेखील उलगडली गेली. शोध घेतल्यानंतर, 'जयश्रीचं रागावणं' त्याच्यासाठी आरसा बनलं. अशा प्रकारे ज्ञानचक्षू उघडल्यावर जितेंद्रला त्या आरशातून आपल्यात असणाऱ्या रागाचं दर्शन घडलं.

जितेंद्रसाठी आजचा दिवस, असे विचार म्हणजे कधीही न अनुभवलेला असा चमत्कारच होता. त्या भारावलेल्या अवस्थेत काही वेळ तो तसाच शांत राहिला. त्यानंतर धन्यवादाच्या भावनेने हरक्युलिसला प्रेमाने आलिंगन देत म्हणाला, ''आज तुमच्यामुळे जीवनाविषयीचा नवा दृष्टिकोन समोर आला. मला जीवनाची एक नवीनच बाजू समजली. आता संपूर्ण आयुष्य मला व्यवस्थित जगायचं आहे. यापुढे मला सतावणाऱ्या, त्रास देणाऱ्या गोष्टी अशाच चर्चेने सोडविण्याचा प्रयत्न करू या.'' जितेंद्रला आपला भविष्यकाळ सुवर्णमय झाल्यासारखा भासत होता. तो प्रसन्नचित्ताने झोपायला गेला. हरक्युलिसलादेखील आपण जितेंद्रला योग्य प्रकारे मार्गदर्शन करू शकलो, याबद्दल समाधान वाटलं.

• • •

कालच्या आंतरिक शोधामुळे जितेंद्रला आज खूप हलकं हलकं वाटत होतं. दिवसभर त्याला आपल्या परफेक्शनिस्ट पॅटर्नमुळे अजिबात त्रास झाला नाही. दिवसभरात जेव्हा जेव्हा समोरच्या व्यक्तीच्या अपूर्णतेची जाणीव होऊन तो अस्वस्थ झाला, तेव्हा तेव्हा ताबडतोब स्वतःला, 'मीदेखील कित्येक गोष्टींमध्ये अपूर्ण आहे, त्यामुळे मला कोणालाही बोलण्याचा, टोकण्याचा अधिकार नाही. अगोदर मला स्वतःला परिपूर्ण बनलं पाहिजे.' असं बजावत भानावर आणलं.

शोध स्वतःचा ❑ ३४

आपल्या या विचारपरिवर्तनामुळे जितेंद्र आनंदात आहे, हे लपत नव्हतं. आज दिवसभर स्वतःवरच तो बेहद्द खुश होता. त्याच्या वागण्याबोलण्यातून प्रसन्नता भरभरून वाहत होती. जागृती, जयेश, जयश्री आणि हरक्युलिसदेखील त्याच्यातील या सकारात्मक बदलामुळे खुश होते.

संध्याकाळी शाळेतून आल्यानंतर मुलं नेहमीप्रमाणे खेळायला गेली. खेळून आल्यानंतर अभ्यासाला बसण्याऐवजी टीव्ही बघत बसली. मात्र, ते पाहून जितेंद्र पुन्हा त्यांच्यावर रागावला. त्याच्यातला समजूतदारपणा अचानक नाहीसा झाला. आपली मुलं चांगल्या गुणांनी पास होत नाहीत, या गोष्टीची त्याला कायम खंत असायची. प्रत्येक वेळी परीक्षेचा निकाल लागल्यानंतर तो मुलांना रागवायचा, ओरडायचा आणि सारखा टोमणे मारत राहायचा. स्वतः तर दुःखी राहायचा शिवाय इतरांनाही नको नको करून टाकायचा. अशा वेळी घरातील वातावरण बिघडून जायचं. आजही त्याच्या मनात मुलांच्या अळमटळम करत वागण्याचे, त्यांच्या अभ्यास न करण्याचेच विचार चालू होते.

रात्रीच्या जेवणानंतर हरक्युलिस आणि जितेंद्र फिरायला बाहेर पडले. ताबडतोब जितेंद्रने सुरुवात केली. ''मी माझ्या कुटुंबासाठी किती मेहनत करतो, किती घाम गाळून पैसा कमवतो, हे तर तुम्ही पाहताच. पण या मुलांना शिक्षणाची अजिबात गोडी नाही. चाचणी परीक्षेमध्ये त्यांना कमी गुण मिळाल्यावर त्यांच्या वर्गशिक्षकांनी मला बोलावून घेतलं. स्वतःचा घोर अपमान झाल्यासारखा वाटला मला तो... नाही सहन झालं मला ते! आता तुम्हीच सांगा, मुलं अशी वागत असताना मी शांत राहू तरी कसा?'' चिडलेल्या जितेंद्रचा आवाज टिपेला गेला होता.

''कालचं सगळं विसरलास?'' हरक्युलिसने विचारले.

''कालचं वेगळं होतं.'' एकदम गंभीर होत जितेंद्र म्हणाला.

गालातल्या गालात हसत हरक्युलिस म्हणाला, ''कालचाच आधार घेऊन आजच्या या समस्येचादेखील शोध घे. मुलांनी अभ्यास केला नाही ही गोष्टदेखील इथे आरशाप्रमाणे पाहा... 'मी अभ्यास केला होता का?...''

''पण माझं तर शिक्षण कधीच पूर्ण झालंय. आता मी शाळेत थोडाच जातो, जेणेकरून तुम्ही मला अभ्यासाची आठवण करून द्यावी आणि तसाही माझा शाळेशी संबंध काय?'' जितेंद्रने ताबडतोब प्रत्युत्तर दिलं.

पुन्हा मंद स्मित करत हरक्युलिस म्हणाला, ''हे अगदी खरं आहे, की तू आता शाळेत जात नाहीस. पण खऱ्या आणि आनंदी जीवनाचा शोध हाच तुझा आता अभ्यास आहे. स्वतःलाच विचार, हा अभ्यास तू किती पूर्ण केला आहेस? अर्थात ज्या ज्या क्षेत्रात तू अपूर्ण आहेस त्याविषयी कधी मनन केलं आहेस का?

''जितेंद्र! केवळ आरडाओरडा करून, रागावून मुलांमध्ये कधीच बदल घडवून आणता येत नाही. उलट त्यामुळे आपण आपल्या आईवडिलांना आनंदी ठेवू शकत नाही, ही गोष्ट मुलांना आतल्या आत खात राहते. त्यांच्यात एक प्रकारचा न्यूनगंड तयार होतो. अपराधबोध जागा होऊ लागतो. मुलंदेखील आपल्या तऱ्हेवाईक वागण्यामुळे दुःखी होत असतात. पण ती तसं काही बोलू शकत नाहीत, सांगू शकत नाहीत. अशा प्रकारे आपण आपल्या मान्यकथेमुळे मुलांना आणि स्वतःलादेखील खूप दुःखी करत राहतो.

''यासाठी मुलांच्या वागणुकीत बदल घडवून आणण्यासाठी, त्यांना सुधारण्यासाठी रचनात्मक पद्धतींचा वापर केला पाहिजे. अशा वेगळ्या पद्धतींमुळे कदाचित सुरुवातीला मुलांमध्ये कोणताच बदल दिसणार नाही. पण तरीही ती पद्धत आत्मसात करायची आहे. त्यामुळे तुम्ही स्वतः खुश व्हाल. दुःखीकष्टी होण्याच्या सवयीपासून सुटका करून घेतली, आनंदी राहायला शिकलात, तर आपल्याला आनंदी बघून मुलंदेखील आपोआपच सुधारायला लागतील.''

''खरंच! हा तर एक वेगळाच दृष्टिकोन आहे!'' उत्साहाने जितेंद्र म्हणाला.

''तू कधी निरीक्षण केलं आहेस का जितेंद्र? परीक्षेचा निकाल लागल्यानंतर मुलं तो निकाल दाखवताना आईवडिलांच्या चेहऱ्याकडे मोठ्या आसुसलेल्या नजरेने पाहत असतात. मिळालेल्या गुणांवर त्यांची प्रतिक्रिया काय आहे? ते समाधानी आहेत का? त्यांना अधिक गुणांची अपेक्षा होती का? आपण त्यांच्या अपेक्षेला उतरू शकलो आहोत का? एक ना अनेक प्रश्न त्या नजरेत, बघण्यात असतात. अशा वेळेस आपल्या मुलांना हा विश्वास देणं अत्यावश्यक असतं, 'तुम्ही परीक्षेत पास व्हा अथवा नापास... त्यामुळे आमचं तुमच्यावर असलेलं प्रेम यत्किंचितही कमी होणार नाही, तेव्हा कुठे मुलांना आपल्या आईवडिलांविषयी विश्वास वाटेल. त्यानंतरच ते खूप काही करायला तयार होतील. नाहीतर कायम दबकत राहून, घाबरत राहून मुलांचा अभ्यास होणार तरी कसा? घाबरलेल्या अवस्थेत अभ्यास करून मुलांना ऐन परीक्षेच्या वेळी सगळं आठवणार तरी कसं? त्यासाठी आपण स्वतः तणावरहित राहून सगळ्यांनाच तणावमुक्त

करा. नाहीतर प्रत्येक गोष्ट आणखीनच बिघडत जाते.'' हरक्युलिसच्या या तर्काने जितेंद्र हळूहळू तणावमुक्त होत गेला.

• • •

हरक्युलिसचे मोलाचे विचार जितेंद्रच्या मनात हळूहळू पाझरायला सुरुवात झाली होती. हरक्युलिसच्या बोलण्यातील तळमळ त्याला सत्याविषयी आत्मपरीक्षण करायला भाग पाडत होती. त्यामुळे मुलांवर अजिबात ओरडायचं नाही, त्यांच्याशी प्रेमाने वागून त्यांना जिंकायचं, त्यांच्यात योग्य ते परिवर्तन घडवून आणायचं, या विचारांनी आज जितेंद्र दिवसभर खुश होता. मुलांबद्दल त्याच्या मनात आत्यंतिक प्रेम उफाळून आलं होतं. आज रविवार, सुटीचा दिवस. सर्व जण घरी होते. सगळा दिवस आनंदात गेला. आपल्या मुलांशी तो अतिशय प्रेमाने आणि समजूतदारपणे वागत होता. संपूर्ण दिवसांत एकदाही मुलांवर ओरडला नाही. चिडला नाही. त्यामुळे मुलंदेखील मोठ्या विश्वासाने त्याच्याशी बोलत होती, शाळेतल्या गमतीजमती सांगत होती. इतकंच नाही तर आपल्याबरोबर आग्रहाने खेळायलादेखील त्याला बोलावत होती. आज मुलात मूल होऊन जितेंद्र वागत होता आणि मनातल्या मनात हरक्युलिसला धन्यवादही देत होता.

दुपारचे चार वाजले. जागृतीने आवाज दिला, ''चहा प्यायला या.''

''जागृती! आज टी–टाइम लवकर आहे का?'' जितेंद्रने विचारले.

''एका कार्यक्रमासाठी मला मैत्रिणीकडे जायचं आहे.''

''ठीक आहे. पण आज रात्री काहीतरी वेगळं कर खायला आणि हो! मैत्रिणीच्या घरून येताना न विसरता मिठाई घेऊन ये.''

'ठीक आहे' म्हणत जागृती हसत घराबाहेर पडली.

काही वेळाने ती मैत्रिणीकडून परत आली.

''कोणती मिठाई आणलीस?'' दार उघडता उघडताच जितेंद्रने विचारले.

''अरे! मी तर विसरलेच! पण मी...''

''तुला तर कशाचीच आठवण राहात नाही.'' जितेंद्र रागाने म्हणाला.

जागृती घरच्या घरीच गाजर हलवा करण्याच्या विचारात होती. पण ती काही बोलायच्या आधीच जितेंद्र नाराज झालेला दिसला. तो केवळ स्वतःच्याच नजरेतून सगळ्या घटनांकडे बघत होता. पत्नीने पतीचं ऐकलंच पाहिजे... त्याच्या शब्दाबाहेर

जाता कामा नये... अशा अनेक पूर्वापार कल्पनांमध्ये जितेंद्र अडकलेला होता. त्यामुळे जागृतीने मनापासून केलेला रुचकर स्वयंपाकही त्याची नाराजी दूर करू शकला नाही.

हरक्युलिसने मात्र जागृतीच्या स्वयंपाकाची तोंडभरून स्तुती केली. तेव्हा कुठे तिला आपल्या कष्टांचं सार्थक झाल्यासारखं वाटलं. तरीही आतून कुठेतरी ती खट्टू होतीच. काही न बोलता नाराजीनेच मागची आवराआवर करू लागली.

जेवणानंतर नेहमीप्रमाणे जितेंद्र आणि हरक्युलिस फिरायला बाहेर पडले. जितेंद्रच्या मनात अजूनही जागृतीबद्दलचा राग धुमसत होताच. ''बघितलंत ना हरक्युलिस! जागृती एकही गोष्ट माझ्या म्हणण्याप्रमाणे करत नाही. इतकंच नाही तर कोणतीही गोष्ट ती पटकन आत्मसात करू शकत नाही, याचंही मला खूप वाईट वाटतं. कित्येकदा ऑफिसमध्ये कामाच्या ओझ्यामुळे मी तिचा फोन घेऊ शकत नाही. तेव्हा ती मला मोबाइलवर इंग्रजीतून एस.एम.एस. पाठवत राहते.

''आणि काम पूर्ण झाल्यानंतर जेव्हा मी मेसेज वाचतो तेव्हा अक्षरश: डोकं बडवावंसं वाटतं इतकी ती इंग्रजी भाषेची मोडतोड करून मेसेज पाठवते. तिच्या या मोडक्यातोडक्या इंग्रजीची मला कायम लाज वाटते. मेसेजमधील चुका जरी तिला सांगितल्या, तरी त्याच त्या चुका वारंवार करत राहते. वर्ष-दीड वर्षं झालं तिला इंग्रजी शिकवण्याचा प्रयत्न करून पण आत्तापर्यंत ती योग्य प्रकारे इंग्रजी आत्मसात करू शकली नाही. याचं मला खूप दुःख वाटतंय.''

हरक्युलिसने जितेंद्रचं बोलणं शांतपणे ऐकून घेतलं. जितेंद्र जागृतीबरोबर कसा वागतो हेदेखील त्याने आज पाहिलं होतं. जितेंद्रला आपल्या विचारांपेक्षा प्रत्यक्षात पुस्तकातील विचारांचीच आवश्यकता अधिक आहे, हे हरक्युलिसला जाणवलं. तो जितेंद्रला म्हणाला, ''आज मी तुला 'शोध स्वतःचा' या पुस्तकातील एक प्रकरण वाचून दाखवतो. त्याची तुला नितांत गरज आहे...''

ॐ.. ४ ..ॐ

हरक्युलिसने एक नवीन अध्याय वाचायला सुरुवात केली...

> एक मनुष्य जीवनात खूप दुःखी आणि उदास होता. या उदासीनतेमधून बाहेर पडण्याची त्याला तीव्र इच्छा झाली, तेव्हा तो आपल्या गुरूंकडे गेला. गुरूंना म्हणाला, ''मी माझ्या पत्नीला जाम वैतागलो आहे. रोजच्या कटकटींमधून आमच्यातील प्रेमही आता आटलं

आहे. या परिस्थितीतून बाहेर पडण्याचा कृपया मला मार्ग दाखवा.''

गुरुजींनी उत्तरादाखल विचारले, ''जेव्हा तू तिच्याशी विवाह केला, तेव्हा तुझं तिच्यावर प्रेम नव्हतं का?''

''होतं तर!''

''मग आताच का तिच्यावरचं प्रेम कमी झालं?''

''गुरुजी! मला वाटलं होतं, लग्न झाल्यानंतर ती माझ्या मनाप्रमाणे वागेल...तिच्यामुळे माझं जीवन सुखमय होईल... अमुक एखादी गोष्ट घडेल... तमुक चांगलं काही होईल... पण मला जसं वाटत होतं तसं काहीच्च घडलं नाही. उलट माझा अपेक्षाभंगच झाला. त्यामुळे मी अतिशय दुःखी आहे.'' त्या गृहस्थाने प्रामाणिकपणे सांगितलं.

''माझी पत्नी लग्नानंतर अमुक करेल, तमुक करेल अशा प्रकारे विचार करणं म्हणजे निव्वळ मान्यकथा, मनोकल्पना आहेत. आपण त्या स्त्रीशी विवाह केला आहे, की आपल्या कथेशी, याचा आधी विचार करा. या गोष्टी अतिशय सूक्ष्म असल्यामुळे ताबडतोब प्रकाशात येत नाहीत. त्यासाठी अत्यंत गहन शोधाची आवश्यकता असते. त्यानंतरच सत्य समोर येतं. आज तुमचं तुमच्या कल्पनेवरच इतकं प्रेम आहे, की समोरचा माणूस जसा आहे तसा तुम्ही त्याला स्वीकारूच शकत नाही.''

आपलं म्हणणं अधिक स्पष्ट करण्यासाठी गुरुजी पुढे म्हणाले, ''एखाद्या शिंप्याप्रमाणे वागून मनुष्य स्वतःच्याच दुःखाचं कारण बनतो. म्हणजे तो दुसऱ्यांसाठी कोट शिवतो आणि समोरच्याला तो कोट मापात बसावा, अशी इच्छा बाळगतो. परंतु त्यासाठी समोरच्याला किती 'वेट' करावं लागतं, प्रतीक्षा करावी लागते, याचं भान त्याला नसतं. आपलं वेट (वजन) कमी तरी करावं लागतं अथवा वाढवावं तरी लागतं. जर तो माणूस तसं करण्यात यशस्वी झाला नाही, तर हा शिंपीरूपी मनुष्य आयुष्यभर वेट करत राहतो. केव्हा समोरच्याला हा कोट फिट बसेल आणि कधी मी आनंदी होईन.''

समोरच्याने माझ्या काल्पनिक कोटामध्ये स्वतःला फिट बसवावे या हट्टापायी मनुष्य दुःखी आहे. माझ्या कल्पनेनुसारच समोरच्याने उठावं, बसावं, हसावं, खावं, जगावं, माझ्या पसंतीनुसारच कपडे घालावेत,

माझ्या खुशीमध्येच खुश राहावं... थोडा विचार करून बघा, हे खरोखर शक्य आहे? प्रत्येकाची शरीररचना ज्याप्रमाणे भिन्न असते त्याचप्रमाणे स्वभावही वेगवेगळा असतो. एखाद्याला खरेदीमध्ये रस असतो, पण त्याच्या साथीदारासाठी मात्र तो वायफळ खर्च असतो. अशा वेळेस त्याचा साथीदार कसा खुश होणार?

प्रत्येक नात्याविषयी मान्यकथा रचून मनुष्य आयुष्यभर दुःख भोगत राहतो. सासू-सुना आपापल्या मान्यकथेनुसार एकमेकींकडे बघत असतात. लग्नानंतर थोडे दिवस एकमेकींशी खूप समजूतदारपणे, प्रेमाने वागतात. पण हळूहळू दोघीही आपापल्या कथा रचायला सुरुवात करतात आणि अशा प्रकारे दुःखाची शृंखला, दुष्टचक्र अखंडपणे चालू राहतं.

प्रत्येक जण समोरच्या व्यक्तीकडून, जर हा असा वागला तर मला आनंद मिळेल, तसा वागला तर आनंद मिळेल, अशी अपेक्षा करत असतो. वास्तविक समोरच्याबरोबर जेव्हा तुमचं नातं जुळत गेलं, तेव्हा त्याच्याविषयी तुम्ही कोणतीच पूर्वकथा बनवली नव्हती. परंतु, हळूहळू कथा बनत गेली आणि दुःखाला सुरुवात झाली. हे सत्य जाणताच स्वतःला विचारा, 'आपण कुठे-कुठे, कोणकोणत्या ठिकाणी केवळ आपल्या कल्पनांवरच प्रेम केलं आहे?'

समजा, चुकून एखादा या कोटामध्ये फिट बसलाच तरी मनुष्यस्वभाव असा आहे, की तो पुन्हा नवीन कोट शिवतो आणि आता त्या नवीन कोटामध्येही समोरच्याने स्वतःला फिट बसवावे, अशी अपेक्षा करतो. आहे ना गमतीची गोष्ट. अशा प्रकारे तो शिंपीच बनलेला असतो आणि प्रत्येकाला एक स्वतंत्र कोट शिवत राहतो. शेजारी, शिक्षक, समाज, इतकंच काय देशापर्यंत या शिंप्याची मजल जाते. कित्येकदा असंही घडतं, जे लोक त्याच्यावर प्रेम करत असतात, ते त्याला खुश करण्यासाठी स्वतःला कोटामध्ये फिट करण्याचा आटोकाट प्रयत्न करतात. परंतु तरीदेखील तो खुश राहात नाही. कारण त्याला पुनःपुन्हा नवीन कोट शिवण्याची सवयच जडलेली असते.

एखाद्याला खरोखरंच दुःखापासून मुक्ती हवी असेल, तर या कपोलकल्पित कथांमध्ये लोकांना फिट करण्याऐवजी आपल्या

कल्पनांचाच त्याला त्याग करावा लागेल. अर्थात, आपला हट्ट आणि मान्यता सोडावी लागेल. जो जसा आहे तसा त्याला स्वीकारून त्याच्यावर प्रेम करावं लागेल आणि जुलूमजबरदस्तीने नव्हे, तर समज प्राप्त केल्याने असं होऊ शकेल.

तुम्ही तुमच्या जीवनाच्या सगळ्या मान्यकथांपासून मुक्त होण्यासाठी तयार आहात का? जर तयार असाल, तर तक्रार न करता मननाद्वारे विचार करा, तुम्हाला कोणत्या नात्यांमधून दुःखंच वाट्याला येतं? आता नवीन पद्धतीने आपल्याच विचारांना प्रामाणिकपणे विचारा, त्यांचा शोध घ्या. इतकी वर्षे आपण ज्या मान्यकथांच्या आधारे जगत आला आहात, त्यामुळे आपल्याला काहीही मिळालं नाही. त्यामुळे तुमच्या कथांची अशा प्रकारे समाप्ती करा, की पुन्हा म्हणून तुम्ही त्या वाटेकडे वळणार नाही. एवढंच काय, पण त्याचा विचारदेखील करणार नाही.''

गुरुजींकडून मिळालेल्या समजेवर मनन करताना तो पत्नीवर नाही तर आपल्या कथेवर-कल्पनेवर प्रेम करत होता, हे त्या माणसाच्या लक्षात आलं. जेव्हा त्याने आपल्या कथेवर प्रेम करणं बंद केलं तेव्हा त्याला जाणीव झाली, 'अरेच्च्या, माझी पत्नी तर आजपण तशीच आहे, जशी ती लग्नापूर्वी होती. एकेकाळी मी तिच्यावर जिवापाड प्रेम केलं होतं. पण नंतर नवनवीन कथा रचून निष्कारण दुःख का भोगत राहिलो?'

हे ऐकून जितेंद्र विस्मयचकित झाला. मनातल्या मनात पुटपुटला, 'मी पण हेच तर करत आलोय.' त्याला कोट आणि कथेची ही उपमा खूपच 'सटीक' वाटली. खरोखरंच अपेक्षाभंगामुळे जे दुःख होतं, राग येतो, तो किती निरर्थक असतो. आज जागृतीने मिठाई आणली नाही म्हणून मी किती चिडलो. कदाचित तिने मिठाईपेक्षाही काहीतरी चांगला बेत आखला असेल, असा विचारही मनात आला नाही. परवा रात्री ती आमच्याबरोबर गप्पा मारायला थांबली नाही तेव्हादेखील मी तिच्यावर किती नाराज झालो होतो. पण जेव्हा चार दिवस मी गायब होतो तेव्हा तिच्यावर किती ताण आला असेल, याची पुसटशी कल्पनादेखील आली नाही मला. कामाची दगदग होऊन रात्री ती थकल्यामुळे झोपायला गेली असेल कदाचित, असा विचारही त्या दिवशी माझ्या मनाला शिवला नाही. याचाच अर्थ मला केवळ स्वतःच्याच दृष्टिकोनातून बघण्याची सवय लागली आहे. मागच्या महिन्यात जागृतीने रविवारी सिनेमाला जायचा आग्रह केला आणि मीही

होकार दिला होता. परंतु मित्रांबरोबर गप्पाटप्पा करण्यात मी माझं वचन विसरलो आणि उलट जागृतीवरच रागावलो. प्रत्यक्षात मला माझ्या चुका समजल्याच नाहीत.

मागच्या आठवड्यात ऑफिसमध्ये बॉसने मला अकाउन्ट्स फायनल करण्यासाठी सांगितलं. परंतु मी माझ्या मतानुसार इतर कामांना प्राथमिकता देऊन तीच करत राहिलो. बॉसने सांगितलेल्या कामांकडे मी काणाडोळा केला. लक्षच दिलं नाही. मी स्वतःच जर दुसऱ्यांच्या किंवा कधीकधी स्वतःच्यासुद्धा अपेक्षांची पूर्तता करू शकत नाही, त्यानुसार वागत नाही, तर मला काय अधिकार आहे इतरांवर चिडण्याचा? आणि ही चिडचिड इथपर्यंत, की मी आपले नातेसंबंध तोडण्याविषयी विचार करू लागलो... धिक्कार आहे माझ्यावर!' जितेंद्रने त्वेषाने मानेला झटका दिला. हरक्युलिस त्याच्याकडे बघत शांतपणे बसून होता.

'हरक्युलिसने माझ्या डोळ्यांत झणझणीत अंजन घातलं आहे. त्या अंजनामुळे दुःखातून आणि संकटांतून बाहेर पडण्याचा जणू मार्गच सापडला. आता मी माझ्या कुटुंबीयांशी, नातेवाइकांशी खूप प्रेमाने वागणार आहे. कधी कोणाचा राग करणार नाही, कोणाकडून अपेक्षा करणार नाही आणि एखाद्याचं वागणं जरी खटकलं तरी टीका न करता स्वतःचा शोध घेऊन, मी कुठेकुठे तशी चूक केली आहे ते प्रथम पाहीन. मी स्वतः परिपूर्ण होताच माझ्याबरोबर आपोआपच सगळ्या गोष्टींमध्ये पूर्तता येईल.'

जितेंद्रचं बोलणं ऐकून हरक्युलिस अतिशय खुश झाला. तो म्हणाला, ''आत्ताच या गोष्टींचा शोध का घेतला जाऊ नये? तुमची तक्रार आहे, की जागृती इंग्रजी भाषेत होणाऱ्या चुका सुधारत नाही. चला तर मग आता या पुस्तकात दिलेल्या एक एक टप्प्याप्रमाणे शोध घ्यायला सुरुवात करूया. तुमच्या मतानुसार शोधाचं पहिलं पाऊल काय असेल? शोधाचं पहिलं पाऊल आहे, तुम्ही कुठे कुठे चुका करत आहात?''

''नाही. त्यापूर्वी कोणकोणत्या गोष्टींनी तुम्हाला त्रास होत असतो, हे बघा.'' हरक्युलिस समजावत बोलला.

''माझ्या पत्नीला इंग्रजी भाषा जास्त चांगली येत नाही, हेच माझ्या दुःखाचं कारण आहे.''

''ठीक आहे. दुसऱ्या पावलावर कोणकोणत्या गोष्टी तुम्हाला येत नाहीत अथवा त्याच त्या चुका वारंवार करत असता हे स्वतःलाच विचारा. उदाहरणार्थ, शारीरिक, मानसिक, सामाजिक, आर्थिक आणि आध्यात्मिक स्तरावर. प्रथम शारीरिक पैलूवर विचार करूया. शारीरिक स्तरावर तुम्हाला कुठे कुठे उणीव जाणवते?''

शोध स्वतःचा ❑ ४२

"मी अजिबात व्यायाम करत नाही आणि स्वतःच्या खाण्यापिण्याकडे तर लक्षच देत नाही. आणखीही अशा कित्येक गोष्टी आहेत ज्यामुळे माझं स्वास्थ्य नेहमी बिघडतं.'' जितेंद्रने उत्तर दिलं.

"आता तुमच्या मानसिक स्तराकडे वळूया. स्वतःलाच विचारा, मानसिक स्तरावर तुम्ही कुठे कुठे कमी पडत आहात?''

"मला वाचनाचं अजिबात वेड नाही आणि माझ्या बुद्धीचा विकास व्हावा, या दृष्टीनेसुद्धा मी काही करत नाही. त्याशिवाय अशा अनेक गोष्टी आहेत ज्या माझ्याकडून होत नाहीत.'' जितेंद्र म्हणाला.

"आता सामाजिक स्तरावर कुठे कुठे तुम्ही मागे आहात? कोणती भाषा तुम्हाला येत नाही?''

"याविषयीच्या उणिवा तर माझ्यात ठासून भरलेल्या आहेत. मला अतिशय राग येतो. येथील भाषा मला बोलता येत नाही. इंग्रजी भाषा मी सफाईदारपणे बोलू शकतो. परंतु इतर भाषादेखील मला धड बोलता येत नाहीत. मला माझ्या ऑफिसात जर्मन ग्राहकांशी संवाद साधावा लागतो, परंतु ती भाषाही मला नीट येत नाही.''

"फारच छान. आता आर्थिक स्तरावर आपण येऊ. तुम्ही आर्थिक बाबींमध्ये कुठे कुठे कमी पडता?''

"मी जमाखर्च, हिशेब ठेवण्यात अतिशय कच्चा आहे.''

"तुम्ही प्रामाणिकपणे हे सर्व सांगत आहात ही अतिशय चांगली गोष्ट आहे. आता याचा शोध घ्या, की आध्यात्मिक स्तरावर तुमची प्रगती कशी आहे?''

"मला आध्यात्मिक सत्संगात जायला फारच आवडतं. कारण तेथे गेल्यानंतर माझ्या डोक्यात चालणारे विचार कमी होतात परंतु मी नियमितपणे सत्संगात जात नाही. वास्तविक, कितीतरी ज्ञानपूर्ण गोष्टी मला तेथे शिकायला मिळतात, तरीही त्या जीवनात उतरवणं मला अवघड जातं.''

"शोध घेण्याचा हाच तर मूळ उद्देश आहे. शोध तुमच्या अहंकारावरच प्रहार करतो. शिवाय नेहमी इतरांच्या चुकांवरचं असलेलं आपलं लक्ष दूर करायला मदत करतो. वास्तविक त्या शोधामुळेच कुटुंबात सुख-शांतीचं आगमन होतं आणि या सर्व गोष्टींमुळे आता तुम्हाला समाधान वाटत असल्यामुळे आपण तिसऱ्या पावलाकडे वळूया. अशा आनंदाच्या अवस्थेत फक्त सत्याकडे लक्ष द्या. सत्य बघा आणि त्यावर

कार्यही करा. कोणत्या परिस्थितीमुळे आपण तक्रार करत आहोत, त्याचं मूळ काय आहे हे जाणा.''

''वास्तव तर हे आहे, की माझी पत्नी मोबाइलवर इंग्रजी एस.एम.एस. पाठवते तेव्हा व्याकरणाच्या खूप चुका तिच्याकडून होत असतात.''

''बस्स इतकंच ना, की आणखी काही आहे? ती मूर्ख आहे का? तिला काहीच कळत नसल्यामुळे ती हे सर्व जाणूनबुजून तर करत नाही ना?''

''नाही. असं काहीही नाही.'' खजील होत जितेंद्र उत्तरला.

''मग वास्तवाशी प्रेम करायला शिका आणि सांगा यापुढे काय करणार आहात?''

''यापुढे मी काहीही करणार नाही. जे काही करीन ते धैर्यपूर्वकच. तिला प्रेमाने इंग्रजी शिकवणं चालूच ठेवेन. मग परिणाम काहीही येवोत.''

शोधाच्या गहनतेमध्ये हळूहळू उतरत, डुबकी मारून जितेंद्रने मननाचे हे अनमोल मोती गोळा केले होते.

''एक वेळ अशी होती ज्या वेळी जागृतीला मी आहे तशी स्वीकारली होती. पण आता तिच्याबाबत निव्वळ आपल्या मनोकल्पित कथा रचल्यामुळे माझ्या जीवनात दुःख निर्माण झालं आहे. शोध घेतल्यानंतर मला ही समज प्राप्त झाली, की आपण आपल्या आयुष्यात सुरुवातीला सगळ्याच गोष्टी स्वीकारतो. पण नंतर अपेक्षांची एक लांबलचक पट्टी त्या स्वीकाराला जोडत जातो. आधी स्वीकारलेलं सर्व काही आपण विसरून जातो आणि वास्तविक हेच दुःखाचं मुख्य कारण आहे.'' जितेंद्र कपटमुक्त होत हरक्युलिसला म्हणाला.

''आता पुढच्या वेळेस जेव्हा जागृतीने लिहिलेला चुकीच्या इंग्रजीतील मेसेज वाचेन तेव्हादेखील माझ्या चेहऱ्यावर आनंदच असेल, याची मला खात्री आहे. मी म्हणेन, 'हीच माझी पत्नी, जिला मी पसंत केलं होतं. ही जरी अशीच राहिली तरी त्याने मला काहीच फरक पडणार नाही. माझी खुशी कायम तेवढीच राहील. तिला इंग्रजी केव्हा येईल... ती योग्य प्रकारे इंगजीतून लिहू शकेल की नाही... याचा विचार करून मी आता दुःखी होणार नाही. तिला योग्य प्रकारे इंग्रजी आलं तर माझ्यासाठी तो बोनस असेल. पण माझं तिच्यावर असलेलं प्रेम इंग्रजी येणं, न येणं यांवर आता अवलंबून नसेल.''

हरक्युलिस जितेंद्रचं बोलणं मनापासून ऐकत होता. त्याला खूप आनंद झाला.

त्या आनंदातच तो जितेंद्रला म्हणाला, ''माझ्या अपेक्षेपेक्षा खूपच कमी वेळात तुला ही गोष्ट समजली.''

''का नाही? हीच तर शोधाची मजा आहे!'' हरक्युलिसच्या आनंदात सामील होत जितेंद्र म्हणाला.

''हे चांगलं झालं. जागृती विसराळू आहे. आता ही तक्रार दूर कशी करता येईल?''

''त्यासाठी मी तीन पावलांद्वारे शोध घेईन. पहिलं पाऊल आहे माझ्या दुःखाचं अस्सल कारण शोधायचं, कुठे कुठे मी स्टॅम्पिंग केलं, शिक्कामोर्तब केलं. दुसरं पाऊल आहे, स्वतःचंच विश्लेषण. शारीरिक, मानसिक, सामाजिक, आर्थिक आणि आध्यात्मिक स्तरावर मी कुठे कुठे विसरतो हे बघायचं. तिसरं पाऊल आहे, आपल्या चुका आनंदाने स्वीकारून त्या सुधारण्यासाठी त्यावर काम करायचं.''

''खूपच छान. घरी पोहोचेपर्यंत तुम्ही आपला शोध पूर्ण कराल. पुढेही अशाच प्रकारे आनंदाने कार्यरत राहा.'' हरक्युलिस म्हणाला.

दोघेही हसत हसत प्रसन्न मनाने अशा 'घराकडे' परतले. जे प्रेममंदिर बनणार होतं...

जितेंद्रने एखादी शंका उपस्थित केली, काही विचारलं तर त्याला नीट सांगता यावं, यासाठी झोपण्यापूर्वी हरक्युलिसने 'शोध स्वतःचा' या पुस्तकातील पती-पत्नी नातेसंबंधीच्या अध्यायावर विशेष मनन केलं.

जितेंद्र शोधाच्या आनंदात भिजून चिंब झाला होता. जणूकाही त्याच्या जीवनातील सर्व समस्या, सगळ्या दुःखांची समाप्ती आज झाली होती. पण तितक्यात त्याच्या नजरेसमोर जागृतीचा तणतणलेला चेहरा आला. ऑफिसमधून उशिरा परत आल्यानंतर ती कशी रागारागाने खरंखोटं ऐकवत राहते आणि तिचे कटू बोल ऐकताना आपण किती दुःखी होतो याची आठवण त्याला झाली. जितेंद्रने त्यासंबंधी स्वतःचा शोध घेण्याचा प्रयत्न केला. परंतु त्याला ते काही जमलं नाही. याविषयी उद्या हरक्युलिसशी अवश्य बोललं पाहिजे, असा निर्धार करून तो निद्राधीन झाला...

● ● ●

''अजूनही एका गोष्टीचं मला खूप दुःख वाटतंय. काल मी त्यावर शोध घेण्याचा

प्रयत्नही केला, परंतु त्यात यश मिळालं नाही. कृपया याविषयी मला मार्गदर्शन करावे.'' चिंतातुर होत जितेंद्र म्हणाला.

''काय झालं ते तरी सांग.'' हरक्युलिसने आत्मीयतेने विचारले.

''मला जेव्हा ऑफिसमधून यायला उशीर होतो, तेव्हा जागृती रागावून विचारते, ही काय घरी यायची वेळ झाली? त्या वेळेस मी खूप नाराज होतो, माझी चेतना निम्न स्तरावर येते.''

हरक्युलिस हसत म्हणाला, ''जेव्हा जागृती विचारते, ही काय घरी यायची वेळ आहे का? तेव्हा तुला त्या ओळीवरच शोधाची सुरुवात करायची आहे. तीच तुझी 'शोधसामग्री' आहे. ही ओळ ताबडतोब लिहून ठेव. तू जास्त वेळ 'घरा'बाहेर असतोस. असा या ओळीचा अर्थ आहे. इथे मनाच्या संतुलनाच्या अवस्थेला 'घर' म्हटलं आहे. 'ही काय घरी यायची वेळ आहे का?' असं म्हणून जागृती तुला आठवण करून देत असते, इतका वेळ तू आपल्या मनाचे संतुलन गमावून दुःख, नाराजी, व्याकुळतेच्या अवस्थेत कशासाठी राहतोस? वास्तविक याची गरजच नाही. समोरच्याने कोणत्याही अर्थाने एखादी गोष्ट सांगितली असली, तरी तू त्याचा अर्थ असाच लावायचा आहेस. परंतु ही ओळ ऐकून तुझ्यात असलेली मान्यता ताबडतोब जागृत होऊन म्हणते, 'तिने असं म्हणायला नको होतं...तिचं माझ्यावर प्रेम नाही... ती मला समजून घेत नाही...' अशा प्रकारे तुमच्या आत ज्या काही मान्यकथा बनलेल्या आहेत, त्यांचा शोध घ्यायचा आहे. वास्तविक जागृतीच्या ओरडण्यामागे प्रेम आहे की तिरस्कार?''

''तिच्या ओरडण्यामागे नक्कीच प्रेम असणार, परंतु मी वेळेवर घरी यावं अशीदेखील तिची इच्छा असते.'' काहीसं लाजतच जितेंद्रने उत्तर दिलं.

''समोरचा प्रेम करत आहे आणि त्याची काही तक्रार आहे, तर त्यात विशेष असं काहीच नाही. नाहीतर अनेकांची ही समस्या असते, की समोरचा त्यांच्यावर प्रेम तर करत नाहीच उलट तक्रारी मात्र करत राहतो. आता जागृतीने जे सांगितलं, ते स्वतःच्या शोधासाठी कसं वापरता येईल? आपल्या जीवनात कशा प्रकारे तारतम्य आणता येईल? वेळेचं नियोजन कसं करता येईल? असा विचार करा.'' हरक्युलिस समजावत म्हणाला.

''जे विचार संपूर्णपणे बघितले जात नाहीत, ते मनुष्याला त्रास देत राहतात. जेव्हा तो त्याची दुसरी बाजू पाहतो, तेव्हा समोरचा प्रेमापोटी हे सांगत आहे, असं त्याच्या लक्षात येतं. जर तुला जागृतीच्या शब्दांमुळे त्रास होत असेल, तर तिला स्पष्टपणे सांग, 'तुझी मधुर वाणी ऐकून मी जास्तीत जास्त चांगलं काम करू शकेन. तुझ्या आवाजातील

शोध स्वतःचा □ ४६

गोडवा माझ्यासाठी प्रेरणादायी ठरेल. आज मी हा मूर्खपणा करत आहे. परंतु, शोध घेतल्यानंतर एक दिवस माझं वागणंही बदलेल.' अशा प्रकारे हळूहळू जागृती तुला समजून घेईल. शोध घेतल्यामुळे तुझ्यात असणारी विरोधाची भावना नाहीशी होऊन तुझं वागणंही बदलून जाईल. यामुळे जागृतीमध्ये बदल तर होतीलच शिवाय ती तुला अधिकाधिक सहकार्य करेल.

''आपली कार्ययोजना तयार करून त्याविषयी जागृतीला कल्पना दे, 'तू जे सांगितलं आहेस त्यावर मी अमुक-अमुक पद्धतीने काम करू इच्छितो. त्यातील या काही गोष्टी मी लवकर करू शकेन आणि या काही गोष्टींसाठी मला थोडा वेळ लागेल.' अशा प्रकारे विश्लेषण केल्यानंतर जरी पुन्हा एकदा ती घटना घडली, तरी तुझ्या आतमध्ये आता कोणत्याही प्रकारचा विरोध नसेल. तुझी चेतना जागृतच राहील कारण तू त्या आजारी विचाराला वेळीच औषधोपचार केले आहेस.

''तुला जागृत करणे' ही जागृतीची भूमिका आहे. तिच्या प्रश्नांना जेव्हा तू शोधाची सामग्री म्हणून बघशील तेव्हा तिचं वागणंबोलणं तुला दुःख देणार नाही. त्रासदायक वाटणार नाही. नाहीतर घरी पोहोचण्यापूर्वीच, 'आता जागृती असं विचारेल... तसं विचारेल' असे संवाद तुझ्या मनात सुरू होतील. त्यामुळे घरी जाण्यापूर्वीच चेतना खाली यायला सुरुवात होईल. ज्या प्रकारचे विचार घेऊन तू घरी जाशील तशाच घटना तुझ्याबरोबर घडतील. यापुढे घरी जाताना, जागृती माझ्यावर खूप प्रेम करते आणि ती प्रेमपूर्वकच माझं स्वागत करेल हेच विचार घेऊन जा.

''तू अशा घरात जात आहेस, जिथे तुला सतत आठवण करून दिली जातेय, जितेंद्र तू आपल्या 'स्व'घरी, तेजस्थानावर उशिरा का परतला आहेस? वास्तविक तिनं असं विचारणं म्हणजे तुझ्यावर असलेली कृपा आहे. याला रिमाइंडर समजून शोध घ्यायला लाग. तू आपल्या शारीरिक, मानसिक, सामाजिक, भावनात्मक तसेच आध्यात्मिक क्षेत्रात कुठे-कुठे उशीर लावतोस? भावनेचा उद्रेक झाल्यानंतर पूर्वस्थितीत येण्यासाठी तुला किती वेळ लागतो? सगळे अश्रू वाहून गेल्यानंतरच तू पूर्वस्थितीत येतोस ना?

''शोध घेतल्यानंतर तू स्वतःलाच म्हणशील, ही काय घरी येण्याची वेळ आहे? 'बरं झालं' या ओळीच्या निमित्ताने माझा मलाच शोध झाला. आता मी प्रत्येक ठिकाणी वेळेत पोहोचत जाईन. भावनात्मक पातळीवरदेखील वेळीच स्थिर होईन. विचारांच्या प्रवाहात हरवून न जाता, विचारांच्या पाठीमागे न धावता वेळेवर स्थिर होईन.

''आपल्या आतमध्ये अशी सोळा हजार ठिकाणं आहेत, जी अनमोल ज्ञान देऊ शकतात. त्यातील काही स्थानं अशी आहेत, जिथे आपण स्वतः कधीच जात नाही. कारण ते स्थान आपल्या विचारांपलीकडचं आहे. जर त्याची आठवण इतर कुणी करून दिली तरच आपलं ध्यान त्याच्याकडे जातं. वास्तविक जागृती यासाठी तुला मदतच करत आहे.''

''असं आहे तर! अशा प्रकारे मी कधी विचारच केला नव्हता. तुम्ही जी शिफ्टिंग दिली आहे, त्यासाठी खूप खूप धन्यवाद!'' जितेंद्र कृतज्ञता व्यक्त करत म्हणाला...

ꣿ.. ५ ..ꣿ

जागृतीच्या मैत्रिणीला-जयंतीला जागृतीमध्ये आजकाल खूपच परिवर्तन झाल्याचं दिसत होतं. तिने जागृतीला याचं रहस्य विचारलं तेव्हा तिने हरक्युलिसने सांगितलेल्या सगळ्या गोष्टी तिला विस्तारपूर्वक सांगितल्या. जयंतीचं आपल्या नवऱ्याबरोबर पटत नव्हतं. जागृतीचं बोलणं ऐकून तिने एकदा हरक्युलिसला भेटण्याची इच्छा व्यक्त केली. जयंतीच्या इच्छेनुसार जागृतीने तिला रात्रीच्या भोजनाचं आमंत्रण दिलं. भोजनानंतर बाल्कनीत हरक्युलिस आणि जयंतीच्या बैठकीची व्यवस्था केली.

''काय विचारायचं आहे तुम्हाला?'' आश्वासक आवाजात हरक्युलिस म्हणाला.

''तसं वैयक्तिकच विचारायचं आहे. माझे पती शांत आणि सुस्वभावी आहेत. पण ते कधी माझ्याशी विचारांचं आदान-प्रदान करत नाहीत. ही गोष्ट मला फार खटकते आणि त्यामुळे दुःखही होतं.''

''तसं घडावं यासाठी आपण काही प्रयत्न केले?'' हरक्युलिसने शांत स्वरात विचारलं.

उत्तरादाखल जयंती काहीच बोलू शकली नाही...

''ठीक आहे. प्रश्न यासाठी विचारला कारण लोक आपापल्या परीने प्रयत्न करत राहतात. जसे, एखाद्याचा मुलगा शिकत नसेल तर ते म्हणतात, 'मारूनमुटकून का होईना, पण गेली दहा वर्षे त्याला शिकवण्याचा प्रयत्न करत आहोत.' तेव्हा त्यांना विचारलं जातं, 'मग मुलाने अभ्यास सुरू केला का?' त्यावर ते म्हणतात, 'नाही, तरीदेखील नाही.' याचाच अर्थ त्यांचा मार्गच चुकीचा असतो. दहा वर्षं हा खूप मोठा कालावधी आहे. वास्तविक एका वर्षातच त्यांच्या लक्षात यायला हवं होतं, की ते जी पद्धत वापरत आहेत, ती काम करत नाही. परंतु लोक आपल्या पठडीतल्या पद्धती

सोडत नाहीत आणि उगाचच समोरच्याला त्रास देत राहतात, दूषणं लावत राहतात.

"तुमचे पती जर तुमच्याशी बोलत नसतील, तर ती कमतरता स्वीकारून त्यांना विश्वास द्या, 'तुम्ही असेच राहिलात तरी माझं तुमच्यावरचं प्रेम यत्किंचितही कमी होणार नाही.' तेव्हा कुठे ते मोकळेपणाने बोलू लागतील, ही शक्यता असते.

"त्यांनी मनमोकळं व्हावं यासाठी आपल्याला काही नवीन पद्धती वापराव्या लागतील. दुसरी गोष्ट, त्यांचं अबोल राहणं हे जर तुमचं दुःख असेल, तर त्यावर अवश्य काम करायला हवं. समोरच्यामध्ये जोपर्यंत अमुक-अमुक गुण येत नाही, तोपर्यंत आपण दुःखी राहणार, असा हट्ट काही कामाचा नाही. जगात वेगवेगळ्या प्रकारचे लोक आहेत. काही समोरच्या व्यक्तीच्या बडबडीमुळे त्रस्त होतात, तर काही समोरचा न बोलल्यामुळे. खरंतर समोरचा त्याच्या स्वभावानुसार वागत असतो. परंतु जेव्हा आपण त्यांना आपल्यासारखं बनवण्याचा प्रयत्न करतो तेव्हाच खरा त्रास सुरू होतो.

"स्वतःला प्रामाणिकपणे विचारा, 'यामुळे आपल्याला काही त्रास होत आहे का?' नाही तर त्या गोष्टीचा स्वीकार करून तुमच्या पतीला सांगा, 'तुम्ही बोलत नाहीत' ही गोष्ट आरशाच्या रूपात समोर ठेवून मी माझ्या जीवनात डोकावून पाहिलं. मी स्वतः कुठे कुठे बोलत नाही… त्यामुळे मला कोणकोणत्या समस्यांना सामोरं जावं लागतं… मी स्वतःलादेखील काही गोष्टी सांगायला कचरते… पण एकदा का तुम्ही स्वतःच्या चुका मान्य केल्या, तर समोरची व्यक्तीदेखील तुमच्या मतानुरूप वागण्याची शक्यता निर्माण होते. त्यामुळे पूर्वीच्या पद्धती वापरणं बंद करा आणि नवनवीन अंगीकारा. यातच आपलं हित असतं.

"प्रेमामुळे परिणाम दिसला तर तो बोनस आहे. नाही दिसला तरी त्यामुळे आपला आनंद कमी व्हायला नको. प्रत्येक घरात हे असंच घडत असतं. घरातील प्रत्येक सदस्य एकमेकांना आपण शिवलेल्या कोटात बसवण्याचा प्रयत्न करतो. समोरचा जर त्या कोटात बसत नसेल, तर त्याला अतोनात दुःख होतं. तुम्हालादेखील त्याचंच दुःख होतं का?"

"मला दुःख होतं कारण न बोलल्यामुळे समस्या उभ्या राहतात." जयंतीने प्रामाणिकपणे सांगितलं.

"ज्या समस्येमुळे दुःख निर्माण होतं, प्रथम त्या समस्येचा शोध घ्यायची सवय करा. जर तुमचे पती तुमच्याशी बोलायला लागले, तर कदाचित आणखी एखादी नवीन समस्या निर्माण होईल, अशीही शक्यता असते. त्यामुळे तुम्ही समस्यांच्या मुळापर्यंत

जावं, हेच योग्य आहे. जे नातं प्रसादाच्या रूपात मिळालं आहे, त्यावर काम करा आणि हो, प्रार्थना तर करू शकताच की! चमेलीच्या फुलाला गुलाबाचा सुगंध येऊ दे, अशी प्रार्थना करा, तसा सुगंध आला तर चांगलंच आहे. नाही तर आहे तसं स्वीकारा.''

जयंती आणि हरक्युलिसच्या या गप्पा खूप वेळ रंगल्या. त्यातून जयंतीला बरंचसं समाधान मिळालं होतं. जगण्यासाठी एक वेगळी दृष्टी... एक नवा पैलू... विचारांचा नवीन आयाम... तिने हरक्युलिसचे आभार मानले आणि प्रसन्न चित्ताने घरी गेली.

रात्री उशिरापर्यंत हरक्युलिस 'शोध स्वतःचा' हे पुस्तक वाचत राहिला. त्यामध्ये शोधाच्या माध्यमातून, मानवी जीवनातील वेगवेगळ्या समस्यांवरचे उपाय दिले होते. हे पुस्तक म्हणजे जीवन–परिवर्तन करण्यासाठी एक रामबाण उपाय आहे, असा विचार करून या पुस्तकाच्या काही प्रती विकत घेण्याचे त्याने ठरवले.

त्या रात्री हरक्युलिसला खूप वेळ झोप आली नाही. तो विचार करत राहिला, देवीमातेच्या आशीर्वादाने आणि 'शोध स्वतःचा' या पुस्तकाच्या आधारे मी जितेंद्रच्या समस्यांचा शोध घेऊन त्याचं घर मोडण्यापासून वाचवलं. परंतु मीदेखील त्याच परिस्थितीचा शिकार नाही का? माझा बायकोमुलांबरोबर वाद झाला म्हणून ते वेगळे राहू लागले... माझ्या अपेक्षेनुसार लोकांचा प्रतिसाद मिळाला नाही म्हणून मी त्यांच्यावर नाराज होत गेलो. हे आता मला समजतंय. पण माझ्या अयोग्य वर्तणुकीमुळे, वाट्टेल तसं वागण्याच्या हट्टापायी, जिद्दी स्वभावामुळे मी दुसऱ्यांच्या अपेक्षांना खरा उतरू शकलो नाही, हे आता मला समजतंय. मी स्वतः कित्येकदा बायकोमुलांची उपेक्षा केली आहे. मग मला काय अधिकार आहे त्यांना खरंखोटं ऐकवण्याचा?' हरक्युलिसने मनातल्या मनात स्वतःशीच आपल्या चुका मान्य केल्या आणि मनःपूर्वक निश्चय केला, की तो पुजाऱ्याच्या सेवेतून मुक्त होताच, परत आपल्या बायकोमुलांकडे जाऊन त्यांची माफी मागेल आणि प्रेमाने, आदराने उर्वरित आयुष्य व्यतीत करेल.

असा दृढ निश्चय केल्यावर आणि आपल्या नात्यांचा अधिक बारकाईने शोध घेतल्यावर हरक्युलिसला आज खूप दिवसांनंतर स्वस्थ झोप लागली...

● ● ●

आज होळी. रंगात रंगून जाण्याचा दिवस! बाहेर सगळं वातावरण गुलालाने भरलं होतं. जितेंद्र आणि मुलांना होळीची सुट्टी होती. घरातही बाहेरप्रमाणेच आनंदी वातावरण होतं. आपल्या अंतरंगातले सगळे विकार जणू होळीच्या अग्नीत जळून भस्मसात झाले आहेत, असंच जितेंद्रला वाटत होतं.

सगळे जण होळीच्या रंगात रंगून गेले होते. पण, हरक्युलिसच्या मनाला आता पुढचे वेध लागले होते... येथून जाण्याचे... जितेंद्रच्या घरी येण्याचं, राहण्यामागचं त्याचं उद्दिष्ट आता पूर्ण झालं होतं. पुजाऱ्याच्या आज्ञेचं पालन करून त्याने जितेंद्रची समस्या सोडवली होती.

''आता माझी परत जाण्याची वेळ जवळ येत चालली आहे.'' तो जितेंद्रला म्हणाला. हे ऐकताच घरात शांतता पसरली.

''आज खऱ्या अर्थाने घराला घरपण आलं आहे, खरा आनंद मिळाला आहे, जगण्याला एक वेगळीच दिशा मिळाली आहे आणि आपण परत जाण्याच्या गोष्टी करून सगळ्यांना नाराज का करता?'' जितेंद्रने उदासपणे विचारले.

''तुमच्यामुळे या घरात खुशीचं आगमन झालं आहे. नात्यांमधील दरी दूर झाली आहे, गैरसमजांच्या भिंती पडल्या आहेत. पण भविष्यात जर काही समस्या उद्भवली, तर तुमच्याशिवाय आम्ही ती कशी सोडवू शकणार?'' जागृतीच्या शब्दांमध्ये निराशा डोकावत होती.

''मी तुम्हाला 'शोध स्वतःचा' हे पुस्तक भेट म्हणून देणार आहे. भविष्यात जर काही समस्या आल्याच, तर त्याची उत्तरं आपण यामध्ये शोधू शकाल,'' असं म्हणत हरक्युलिसने ते पुस्तक दोघांना सप्रेम भेट दिलं.

त्याने कशाप्रकारे जितेंद्रला त्याच्या कौटुंबिक समस्यांमधून बाहेर पडण्यासाठी योग्य मार्गदर्शन केलं, याचं हरक्युलिसला राहून राहून आश्चर्य वाटत होतं. त्याने 'शोध' हे हत्यार जितेंद्रच्या कुटुंबाच्या स्वाधीन केलं होतं. पण त्या अचूक हत्याराची भेट नकळत त्यालाही मिळाली होती. जितेंद्रला समजावता समजावता त्याच्या स्वतःच्या कौटुंबिक सुख-शांतीचा शोधही पूर्ण झाला होता. देवीमातेच्या आशीर्वादाने कार्याचा शुभारंभ खूप चांगला झाला याचा त्याला आनंद होता. तो जितेंद्रच्या जीवनात बदल घडविण्यात यशस्वी झाला. हरक्युलिसने अत्यंत आदरपूर्वक जितेंद्र आणि जागृतीकडे परत जाण्याची परवानगी मागितली. जड अंतःकरणाने पण समाधानाने त्यांनी हरक्युलिसला निरोप दिला. भोजनानंतर हरक्युलिस देवळाकडे निघाला. देवीमातेच्या आदेशानुसार उर्वरित अकरा लोकांच्या जीवनात त्याला परिवर्तन घडवून आणायचं होतं...

हरक्युलिसचं दुसरं कार्य

रोजप्रमाणे संध्याकाळची आरती झाल्यानंतर पुजारी मंदिराची दारं बंद करून घरी जाण्यासाठी वळणार, तितक्यात समोरून त्याला हरक्युलिस येताना दिसला. त्याचे डोळे विस्फारले गेले. तो नखशिखान्त हादरला. इतक्या लवकर हा कसा काय परत आला? या विचाराने पुजारी हैराण झाला. जितेंद्रच्या समस्या न सोडवताच तर हा पळून आला नाही ना, अशी पुसटशी शंकाही त्याला क्षणभर चाटून गेली.

त्या विचारासरशी छद्मी हसू त्याच्या चेहऱ्यावर पसरलं. पण वरवर खोटं आश्चर्य व्यक्त करत, हरक्युलिसचं स्वागत करत तो म्हणाला, ''तू इतक्या लवकर...काय झालं तरी काय?''

''मी जितेंद्रच्या कौटुंबिक समस्या सोडवण्यात सफल झालो.'' हर्षोल्लासात हरक्युलिस म्हणाला. त्यानंतर त्याने जितेंद्रच्या घरात घडलेला इत्थंभूत वृत्तान्त पुजाऱ्याला सांगितला.

''हे सगळं तू कसं काय करू शकलास?'' पुजाऱ्याने उत्सुकतावश हरक्युलिसला विचारलं.

''देवीमातेच्या कृपाशीर्वादाने.'' हरक्युलिस अगदी सहजपणे उत्तरला.

'पुन्हा देवीमातेचा आशीर्वाद' हे शब्द ऐकून पुजारी अस्वस्थ झाला. 'मंदिराचा

पुजारी असूनही आजवर त्याला देवीमातेचा साधा आशीर्वाद प्राप्त होऊ शकला नाही. परंतु हरक्युलिसवर देवीमातेच्या कृपेची तर बरसातच होत आहे, ही गोष्ट पुजाऱ्याला खटकली. त्याचबरोबर त्याला लगेच स्वतःच्या भोंदूपणाचीही जाणीव झाली. 'जाऊ दे न, मी तरी कुठे अंतःकरणपूर्वक देवीची भक्ती करतोय? पुजाऱ्याच्या वेशात मी पण देखावाच तर करतो आहे.' असा विचार करून त्याने स्वतःचीच समजूत घातली.

त्याचबरोबर असाही विचार त्याच्या मनात चमकून गेला, 'हरक्युलिस जर इथेच राहिला, तर माझा काळा धंदा कसा चालणार? दुसरा एखादा मार्ग शोधून पुन्हा त्याला दोन-चार दिवसांसाठी कुठंतरी पाठवलं पाहिजे.' आपल्या विचारांची खळबळ चेहऱ्यावर कुठेही उमटू न देता मंद स्मित करत, लाघवी आवाजात तो हरक्युलिसला म्हणाला, ''खूप थकला असशील ना! थोडी विश्रांती घे आता!''

जितेंद्रच्या आयुष्यातील गुंतागुंत सोडवण्यासाठी हरक्युलिसने शोध घेण्याची जी नवीन पद्धत वापरली, त्याबद्दल ऐकून पुजाऱ्याला वाटलं, 'हा सामान्य माणूस नक्कीच नाही. प्रत्येक संकटाचा सामना करता येईल, अशी शक्ती त्याच्यामध्ये दडलेली आहे.'

पुजाऱ्याच्या मनात हरक्युलिसबद्दल असलेली अढी हळूहळू कमी होत चालली होती, पण दुसरीकडे 'आता काय करावं?' असा विचारही चालू होता. अशातच एके दिवशी पुजाऱ्याच्या बहिणीचा-मायाचा-फोन आला. फोनवर आपल्या नवऱ्याची तक्रार करत ती म्हणाली, ''खूप दिवस झाले महेशचं त्याच्या नोकरीमध्ये मन रमत नाहीये. आता तर कळसच झाला. त्याने कामावर जाणंच बंद केलंय. संसार, दोन मुलांची जबाबदारी... त्यांच्या शाळा... रोजचा खर्च... महेशचं असं उदासपणे घरात बसून राहणं... काहीच न बोलणं... या सगळ्या समस्या मी एकटी सोडवू तरी कशा?'' इतकं सांगेपर्यंत तिचा संयम संपला आणि ती हमसून हमसून रडायला लागली. या संकटातून आपल्या भावाने आपल्याला सोडवावे, योग्य मार्ग दाखवावा, अशी तिची इच्छा होती.

''तू रडू नकोस बरं! आणि काळजी तर अजिबात करू नकोस. एक-दोन दिवसांत मी काही ना काही मार्ग नक्कीच काढतो.'' पुजाऱ्याने मायाला आश्वासन दिलं. माया त्याच्या या आश्वासक बोलण्याने थोडीफार का होईना निश्चिंत झाली. परंतु 'मायासाठी काय करता येईल' ही विवंचना पुजाऱ्याला लागून राहिली. तेवढ्यात त्याच्या मनात एक विचार चमकून गेला. त्या विचाराद्वारे जणूकाही देवीमातेनेच आपल्यावरती कृपादृष्टी केली आहे, असं क्षणभर त्याला वाटलं. 'हरक्युलिसलाच जर

शोध स्वतःचा ❑ ५३

आपल्या बहिणीकडे पाठवून दिलं, तर तो नक्कीच यातून काही ना काही मार्ग काढेल आणि काहीच नाही, तर कमीत कमी या निमित्ताने तो काही दिवसांसाठी इथून दूर तरी जाईल.' या विचारानेच त्याच्या चेहऱ्यावर हास्य प्रकटलं. आपला हा विचार पक्का होताच त्याने मायाला फोन करून सांगितलं, ''मंदिराच्या जबाबदाऱ्यांमुळे मला इथून हलता येणार नाही. परंतु, माझ्या एका सर्वोत्तम शिष्याला, हरक्युलिसला तुझ्या समस्या सोडविण्यासाठी ताबडतोब पाठवत आहे.'' हरक्युलिसबद्दल तिला विश्वास वाटावा म्हणून तो पुढे म्हणाला, ''देवीमातेच्या कृपेने हरक्युलिसला विशेष शक्ती प्राप्त झाली आहे. त्या शक्तीच्या मदतीने तो तुझ्या सगळ्या समस्या अगदी सहजपणे आणि खात्रीने सोडवू शकेल.''

अशाप्रकारे आपल्या बहिणीला-मायाला-आश्वस्त केल्यानंतर हरक्युलिसला बोलावून पुजारी म्हणाला, ''आता मी तुला आणखी एक काम देणार आहे आणि हे कामदेखील तू योग्य प्रकारे पार पाडू शकशील, याची मला खात्री आहे. एवढ्यातच माझ्या बहिणीचा-मायाचा-फोन येऊन गेला. खूप रडत होती ती बिचारी. तिचे पती महेश यांनी कामावर जाणं बंद केलंय त्यामुळे ती खूप काळजीत आहे. आता तुला तिथे जाऊन त्यांच्या समस्या सोडवायच्या आहेत. दुपारचं जेवण झाल्यानंतर निघालास तरी चालेल.''

''हो. नक्कीच. हा सेवक आपल्या सेवेसाठी सदैव तयार आहे.'' आनंदित होऊन हरक्युलिस म्हणाला. पुजाऱ्याने हरक्युलिसला मायाच्या घराचा पत्ता देऊन त्याची पाठवणी केली.

तिच्या घरी जात असताना हरक्युलिसच्या मनात विचार चालू होते, 'देवीमातेची लीला किती अगाध आहे नाही! जी माझी समस्या आहे, तीच सोडविण्यासाठी मला पुजारी बाहेर पाठवतात. चला, एका परीने हे चांगलंच आहे. त्यानिमित्ताने माझ्या बिझनेसबाबतही माझा शोध होईल... शिवाय माझ्या वर्तणुकीचा ठाव मला लागेल.'

● ● ●

हरक्युलिस मायाच्या घरी पोहोचला. महेश उदासपणे बसल्याचं त्यानं पाहिलं. मायादेखील खूप तणावाखाली होती, अगदीच हताश वाटत होती. संपूर्ण घरावरच उदासीनतेची झाक पसरली होती. मनातल्या मनात देवीमातेला नमस्कार करत हरक्युलिसने घरात प्रवेश केला. सर्वप्रथम स्वतःची ओळख करून दिली. त्याला पाहताच, आपल्या भावाने एका योग्य व्यक्तीला आपल्या मदतीसाठी पाठवलं आहे,

असा विचार मायाच्या मनात क्षणार्धात चमकून गेला. ती थोडी आनंदित झाली. एकमेकांची औपचारिक ओळख झाल्यानंतर हरक्युलिसने थोडेफार हास्यविनोद करून वातावरणातील ताण कमी करण्याचा प्रयत्न केला. माया हळूहळू मोकळी होत गेली, पण महेश... अजिबातच तोंड उघडायला तयार नव्हता. तसाच उदासपणे बसून होता.

हरक्युलिस मायाला धीर देत म्हणाला, ''तुम्ही संयम धरा. परिस्थिती नेहमी बदलत असते. रात्रीनंतर दिवस आणि दिवसानंतर रात्र हे चक्र जसं अव्याहतपणे चालू असतं तसंच सुखानंतर दुःखही येत राहातं. तेव्हा तुम्ही अजिबात चिंता करू नका. महेशला आपण या परिस्थितीतून बाहेर आणण्याचा नक्की प्रयत्न करू. देवीमातेच्या आशीर्वादाने सगळं काही ठीक होईल. प्रत्येक समस्या, संकट म्हणजे दुःखाच्या कापडामध्ये लपेटलेली एक संधी असते. म्हणून दुःखाकडे कायम 'संधी' म्हणून पाहण्याची दृष्टी आपल्याला लाभली पाहिजे.''

अशा प्रकारे हरक्युलिस दररोज मोठ्या चिकाटीने माया आणि महेशला समजावत राहिला. अजूनही महेश मोकळेपणाने काही सांगत नव्हता, तरीदेखील आपला संयम कायम ठेवत हरक्युलिस महेशशी संवाद साधण्याचा प्रयत्न करतच होता. तो त्याला छोट्या छोट्या कामांसाठी किंवा फिरण्यासाठी म्हणून बाहेर घेऊन जायचा. हरक्युलिसबद्दल त्याला जसजसा विश्वास वाटू लागला तसतसा त्याचा ताण थोडा कमी झाला आणि तो ऑफिसबद्दल थोडंफार मोकळेपणानं बोलू लागला. शेवटी एके दिवशी महेशने ऑफिसमध्ये जे काही घडलं ते सविस्तरपणे सगळं मायासमोर सांगितलं. ''ऑफिसच्या वातावरणामुळे मी असा झालो आहे... ऑफिसला जाण्याची इच्छाच होत नाही मला... दररोज कोणत्या ना कोणत्या अडीअडचणींना सामोरं जावं लागतं... शिवाय मानसिक तणावामुळे माझं मनोबलदेखील खचलं आहे... मनात निष्कारण नकारात्मक विचार यायला लागतात... ऑफिसचं नाव घेताच माझ्या पोटात गोळा येतो... गेल्या तीन महिन्यांपासून मी ऑफिसला जाऊ शकलो नाही. चार-पाच दिवसांपासून माझ्या मनाची समजूत घालून ऑफिसला जाण्यासाठी तयारही झालो होतो, परंतु आता मात्र मला असं वाटतंय, मी त्या परिस्थितीला सामोरं जाऊ शकणार नाही. केवळ त्या विचारांनीच माझ्या हातापायाला गोळे येतात, हृदयाची धडधड वाढते आणि भीतीने तापही येतो. त्यामुळे मी सीक लिव्ह (आजारपणाची सुट्टी) वाढवली आहे.''

''ऑफिसमध्ये तुला काय काय त्रास आहेत ते तरी सांग.'' हरक्युलिसने सहानुभूतीपूर्वक महेशला विचारले.

शोध स्वतःचा ❑ ५५

‘‘मी ज्या ऑफिसमध्ये काम करतो तिथे लोक माझ्याशी नीट वागत नाहीत, मला पाहून न पाहिल्यासारखे करतात. जेव्हा केव्हा मी त्यांच्याकडे पाहतो, तेव्हा जणूकाही ते कामामध्ये गुंग आहेत आणि त्यांचं माझ्याकडे लक्षच नाही, असं दाखवतात. या गोष्टीचं मला खूप दुःख होतं आणि आपण उपेक्षित आहोत, असं वाटायला लागतं. अशा परिस्थितीत माझ्याबरोबर आणखी एक गोष्ट घडली. माझ्या एका सहकर्मचाऱ्याला प्रमोशन मिळालं तेव्हा त्याने मी सोडून सगळ्यांना ही शुभवार्ता सांगितली. माझ्याकडे काणाडोळा केला त्याचंही मला खूप दुःख झालं. इतकंच नाही, तर माझे बॉस माझ्यावर कायम आरडाओरड़ा करत राहतात. नेहमी सगळ्यांसमोर मला घालूनपाडून बोलतात.

‘‘रचनात्मक आणि आव्हानात्मक काम कायम माझ्यापेक्षा कमी श्रेणी असलेल्यांना दिलं जातं, मला केवळ रुटीन आणि कंटाळवाणं काम करावं लागतं. या सगळ्यांवर कडी म्हणजे बॉस माझ्यासमोर इतरांची प्रशंसा करतात आणि माझी नेहमीच निंदा!...आणखी काय सांगायचं? जेवणाच्या किंवा चहाच्या ब्रेकमध्ये सगळे जण एकमेकांशी हास्यविनोद करत असतात आणि मी तिथे पोहोचलो रे पोहोचलो, की सगळेच चिडीचूप होतात. त्यामुळे या जगातला सगळ्यात वाईट आणि नाकारलेला माणूस मीच आहे, असं मला वाटायला लागलं आहे.’’ महेश गंभीर होत म्हणाला.

महेश त्याच्या वेदना, इतक्या दिवसांचं साचलेलं दुःख भडभडून सांगत होता... हे सगळं ऐकत असताना मायाचा धीर हळूहळू खचू लागला आणि तिच्या डोळ्यांतून झरझर पाणी वाहू लागलं. ती हरक्युलिसला म्हणाली, ‘‘दादा, आता तुम्हीच यांना समजावून सांगा; यांची समस्या दूर करण्यासाठी काहीतरी मार्ग दाखवा.’’

‘‘माझ्याजवळ ‘शोध’ नावाचं एक शस्त्र आहे. ते वापरण्यासाठी जर तू तयार असशील, तर त्यामुळे तुझ्या सर्व समस्या तत्काळ दूर होतील.’’ हरक्युलिस महेशला म्हणाला.

‘‘हो, नक्कीच. पण या एकाच शस्त्रामुळे माझ्या सर्व समस्यांवर तोडगा कसा काय निघू शकेल?’’ महेशने अधीरतेने विचारले.

‘‘हे शस्त्र तुझं तुला वापरून पाहावं लागेल. म्हणजेच तुला स्वतःचाच शोध घ्यावा लागेल.’’

‘‘शोध घ्यावा लागेल?... म्हणजे प्रत्यक्षात काय करावं लागेल ते तरी सांगा.’’

‘‘तू आत्ता मला ज्या ज्या समस्या सांगितल्यास, त्या सर्वांचा आपण शोध घेणार

आहोत. जसं तू म्हणालास, लोक तुला बघून न बघितल्यासारखे करतात... पण आता मनन करून तुला यावर शोध घ्यायचा आहे, तू केव्हा केव्हा, किती जणांना बघून न बघितल्यासारखे करतोस?''

असा प्रश्न ऐकल्यावर महेश थोडासा गोंधळला. पण मनन केल्यानंतर त्याच्यासमोर त्या एकाच घटनेचे वेगवेगळे पैलू उलगडत गेले. गैरसमजुतीतून त्याने कित्येक वेळा लोकांना बघून न बघितल्यासारखं केलं आणि त्याच्या कधी लक्षातदेखील आलं नाही, हे त्याला आठवलं. महेश माझ्या गोष्टी ऐकून न ऐकल्यासारखे करतो, अशी मायाची रोजच तक्रार असायची. त्याचबरोबर आपली कामं, कर्तव्य यांच्याकडेही दुर्लक्ष करतो. मायाच्या या तक्रारी महेशने नेहमीच ऐकून न ऐकल्यासारख्या केल्या. सतत तो काणाडोळा करत राहिला. परंतु जेव्हा काही लोकांनी त्याचं ऐकून न ऐकल्यासारखं केलं तेव्हा मात्र त्याला वाईट वाटलं. महेशने हरक्युलिसला आपल्या आत्मचिंतनाचं सार ऐकवलं. तेव्हा आनंदित झालेला हरक्युलिस शोधाची एक वेगळी बाजू दाखवत म्हणाला, ''तू स्वतःला कुठेकुठे दुर्लक्षित करतोस यावर आता अवश्य विचार कर.''

थोडा वेळ शांतपणे विचार करत बसलेला महेश एकदम उद्गारला, ''खरंच की! याविषयी मी कधी विचारच केला नव्हता. मी माझ्या आरोग्याकडे दुर्लक्ष करतो. सकाळच्या मोकळ्या हवेतील फिरणं स्वास्थ्यासाठी किती चांगलं असतं, हे माहिती असूनही मी ते टाळत राहतो.''... महेशला अशा अनेक गोष्टी एक एक करून आठवत गेल्या, ज्यांच्याकडे त्याने पूर्ण दुर्लक्ष केलं होतं. एका कानाने ऐकून दुसऱ्या कानाने सोडून दिल्या होत्या. शोध घेतल्यावर लोक त्याच्याकडे लक्ष देत नाहीत, ही त्याची तक्रार दूर झाली. त्याने निश्चय केला, मीदेखील आता लोकांकडे आणि स्वतःकडे कधी दुर्लक्ष करणार नाही. कामं आणि कर्तव्यं यांच्याविषयी नेहमी सजग राहीन. माझ्या या वागणुकीमुळे लोकांमध्येही बदल घडून येतील आणि त्यानंतर ते मला पाहून न पाहिल्यासारखे करणार नाहीत.

● ● ●

महेशची ही एक तक्रार तर दूर झाली होती खरी, पण सहकर्मचाऱ्याच्या प्रमोशनमुळे त्याच्या मनाने आणखी एक नवी कथा रचली. माझ्या सहकाऱ्यांना मी आवडत नसल्यामुळे त्यांनी प्रमोशनची हकिगत माझ्यापासून लपवून ठेवली.

महेशने या घटनेचाही शोध घेतला आणि त्याला जाणीव झाली, कित्येकदा तोदेखील महत्त्वाच्या गोष्टी मायाला सांगायला विसरतो. याचा अर्थ त्याला ती आवडत

नाही, असा तर होत नाही ना? पण नकळतपणे त्याच्या हातून तसं घडतं खरं. अच्छा म्हणजे 'सहकर्मचाऱ्याने मला प्रमोशनची गोष्ट सांगितली नाही याचा अर्थ त्याला मी आवडत नाही असा नाही तर...' ही मान्यकथा प्रकाशात आल्यावर महेशची 'व्यथा' क्षणार्धात संपुष्टात आली.

'माझ्या सहकर्मचाऱ्याला प्रमोशन मिळालं, याचा आनंद वास्तविक मला व्हायला पाहिजे. त्याच्या आनंदात जेव्हा मी सामील होईन, तेव्हाच खऱ्या अर्थानं माझ्या जीवनात खुशीचा बहर येईल, असाच याचा अर्थ होतो तर!'

आपल्या या शोधावर प्रसन्न झालेल्या महेशने या घटनेचा आणखी एका पैलूद्वारे शोध घेतला. 'जर माझे सहकर्मचारी माझ्यापासून काही लपवत आहेत, असं मला वाटतंय तर मी इतरांपासून आणि स्वतःपासूनही काय काय लपवून ठेवतो, याचा आधी मला शोध घेतला पाहिजे.' हा शोध घेताघेता महेशला अशा काही गोष्टींचा थांग लागला, अशा काही गोष्टी पकडीत आल्या, ज्या त्याने आजवर इतरांपासून लपवून ठेवल्या होत्या. कधी कधी तो मित्रांबरोबर दारू प्यायला बारमध्ये जातो, ही गोष्टही त्याने आईवडिलांपासून लपवून ठेवली होती. आपल्या नातेवाइकांपासूनही त्याने आपल्या जीवनातील लहानसहान आनंद लपवून ठेवले होते. जसे, नवीन कॉम्प्युटर घेतला, नवा मोबाइल घेतला वगैरे.

'इतकंच काय, पण काही गोष्टी तर स्वतःला सांगायलासुद्धा तो घाबरत होता. मुलांना त्यांच्या अभ्यासात बाबांचं मार्गदर्शन हवं होतं. पण महेश वेळ नाही, ही सबब पुढे करून त्यांना मदत करायचं नेहमीच टाळायचा. याचं खरं कारण होतं त्याचा आळस आणि नियोजनाचा अभाव. पण ही गोष्ट तो स्वीकारत नव्हता... शोधानंतर वेगवेगळ्या दृष्टिकोनातून जी उत्तरं मिळाली त्यामुळे महेशच्या मनातील विचारांचा कल्लोळ हळूहळू कमी झाला, त्याचं मन हलकं झालं. त्याला आतून खूप समाधान वाटू लागलं. त्याच्यातील हा बदल जेव्हा हरक्युलिसला जाणवला, तेव्हा तितक्याच मोकळेपणाने तो महेशला म्हणाला, "महेश, जर तू स्वतःशीच छळकपट करणं बंद केलं आणि स्वतःचा कमकुवतपणा, अवगुण स्वीकारले असशील, तर तुझा विकास आता दूर नाही, हे लक्षात ठेव. पण याव्यतिरिक्त अशा आणखी काही गोष्टी आहेत का, ज्या तुला त्रास देत आहेत? हेदेखील प्रामाणिकपणे सांग."

"सध्या तरी मला माझ्या सर्व समस्या अचानक समाप्त झाल्या आहेत, असं वाटतंय." थोडा वेळ विचार करत महेश म्हणाला.

''ठीक आहे. तुला ताबडतोब सगळं काही आठवणार नाही. जसजशा आणखी समस्या आठवत जातील, तसतशा त्या एका डायरीमध्ये लिहून ठेव. वेळ मिळताच त्याचा लिखित स्वरूपात शोध घे.''

महेशचे एक दोन दिवस आनंदात गेले. पण ज्या गुंत्यामध्ये तो अजूनही अडकून पडला होता, त्या साऱ्या अडचणी त्याला आठवल्या. हरक्युलिसने सांगितल्याप्रमाणे महेशने त्या सगळ्या गोष्टी डायरीत लिहिल्या आणि एक दिवस हरक्युलिससमोर डायरी ठेवून तो म्हणाला, ''मी माझ्या सगळ्या समस्या लिहून त्यावर शोध घेतला आहे. मला त्याविषयी तुमच्याशी बोलायचं आहे...''

ꕥ.. ७ ..ꕥ

महेश डायरी वाचू लागला, ''माझ्या हाताखालची माणसं माझ्या आज्ञेचं पालन करीत नाहीत... दिलेली कामं नीट आणि वेळेत पूर्ण करत नाहीत... टाळाटाळ करतात. माझा योग्य तो मान राखत नाहीत...''

शोध घेतल्यावर महेशच्या लक्षात आलेल्या गोष्टींविषयी त्याने लिहिलं होतं, 'मीदेखील माझ्या बॉसच्या आज्ञेचं पालन करत नाही... त्यांनी दिलेली कामं योग्य प्रकारे, वेळेवर करण्याऐवजी माझ्या मनानुसार, सवडीनुसार करतो... अशा प्रकारे मीदेखील त्यांचा मान योग्य प्रकारे ठेवत नाही... घरीही मी माझे आईवडील, तसेच मोठ्या व्यक्तींना आदरपूर्वक वागवत नाही... योग्य तो मान त्यांना देत नाही. मी स्वतः जी जी कामं ठरवतो, ती दृढतापूर्वक करत नाही... इतके सगळे दुर्गुण माझ्यामध्ये असताना हाताखालील कर्मचाऱ्यांच्या वागणुकीवर बोट ठेवण्याचा मला काय अधिकार?'

''अंतःप्रेरणा मिळाल्यानंतरही तू किती गोष्टींचं योग्य प्रकारे पालन करू शकतोस? योग्य वेळी, अचूक विचार करतोस? स्वतःचा मान ('स्व'त्व) राखतोस की नाही? आता या गोष्टीचाही शोध घे.'' असे प्रश्न महेशसमोर ठेवून हरक्युलिसने त्याला स्वतःच्या वागणुकीबद्दल विचार करण्यासाठी एक पाऊल पुढे नेले.

'खरं आहे. कित्येकदा मी स्वतःला इतरांपेक्षा हीन लेखतो आणि त्याच वेळेस लोकांनी माझ्याकडे सन्मानपूर्वक पाहावं, अशी अपेक्षाही करतो. खरंतर मी अशी अपेक्षा कशी करू शकतो? त्यासाठी अगोदर मी स्वतःलाच योग्य तो सन्मान, आदर दिला पाहिजे.' मनन केल्यावर महेशला हे सत्य उमगलं.

महेशने डायरीचं पुढचं पान उलटलं, ''माझे सहकर्मचारी खूप लवकर पदोन्नती

मिळवतात. त्यांना जास्तीचे वेतन मिळते, मला मात्र नाही.''

शोध घेतल्यावर महेशला समजलं, 'अरे, हा तर माझा केवळ तर्क आहे, मान्यकथा आहे. वास्तविक माझ्या सहकर्मचाऱ्यांच्या जबाबदाऱ्या, कामाचं महत्त्व वेगळ्या स्वरूपाचं आहे. त्यांचे काम अधिक रचनात्मक आणि महत्त्वपूर्ण आहे. त्यामुळे त्यांना प्रोत्साहन देण्याची आवश्यकता असते. मी तर केवळ रुटिन वर्क करत असतो. कंपनीच्या आवश्यकतेनुसार कर्मचाऱ्यांना प्रोत्साहन दिलं जातं. मी माझ्या दोन्ही मुलांबरोबर तरी एकसारखा कुठे वागतो? आवश्यकतेनुसार एकाला अधिक शाबासकी, प्रोत्साहन देतो तर दुसऱ्याला कमी. आपापल्या क्षमतांनुसार आणि गुणांच्या आधारे प्रत्येक माणसावर जबाबदारी सोपवली जाते आणि त्यानुसार त्याला सफलता मिळते.'

'अरे! जर माझी पदोन्नती झाली असती, यश मिळालं असतं तर मी या सगळ्या गोष्टींवर मनन केलं असतं का? मननाद्वारे, आत्मविकासाद्वारे मी योग्य सफलता मिळवावी, यासाठी प्रत्यक्ष नियतीच तर मला मदत करत नाही?... परंतु ही मदत मी कशा प्रकारे स्वीकारतो आहे, हे आत्ता कुठे माझ्या लक्षात येतंय.'

पुढे त्याने लिहिलं होतं, ''परदेश दौऱ्यांची संधी इतरांना दिली जाते... मला दिली जात नाही...''

शोध घेतल्यावर महेशने स्वतःलाच काही प्रश्न विचारले होते. त्यासाठी त्याने आवश्यक ते प्रशिक्षण पूर्णपणे मिळवलं आहे का? आपल्या क्षमतांना योग्य प्रकारे मांडलं आहे का? निर्णय घेण्यासाठी मी सक्षम आहे का? या सर्वांचं मिळून एकच उत्तर त्याला मिळालं होतं आणि ते म्हणजे 'नाही.' त्यामुळे ज्यांच्याकडे हे सगळे गुण आहेत त्यांना परदेशात जाण्याची संधी मिळणं स्वाभाविक आहे, हे महेशला कळून चुकलं होतं.

शोध घेतल्यावर त्याला आणखी एका गोष्टीची जाणीव झाली, 'जेव्हा कंपनीने मला काही महत्त्वाच्या कामांसाठी परदेशात जाण्याची संधी दिली होती, तेव्हा मी स्वतःच घरातल्या अडीअडचणींमध्ये गुंतल्याची सबब पुढे करून आलेली संधी नाकारली होती. खरंतर मी आतून घाबरलेलो होतो. अशा जबाबदाऱ्यांसाठी घ्याव्या लागणाऱ्या कष्टांना मी नेहमीच घाबरत असतो. मी हे काम करू शकेन की नाही, अशी भीतीही मला त्या वेळी सारखी भेडसावत होती. अशा परिस्थितीत माझी खास कामांसाठी निवड न करणे स्वाभाविकच होतं. जेव्हा मी कोणत्याही अपेक्षेशिवाय मोठ्या उत्साहाने एखाद्या कामात सहभागी होईन, त्यामध्ये निपुणता मिळवेन, सगळ्यांबरोबर हसून–खेळून वागेन, तेव्हा

आपोआपच माझं नाव विशिष्ट कामांसाठी घेतलं जाईल.'

"जेव्हा आपण एखाद्या गोष्टीसाठी पात्र ठरतो, तेव्हा ती गोष्ट आपोआपच आपल्याकडे येते, हा निसर्गाचा अलिखित नियमच आहे. तसेच, एखाद्या गोष्टीसाठी जोवर आपण पात्र होत नाही तोवर ती आपल्याला मिळत नाही. थांबून राहते. यासाठी आपली पात्रता, योग्यता, क्षमता निरंतर अभ्यासाने वाढवली पाहिजे." हरक्युलिस महेशच्या शोधावर खुश होत म्हणाला.

हरक्युलिसचं बोलणं लक्षपूर्वक ऐकून महेशने पुढचं पान उलटलं.

"मिटिंगमध्ये मी जे सल्ले देतो त्यांना इतरांच्या दृष्टीने महत्त्व नसतं... माझ्या सल्ल्यांकडे नेहमीच दुर्लक्ष केलं जातं."

अंतरंगातून शोध घेतल्यानंतर महेशला समजलं होतं, की 'माझे सहकारी किंवा माझ्या हाताखालील कर्मचारी जेव्हा मला काही सांगत असतात, सल्ले देतात, तेव्हा मीदेखील त्याकडे गांभीर्याने लक्ष देत नाही. इतकंच नाही, तर कौटुंबिक गोष्टीमध्ये ज्यावेळी पत्नी किंवा मुलांना काही सांगायचं असतं, त्या वेळीही मी त्यांना अपमानित करून त्यांच्या सल्ल्याकडे सपशेल दुर्लक्ष करतो. एखाद्याने मला त्याची समस्या सांगितली, तर त्यांच्या समस्येचा खोलवर विचार न करता केवळ औपचारिकता सांभाळण्यासाठी वरवर सल्ला देतो. माझ्या विचारांमध्ये विशिष्ट दिशा किंवा ठोस विश्वास नसतो. एखाद्या विषयावर जर गांभीर्यपूर्वक बोलणं चालू असेल, तरी मध्येच मी दुसरा विषय काढतो. त्यामुळे माझं म्हणणं तरी गंभीरपणे कोण ऐकणार? माझ्या या सगळ्या चुका सुधारण्याचा मी निश्चय करतो. आता माझी कोणाबद्दलच तक्रार नाही...'

• • •

हरक्युलिसच्या मार्गदर्शनामुळे शोधाविषयीची नवीन समज महेशला मिळाली होती. आपल्या दुःखाचा शोध घेतल्यानंतर त्याचे विचार परिपक्व झाले होते. त्यांना योग्य दिशा मिळाली होती. इतके दिवस ज्या गोष्टी महेशला सहन होत नव्हत्या, शोध घेतल्यानंतर त्याच गोष्टी आता आनंदाचे कारण बनल्या. ऑफिसच्या ज्या गोष्टींनी त्याला दुःखद आणि कटू अनुभव दिले, त्याच आता त्याच्या जीवनात परिवर्तन घडवून आणण्यासाठी निमित्त बनल्या.

कोणत्यातरी दिव्य शक्तीच्या आशीर्वादामुळेच स्वतःचा शोध घेण्यासाठी

हरक्युलिसचं मार्गदर्शन त्याला लाभलं आहे, ही जाणीव महेशला झाली. त्याच्या जीवनात त्या दुःखद घटना घडल्या नसत्या, तर त्याने कधीच आपल्या वागण्याचा इतका खोलवर विचार केला नसता. कधीही तो आत्मिक सुखाच्या दिशेने अग्रेसर होऊ शकला नसता. 'जीवनात कितीही संकटं आली तरी कोणत्याही कपोलकल्पित कथांशिवाय आणि दुःखाला जवळ येऊ न देता त्या संकटावर अत्यंत सहजतेने मात करायची आहे.' हा विश्वास त्याच्यामध्ये दृढ होत चालला होता.

हरक्युलिसच्या मदतीने शोध घेणारा महेश आपल्या मान्यता आणि मान्यकथांपासून मुक्त झाला होता. शोधामुळे त्याची निराशा, काळजी दूर झाली होती. स्वतःचा शोध घेतल्यानंतर, जीवनात येणाऱ्या संकटांचा आणि अडचणींचा सामना मी कधीही करू शकणार नाही, 'मी हरेन' ही मान्यकथा प्रकाशात आली आणि तो आपल्या अडचणींतून सहजपणे बाहेर पडू शकला. एक आठवड्यानंतर पुन्हा पूर्वीसारखं त्याच्या ओठांवर हास्य खेळू लागलं.

त्या आनंदातच रात्रीच्या भोजनाच्या वेळी त्याने जेव्हा दुसऱ्या दिवसापासून ऑफिसला जाण्याचा निर्णय जाहीर केला, तेव्हा मायाच्या आनंदाला पारावार उरला नाही. तिच्या डोळ्यांतून आनंदाश्रू ओघळू लागले. महेशच्या मनात काम करण्याची इच्छा जागृत झाली खरी, पण त्याच वेळी ऑफिसमधील वातावरण, राजकारण, कामाचा दबाव या गोष्टी आठवून, 'आपल्याला ऑफिसमध्ये पुन्हा त्रास तर होणार नाही ना' अशी शंकेची पाल त्याच्या मनात चुकचुकली. त्याने ती शंका ताबडतोब हरक्युलिसला बोलून दाखवली.

''महेश! आत्ता आत्ताच तर तू नैराश्यातून बाहेर येत आहेत. त्यामुळे अगदी सुरुवातीला अशा शंका मनात येणं स्वाभाविक आहे. परंतु आता आपल्या हातात शोधाचं हत्यार आहे ना! तेव्हा घाबरायचं काहीच कारण नाही. त्या शोधास्त्राचा वापर करून मजेने शोध घेत राहा. मुख्य म्हणजे शंकेखोर मनाकडे लक्ष न देता मोकळ्या मनाने ऑफिसला जा. अत्यंत सहजतेने, चांगुलपणाने सगळ्यांशी वाग. पण ऑफिसमध्ये कोण किती चूक आहे, याकडे लक्ष देण्याऐवजी कोण किती योग्य आहे, याकडे लक्ष दे. या एका बाबतीत कायम सजग राहा. जेव्हा तुम्हाला गुण पाहण्याची सवय लागेल, तेव्हा तुमच्यासाठी उजवं (राइट) तर राइट (बरोबर) असेलच, पण डावं (लेफ्ट) देखील राइटच असेल. ज्या गोष्टीवर माणूस लक्ष केंद्रित करतो त्या त्याच्यामध्ये येऊ लागतात. त्यामुळे नेहमी इतरांचे सद्गुण पाहावेत. एवढं करूनही तुला जर काही अडचण आली,

शोध स्वतःचा □ ६२

तर रात्री आपण दोघं मिळून शोध घेऊ.'' त्याला विश्वासात घेत हरक्युलिस म्हणाला.

दुसऱ्या दिवशी निश्चिंत होऊन महेश ऑफिसला गेला. इतक्या दिवसांच्या अनुपस्थितीनंतर ऑफिसमध्ये गेल्यावर अनपेक्षितरीत्या त्याला प्रतिसाद मिळाला. सगळ्यांनीच त्याचं मनःपूर्वक स्वागत केलं आणि त्याच्या तब्येतीचीही आस्थेनं चौकशी केली. सगळे जण आता त्याच्याशी प्रेमाने, आपुलकीने वागत होते, हे पाहून महेश खूप आनंदित झाला. महेशच्या बॉसने जेव्हा त्याला त्याच्या आजारपणाबद्दल विचारलं, तेव्हा त्याने आपल्या मान्यकथा, निराशा आणि हरक्युलिसच्या मार्गदर्शनाखाली घेतलेल्या शोधाविषयी सगळं काही सांगितलं. महेशचे बॉस हे ऐकून खूपच प्रभावित झाले आणि त्यांनीदेखील हरक्युलिसला भेटण्याची इच्छा व्यक्त केली.

त्या दिवशी घरी गेल्यावर महेशने मोठ्या उत्साहाने ऑफिसमध्ये काय काय घडलं, ते हरक्युलिसला सांगितलं. बॉसची इच्छा सांगितल्यावर त्यांना आणि काही सहकर्मचाऱ्यांना दुसऱ्या दिवशी घरीच बोलवावं, असं ठरलं. चहा नाश्ता करता करता हरक्युलिसबरोबर त्यांची विस्तारपूर्वक आणि आरामात चर्चा होणार होती.

दुसऱ्या दिवशी संध्याकाळी महेशच्या ऑफिसमधील लोक मोठ्या उत्साहाने त्याच्या घरी आले. हरक्युलिसबरोबर गप्पागोष्टी करताना 'शोध' या शस्त्राविषयी ऐकून सगळेच प्रभावित झाले. हरक्युलिसला धन्यवाद देत महेशच्या बॉसने, ऑफिसमधील वातावरण अधिकाधिक मैत्रीपूर्वक आणि सौहार्दपूर्ण बनेल, असं आश्वासन दिलं. पुढच्या दोन-चार दिवसांमध्येच महेश ऑफिसला जायला उत्साही असल्याचं, तसेच तो आपलं कामही मनःपूर्वक करतोय, असं दिसू लागलं.

मायावर तर जणू सुखाची बरसातच झाली होती. ती हरक्युलिसला म्हणाली, ''दादा, तुमच्या दिशा-मार्गदर्शनामुळे महेशची दशा बदलली. तुमचे अंतःकरणपूर्वक आभार. आता माझ्या लक्षात आलं, मान्यकथांसारख्या छोट्याशा कारणांमुळेही मनुष्य निराश होतो आणि स्वतःचंच नुकसान करून घेतो.''

माया बोलत असतानाच हरक्युलिसला 'शोध स्वतःचा' या पुस्तकातील काही मजकूर आठवला. त्याने ताबडतोब माया आणि महेशला सांगितलं, ''दुःखी होण्याच्या सवयीमुळे माणसाकडून असंख्य चुका होतात. त्यामुळे नेहमी आनंदी राहणंच श्रेयस्कर. कमीत कमी दुःखात असताना तरी, सतत आनंदी राहण्याचा प्रयत्न आपण अवश्य करा. 'शोध स्वतःचा' हे पुस्तक मी तुम्हाला देतो. ते दोघं मिळून अवश्य वाचा.''

‘शुभस्य शीघ्रम’ म्हणत मायाने पुस्तक वाचायला सुरुवात केली...

॥.. ८ ..॥

खुश कधी राहावं

तुम्हाला जर कोणी विचारलं, ‘दिवसभरात तुम्हाला किती काळ खुश राहायला आवडेल?’ तर तुम्ही सांगाल, ‘आम्हाला कायमच खुश राहायला आवडेल.’ तुम्हाला विचारलं, ‘तुम्ही किती काळपर्यंत खुश राहू शकता?’ तर तुम्ही सांगाल, ‘कमीत कमी इतक्या इतक्या वेळेपर्यंत नक्कीच खुश राहू शकतो.’ त्यानंतर तुम्हाला पुढचा प्रश्न विचारण्यात येईल, ‘परंतु कमीत कमी किती काळ आणि का खुश राहावं?’ तर त्याचं उत्तर काय येईल?... आणि शोध घेतल्यावर त्याचं उत्तर काय असेल?

‘‘काय उत्तर असू शकतं ग?’’ महेशने उत्सुकतेनं मायाला विचारलं.

‘‘पुढं वाचू या, काय लिहिलं आहे ते.’’ माया म्हणाली.

‘‘सुरुवातीला लोक आपापल्या मतानुसार कमीत कमी किती काळापर्यंत खुश राहावं, कोणत्या वेळी खुश राहावे ते सांगतील. परंतु शोध घेतल्यानंतर ‘कमीत कमी जेव्हा दुःख येतं तेव्हा खुश राहणं आवश्यक आहे, असं उत्तर येईल, त्या वेळी खुश राहायला सुरुवात केली, तर आपोआपच सगळ्या गोष्टी सुरळीत होतील. कारण खुशीमध्ये आपल्याला सगळं काही स्पष्ट दिसत असतं आणि दुःखामध्ये दिसणं बंद होतं. धूसर दिसू लागतं. जेव्हा दिसणं बंद होतं तेव्हा विचार सुरू होतात.

‘‘समजा आपण कारने प्रवास करत आहात आणि कारची पुढची काच धुरकटल्यामुळे तुम्हाला समोरचं नीट दिसत नाही. त्यामुळे अचानक गाडीचा स्पीड कमी होतो आणि आपण विचार करता, ‘कदाचित स्पीड ब्रेकर आला असावा, त्यामुळे कारचा स्पीड कमी झाला आहे...आणि हा मागचा वारंवार हॉर्न का वाजवत आहे? त्याला समजत नाही का?... अशा प्रकारे आपले विचार चाललेले असतात, पण जेव्हा गाडी थांबते, एखाद्या ठिकाणी रुतते तेव्हा तुमच्या लक्षात येतं, अरेच्च्या, गाडी तर झाडांमध्ये अडकली आहे.

''तुमच्या कारची स्क्रीन जर साफ, स्वच्छ असेल, धूसर नसेल तर स्पीड ब्रेकरमुळे नव्हे, तर झाडांमध्ये अडकल्यामुळे गाडीचा स्पीड कमी झाला आहे आणि त्यामुळे मागचा माणूस तुम्हालाच मदत करण्यासाठी हॉर्न वाजवत आहे, हे तुमच्या लगेच लक्षात येईल. एखादी गोष्ट स्पष्ट दिसू लागताच विचार करण्याची आवश्यकताच राहात नाही. दिसणं बंद होतं त्या वेळी अनावश्यक गोष्टी डोक्यात थैमान घालू लागतात.

''खरं आहे. तुम्हीपण तुमच्या अशा मान्यकथांमुळे ऑफिसच्या समस्यांमध्ये सामान्य गोष्टी बघणं सोडून दिलं होतं आणि दुःखी होऊन नको त्या गोष्टींबद्दल विचार करत राहिलात. असंच आहे ना?'' मायाने थट्टेच्या स्वरात महेशला विचारलं.

''अगदी बरोबर बोललीस. पण त्याचं स्पष्टीकरण काय दिलंय ते तर वाच आधी.''

माया पुढे वाचू लागली, 'सर्व गोष्टी स्पष्ट झाल्यावर ज्या विचारांचं काही कामच नसतं असे अनावश्यक विचार यायचे बंद होतात. त्यामुळे या समजेसह जर तुम्ही पाहू शकलात, तुमचं आयुष्य तुम्हाला स्पष्टपणे दिसू लागलं, तर तुमचा शोध पूर्ण झाला आहे, असं समजावं. सकाळपासून रात्रीपर्यंत घडणाऱ्या घटनांमध्ये चालणारी मनाची बडबड आणि स्टॅम्पिंग यांना रोखण्यासाठी शोध घेण्याची आवश्यकता आहे. शोध घेतल्यानंतर, कमीत कमी दुःखाच्या वेळी तरी खुश राहावं, हे सत्य पकडीत येईल.

''असे विचार मनात तेव्हाच येतात जेव्हा आपण सोर्सच्या (मूळ अवस्था, स्वानुभवाच्या) संपर्कात येतो, मनन करून मूळ अवस्थेबरोबर जोडले जातो. मूळ अवस्थेमध्ये मूर्खता नाहीशा होऊन प्रत्येक गोष्ट पारदर्शकपणे समोर येते. अगदी जसं आहे तसं (as it is) दिसायला लागतं. त्यामुळे ते आवडतंदेखील. मनाला खूप भावतं. असं जेव्हा घडतं तेव्हा लोक विचारतात, या घटनेमुळे तुम्ही इतके खुश का आहात? उत्तरादाखल आपण म्हणता, का नाही होणार, जीवनात इतकं सगळं छान, सुरळीत चालू आहे तेव्हा मी खुश असणारच.

''खरंच किती योग्य मार्गदर्शन आहे ना हे. आपणही याच अनुभवातून गेलो आहोत. जणू काही ही आपलीच कहाणी आहे.'' माया म्हणाली.

महेशने मानेनेच होकार दिला आणि मायाने वाचन पुढे सुरू ठेवलं...

"आता आपल्याच कहाणीला एका ॲनॉलॉजीच्या आधारे समजून घेऊया. ॲनॉलॉजी म्हणजे एक परिकल्पना. ज्या प्रत्यक्षात घडलेल्या नसतात, परंतु काही गोष्टी समजण्यासाठी सांगितल्या जातात.

'एका गावामध्ये अशी प्रथा होती, की मूल जेव्हा दोन-अडीच वर्षांचं होत असे, तेव्हा काही विशेष कर्मकांड करून त्याला लाल चष्मा घालत असत. ज्यामुळे त्याला जग वेगळंच दिसू लागावं. अशा प्रकारे त्या गावातील सगळे लोक लाल चष्मा वापरत. परंतु हा लाल चष्मा काही सामान्य चष्मा नव्हता, तर एका विशिष्ट झाडाचं लाकूड तोडून, त्याची फ्रेम बनवून ही फ्रेम डोळ्यांजवळ शिवली जात असे. तो चष्मा कधीच पडू नये, आपल्या जागेवर पक्का राहावा यासाठी अशी प्रथा होती. मग पुढे जाऊन मोठे झाल्यावर मुलाला जग तसंच दिसतं, जसं ते इतर लोकांना दिसत होतं.''

"खरंच मूल अडीच वर्षांचं होईपर्यंत किती साधं-सरळ असतं नाही? नंतर मात्र हळूहळू आपणच चुकीच्या कल्पना त्याच्या गळी उतरवत राहतो.'' स्वतःची चूक मान्य करत माया म्हणाली.

"अगदी खरं आहे.'' मान हलवत महेश म्हणाला. "पुढे वाचू या...''

"आतापर्यंत हे रुपक वाचून आपल्याला त्या गावातील लोक कोणत्या गोष्टींपासून वंचित आहेत हे समजलं असेल. गावातील लोकांना जे दिसत होतं, ते प्रत्यक्षात तसं नव्हतं. त्यांना जे दिसत होतं तो केवळ भ्रम होता.

"एकदा गावातील एका मुलाचा चष्मा थोड्या वेळेसाठी त्याच्या डोळ्यांवरून दूर झाला. कदाचित कर्मकांड योग्य प्रकारे झालं नसावं, शिवण नीट बसली नसावी. पण त्यामुळे त्याचा चष्मा धक्का लागून काही क्षणासाठी डोळ्यांवरून वरच्या बाजूला सरकला आणि क्षणार्धात आपल्या जागी परत आला. खरंतर अगदी थोड्या काळासाठी ही घटना त्या मुलाबरोबर घडली. परंतु त्याच अवधीत सगळं दृश्य प्रत्यक्षात

जसं आहे, तसं त्याला दिसलं. अगदी री ळीं ळी. त्या दिवसापासून त्याच्यासाठी सगळं काही बदलून गेलं आणि त्याची आंतरिक शोधयात्रा सुरू झाली.

‘‘ज्याप्रमाणे हरक्युलिसने तुझा मान्यतांचा चष्मा बाजूला करून तुला शोध घ्यायला लावला, अगदी त्याचप्रमाणे ना?’’ माया म्हणाली.

‘‘हो, अगदी तसंच, आता पुढे वाच.’’ महेश पुढे काय लिहिलं आहे, हे जाणून घ्यायला अतिशय उत्सुक होता.

> ‘‘काही लोक अयोग्य पद्धतीने आध्यात्मिक शोध घेत असतात. जसे, ड्रग्ज घेणे, दारू पिणे इत्यादी. या नशेमध्ये त्यांना जग वेगळंच दिसायला लागतं. अशा अगळ्या वेगळ्या जगाचा अनुभव घेण्याची इच्छा त्यांना वारंवार होते. त्यासाठी कायम नशेच्या धुंदीतच राहण्याची त्यांची इच्छा असते. त्या धुंदीत अधिकाधिक काळ राहता यावं, यासाठी प्रत्येक वेळी उत्तेजक द्रव्याचं प्रमाण ते वाढवत राहतात. पण नशा जीवनाचा नाश करते, हे वास्तव आहे आणि जी गोष्ट नाश करते ती आध्यात्मिक शोधामध्ये साहाय्यक कशी ठरणार? शोधासाठी वास्तवात सकारात्मक विचारांची आवश्यकता असते.

‘‘हरक्युलिसने माझा हा लाल चष्मा उतरवून मला या गोष्टींपासून वाचवलं.’’ महेश कृतज्ञतापूर्वक म्हणाला.

‘‘आता तुम्ही वाचा’’ असे म्हणून मायाने महेशच्या हातात पुस्तक दिलं. महेश वाचू लागला...

> ‘‘आता त्या मुलाने विचार केला, काही काळ चष्मा सरकल्यावर त्याला जे दृश्य दिसलं ते कोणत्या प्रकारचं होतं? त्याच्या मनात आता नवीनच विचार यायला सुरुवात झाली. असे विचार त्याला यापूर्वी कधीही आलेले नव्हते. ज्याप्रमाणे सत्संगामध्ये जाणाऱ्यांचा मान्यतारूपी चष्मा गुरुवाणी ऐकून दूर व्हायला सुरुवात होते आणि ते प्रत्येक घटनेकडे एका नवीन दृष्टिकोनातून बघू शकतात. त्याचप्रमाणे नवीन दृश्य (सत्य) पाहून त्या मुलाच्या मनातदेखील नवीन विचार यायला सुरुवात झाली. त्याने विचार केला, ते दृश्य म्हणजे नेमकं काय होतं, याचा मला शोध

घ्यायला हवा. त्यानंतर तो जीवनातील घटनांकडे वेगळ्या दृष्टिकोनातून पाहू लागला.

''अधूनमधून त्या गावात एक फकीर दिसायचा. लोक त्याला वेडा समजत. त्या फकिराने लाल चष्मा घातलेला नव्हता. आपली मुलं त्या फकिराला पाहून उगाचच घाबरू नयेत, त्यांच्या मनात नवीन विचार जन्म घेऊ नयेत, यासाठी ते त्या फकिराला गावात थांबू देत नसत, दिसताक्षणी हाकलून लावत. याच कारणामुळे त्या फकिराला गावात राहण्याची परवानगी नव्हती. त्यामुळे तो वेडा फकीर गावाबाहेर एका गुहेत राहात असे. त्या फकिराला पाहून या मुलाच्या मनात विचार आला, त्याने चष्मा का घातला नाही ? त्याचे डोळे इतरांसारखे का नाहीत?

एके दिवशी तो त्या फकिराला भेटायला गुहेत गेला आणि त्याला पाहून आश्चर्यचकित झाला. त्याच आश्चर्यात त्याने विचारले, 'आपण कपडे का घातले नाहीत?'

'कारण सुरुवातीला आपण कपडे घालतो, नंतर कपडे आपल्याला घालतात.' वेड्या फकिरानं उत्तर दिलं.

'वेड्या फकिराचं हे कोड्यात टाकणारं उत्तर मुलाच्या लक्षात आलं नाही. त्याने फकिराला पुढचा प्रश्न विचारला, 'तुमचे डोळे लाल का आहेत?'

'कारण तुझ्या डोळ्यांमध्ये केस आहेत.' रहस्यमय हसत वेड्या फकिरानं उत्तर दिलं.

फकिरानं दिलेलं अतार्किक उत्तर मुलाला काही केल्या समजलं नाही. तरीदेखील तो तिसरा प्रश्न विचारण्याची उत्सुकता थांबवू शकला नाही. 'आपण या गुहेत का राहता?'

'ही गुहा नसून महाल आहे.' फकिरानं हसत उत्तर दिलं.

''वेड्या फकिराचं असं कोड्यात टाकणारं उत्तर ऐकून मुलाचं डोकंच चक्रावलं. आता त्याला पूर्ण खात्री पटली, हा फकीर अर्धवट नाही तर ठार वेडा आहे. तरीदेखील त्याचं मन फकिराला वारंवार भेटण्याची ग्वाही देत राहिलं.

काही दिवसांनंतर तो मुलगा पुन्हा वेड्या फकिराला भेटायला गेला...

'तुम्ही ज्या गोष्टी सांगितल्या त्या माझ्या समजण्यापलीकडच्या आहेत. वास्तविक थंडीपासून बचाव होण्यासाठी कपडे असतात आणि आपण तर म्हणता, 'कपडे आपल्याला घालतात.' याचा अर्थबोध होत नाहीये. कृपया याचा अर्थ समजावून सांगा.' तो मुलगा म्हणाला.

'कपडे घालून तुझी थंडीची समस्या संपली का? ती तर अजूनही तशीच चालू आहे ना?' वेडा फकीर संकेत देत म्हणाला.

'हो, खरं आहे ते.' मुलगा विचार करत म्हणाला.

''मुलाला वेड्या फकिराच्या बोलण्यात नक्कीच काहीतरी तथ्य आहे असं वाटू लागलं. त्यामुळे आता तो वरचेवर त्या वेड्या फकिराला भेटायला जाऊ लागला. हळूहळू त्या फकिराचं बोलणंही त्याच्या लक्षात येऊ लागलं. त्या मुलाला आता आपल्याच चष्म्यावर शंका येऊ लागली. तो विचार करू लागला, 'वेडा फकीर मला वारंवार माझ्या दृष्टिकोनात बदल घडवून आणायला सांगत आहे, पण हेच तर वास्तव नाही ना? मुळात माझाच दृष्टिकोन चुकीचा तर नाही ना?'

''त्या मुलाने जेव्हा आपल्या चष्म्यावरच शंका घेतली तेव्हा कुठे तो चष्मा (अज्ञान) बाजूला करून पाहण्यासाठी तयार झाला. चष्मा बाजूला सारताच, त्याला सगळं कसं साफ-स्वच्छ दिसायला लागलं. वेड्या फकिराने भगव्या रंगाचे कपडे घातले आहेत, शिवाय त्यांचे डोळेही लाल नाहीत! तेव्हा त्याच्या लगेच लक्षात आलं, वास्तविक लाल चष्म्यामुळेच माझा गैरसमज झाला होता. माझ्याच डोळ्यांत केस असल्यामुळे मला दिसू शकलं नाही. पण आता माझ्या लक्षात आलं, 'माझे डोळे लाल नाहीत, तुझ्याच डोळ्यांत केस आहेत,' असं वेड्या फकिराने का सांगितलं.

'तत्क्षणी त्या मुलाने वेड्या फकिराला आपला गुरू बनवलं. गुरू सुरुवातीलाच शिष्याला, तुझा चष्मा चुकीचा आहे, असं सांगत नाहीत. कारण सुरुवातीलाच असं सांगण्याचा, त्याला समजावण्याचा प्रयत्न केला

तर तो ऐकणार नाही. तो नाराज होण्याची शक्यता असते आणि नाराज, राज (सत्य)कसं जाणू शकेल? जो खुश आहे त्यालाच सत्य ज्ञात होतं. त्यामुळे गुरूंनी अप्रत्यक्षरीत्या तुझ्याच डोळ्यांत केस आहे असं त्याला सांगितलं.'

''हरक्युलिसने मलादेखील माझ्या कुठेकुठे चुका होतात, त्याचे हळूहळू विश्लेषण करून नीट समजावून घेतलं.'' महेश मनापासून म्हणाला.

''खरं आहे. त्यासाठी त्यांना कितीही धन्यवाद दिले तरी ते कमीच आहेत. आता पुढे वाचा ना! त्या कहाणीचे रहस्य, मर्म समजून घ्यायचं आहे.'' उत्सुकतेनं माया म्हणाली.

''गुरूंना भेटत राहिल्यावर पुढे त्या मुलाच्या लक्षात आलं, गुरू जिथे राहतात, ती गुहा नसून तो तर एक महाल आहे. पण आपल्या चष्म्यामुळे त्याला त्या जागेचा काही भाग, रंग दिसत नव्हता एवढंच. खरंतर तिथे सगळंच रंगीत, अखंड असं होतं. आता त्यालादेखील ती गुहा एखाद्या महालाप्रमाणे वाटू लागली. त्या वेळी त्या मुलाच्या लक्षात आलं, गुरुजी नेहमी इतके खुश का असतात!

''कित्येकदा आनंदी, मस्तमौला माणसाला लोक वेडा समजतात. त्यामुळे वेडा फकीर गुहेमध्ये राहून आनंदाने आयुष्य व्यतीत करतो आहे हे पाहून गावातील लोकांनाही वाटलं, हा फकीर वेडा आहे.

''कपडे आपल्याला परिधान करतात' असं गुरूंनी उत्तर दिलं होतं. याचाच अर्थ शरीर म्हणजे आपले कपडे. प्रथम आपण शरीराला परिधान करतो, परंतु नंतर मात्र शरीरच आपल्याला परिधान करतं. अर्थात, आपण आधी स्वतःला शरीर मानून जगू लागतो. त्याचप्रमाणे इतरांनादेखील शरीर मानून त्यांच्याबरोबर तसाच व्यवहार करतो. त्यामुळे स्वसाक्षी, ईश्वर, सेल्फ, सत्य, शरीरामागे दडून जातं.

''त्या मुलाने जेव्हा चष्मा काढला, तेव्हा त्याला आपल्या गावातील लोक कशाप्रकारे जगत आहेत, याचं आश्चर्य वाटलं. चष्म्यामुळे त्यांना जसं दिसायला पाहिजे तसं दिसतच नाही, ही गोष्ट प्रकर्षाने त्याच्या लक्षात आली. सत्य ज्ञात होताच धावत जाऊन सर्वांना,

'अरे बाबांनो, या चष्म्याची काहीच आवश्यकता नाही, काढून फेकून द्या तो चष्मा आणि मग बघा तुम्हाला आजूबाजूचं जग किती सुंदर दिसतं ते' असं सांगावंसं वाटलं. पण तितक्यात त्याच्या मनात विचार आला, 'छे! गावातले लोक माझं कुठं ऐकणार, उलट असं काही सांगायला लागलो, तर मलाच वेडा समजतील. जाऊ दे! त्यांनी माझं ऐकलं किंवा नाही ऐकलं, तरी मला माझ्या कामाला सुरुवात केली पाहिजे.'

"मी तर अगोदरच माझा लाल चष्मा काढून कामाला सुरुवातदेखील केली आहे," आनंदित होऊन महेश म्हणाला.

"चांगली गोष्ट आहे. आता आपण पुस्तकात कहाणीचा मथितार्थ काय सांगितला आहे, तेपण पाहूया."

'या उदाहरणामध्ये काही संकेत आहेत. त्यातील पात्र काही संकेतांकडे इशारा करतात. जेणेकरून ते संकेत उमजून तुम्हाला खरी गोष्ट पकडता यावी. या ॲनॉलॉजीची पात्रं काय इशारा करतात, हे समजून घेणं महत्त्वाचं आहे.

* गाव – जग, दुनिया

* लाल चष्मा – चुकीच्या मान्यता असणारे दृष्टिकोन

* मुलगा – सत्यशोधक

* वेडा फकीर – आत्मसाक्षात्कारी गुरू

* डोळ्यांत केस – चुकीचा विचार, मान्यता

* कपडे– शरीर

* भग्नावशेष – भाव, विचार, वाणी आणि क्रिया यांमध्ये एकरूपता नसणे.

* महाल – तेजस्थान, स्वयंस्थित अवस्था

૪૦.. ૧ ..૦૩

'आता हे उदाहरण विस्तारपूर्वक जाणून घेऊया. याच्या आधारे आपल्या जीवनातील मिळतेजुळते धागे शोधण्यास मदत होईल...'

गावामध्ये त्या वेड्या फकिराला राहण्यास मनाई केली होती. कारण जर हा वेडा गावात राहिला आणि त्याला पाहून गावातील एखाद्या मुलाला लाल चष्मा उतरवण्याची इच्छा झाली, तर काय होईल... ही भीती गावकऱ्यांना सतावत होती. समाजात अशा गोष्टी नेहमी बघायला मिळतात. स्वबोध प्राप्त झालेल्या संतांना लोक सन्मानपूर्वक वागवतात. परंतु आपली मुलं त्यांच्या सान्निध्यात राहून संन्यासी तर होणार नाहीत ना, नकळत याची भीतीही त्यांना वाटत असते.

प्रतिकूल परिस्थितीमध्ये लोकांनी खुश राहावं, असं बुद्धीला गंज चढलेल्या धर्माच्या ठेकेदारांना अजिबात वाटत नाही, उलट खुश राहून लोक आमच्या झेंड्याखालून (हातातून) निघून गेले, तर आमचं कसं होणार ही भीती त्यांना कायम सतावत असते. आमचे पंथ धोक्यात येतील... आणि बरंच काही... इकडे लोकही, आयुष्यात कितीही दुःखं असली, तरी चालतील; परंतु सुरक्षा महत्त्वाची आहे, असाच विचार करतात. सुरक्षेलाच जास्त प्राधान्य देतात. कारण माणसाला कायम असुरक्षिततेची भीती असते.

'तो मुलगा जेव्हा वेड्या फकिराच्या उत्तरांवर मनन करतो, तेव्हा त्याला काही गोष्टी स्पष्ट होतात. त्याचप्रमाणे काही ओळींवर काम करायला सुरुवात करताच तुम्हालाही 'युरेका इफेक्ट' म्हणजे गहन बोध होऊ शकतो.

''खरंच आजपर्यंत दबावामुळे आपणही अशाच प्रकारे जगत होतो तर,'' उदास होत माया म्हणाली.

''हो, ना खरंच.''

''पुढे वाचा.''

''लाल चष्मा वापरण्याच्या, स्टॅम्पिंग करण्याच्या सवयीतून बाहेर आल्यावरच मनुष्य शोधाच्या दिशेने पहिलं पाऊल उचलतो. नाहीतर शोधाला पूर्णविराम दिला जातो.

''आपल्या लाल चष्म्यामुळेच वेड्या फकिराच्या शरीरावर कपडे दिसले नाहीत, त्याचे डोळे लाल वाटले. याची जाणीव ज्याप्रमाणे त्या

मुलाला झाली त्याचप्रमाणे तुम्हाला लोकांची खटकणारी कमकुवत बाजूही वास्तविक तुमचीच स्वतःची कमकुवत बाजू असते, हेही लक्षात घ्यायला हवं. 'मला स्वतःला जाणण्यासाठी आरसा हवा आहे आणि समोरचा माझ्यासाठी आरसा बनला ही किती मोठी कृपा आहे.' यासारखे विचार तुम्हाला शोधादरम्यानच सुचू लागतील आणि हळूहळू या गोष्टी लक्षातही येतील.

''समोरच्या व्यक्तीला आपण कामचुकार समजता, परंतु शोध घेतल्यावर समजतं, की आपण स्वतःच कामचुकार आहोत.

'व्यक्ती तितक्या प्रकृती' या म्हणीप्रमाणे प्रत्येक माणसाला काही कामं आवडतात, तर काही आवडत नाहीत. समोरच्या माणसाला जे काम करायला अवघड वाटतं ते आपण सहजपणे करता. त्यावरून समोरच्याला कामचुकार ठरवून स्वतःला चतुर समजता. परंतु काही कामंअशीही असतात, जी आपण करू शकत नाही. त्या परिस्थितीत तुम्ही स्वतःला कामचुकार म्हणवून घेता का? नाही ना! शोध घेतल्यावर अशी खूप कामं आहेत, जी आपण करू शकत नाही, हे आपल्याला समजतं. तेव्हा समोरच्या माणसाला 'कामचुकार' असं लेबल लावणं योग्य आहे?

''आपण ज्या गोष्टींमध्ये कामचुकार आहात, ती प्रत्येक गोष्ट तुम्हाला शोधायची आहे. समोरचा माणूस तर तुमच्यासाठी आरसा बनला आहे. त्यात तुम्हाला आपलं प्रतिबिंब पाहायचं आहे. समोरच्या माणसाने तुम्हाला तुमची कमकुवत बाजू दाखवून दिली आणि त्याची भूमिका संपली बस्स...' 'आता हा केव्हा सुधारणार?' असा विचार करून त्याच्या वर्तणुकीचे दुःख बाळगू नका. अगोदर आपला मेकअप महत्त्वाचा! म्हणजेच दुसऱ्यांचे अवगुण बघण्यापूर्वी स्वतःमधील दुर्गुण दूर करण्याचा प्रयत्न आधी करा. दुसऱ्यांबद्दल कुरबुरी करण्यापूर्वी स्वतःमधील तक्रारीवर काम करायला सुरुवात करा. अशा प्रकारे आपला मेकअप करायला सुरुवात करताच तुम्ही जसा विचार करता त्याप्रमाणे जग दिसणार नाही, उलट अधिक सुंदर दिसेल ते! शिवाय आपण तक्रार न करता लोकांना माफ करू शकाल.

शोध स्वतःचा ❑ ७३

''ज्या दिवशी तुम्हाला सगळं काही सुंदर दिसायला लागेल, छान वाटायला लागेल, त्या दिवशी तुम्ही खूप चांगली व्यक्ती झाला आहात, असं खुशाल समजा. मुळात जे दिसत आहे, ते तुम्हाला तुमच्याविषयी सांगत असतं. नाहीतर तुम्हाला स्वतःविषयी समजणार तरी कसं? ज्याप्रमाणे डोळ्यांना स्वतःला पाहण्यासाठी आरशाची आवश्यकता असते, त्याचप्रमाणे मनुष्याला स्वतःमधील विकार समजून घेण्यासाठी नाती आणि घटनारूपी आरशाची आवश्यकता असते.

''तोपर्यंत आपल्याला स्वतःचा शोध घ्यायचा आहे, जोपर्यंत सगळं जग सुंदर दिसणार नाही.'' माया म्हणाली.

''खरंय! किती सुंदर आणि मनन करण्यासारखा अध्याय आहे हा! आता शेवटपर्यंत तो वाचून नंतर त्यावर बोलूया.'' महेश म्हणाला.

''मनुष्याला स्वतःविषयी जाणून घेण्यासाठी 'आत्मशोध' घेणं आवश्यक आहे. जेव्हा माणसातील 'दोष' निघून जातात, अहंकार विलीन होतो, तेव्हा त्याच्या शरीरात स्टॅबिलायझेशन म्हणजे 'प्रज्ञा' स्थापित होते. परंतु, अनेक मान्यतांची पकड घट्ट असल्यामुळे माणसाचा अहंकार लवकर विलीन होत नाही. ज्याप्रमाणे कपडे धुण्यासाठी साबण रॅपरमधून बाहेर काढावा लागतो, त्याचप्रमाणे स्व-बोध होण्यासाठी अहंकाराच्या दोषरूपी दुःखाला मनातून हद्दपार करावं लागतं. त्यानंतर त्याला सगळंच जग अत्यंत स्पष्ट दिसू लागतं आणि जाणीव होते, समोरच्यामध्ये जे दिसलं, डोळ्याला खुपलं, ज्या गोष्टीचं दुःख झालं, वास्तविक ते त्याचंच तर प्रतिबिंब नव्हतं ना?

''सखोलपणे शोध घेतल्यानंतरच आपण मनन-पुरावा देऊ शकता. दुःखद घटनांवर अमुक एका पद्धतीने मनन केलं, तर दुःख समाप्त होतं, असं जेव्हा तुम्हाला समजेल, तेव्हा त्याला 'मनन-पुरावा' म्हटलं जाऊ शकतं. आयुष्यात प्रत्येक दुःखद घटनेची होळी करून स्वतःलाच मनन-पुरावे द्यायचे आहेत. म्हणजेच सखोलपणे आत्मचिंतन करून, मनाचा तळ गाठून स्वतःला सत्याशी परिचित करून घ्यायचं आहे.''

हे वाचल्यानंतर काही काळ शांतता पसरली. वास्तविक काही दिवसांपासून महेश आपल्या ऑफिसच्या समस्यांचा हरक्युलिसच्या आधारे शोध घेत होता.

परंतु इतक्या व्यापक दृष्टीने शोध घ्यायची प्रगल्भ समज आता कुठे त्याला मिळाली होती. संध्याकाळी, चहाच्या वेळी महेश आणि माया हरक्युलिससमोर आपले विचार मांडण्यासाठी खूप उत्सुक होते.

‘‘ऑफिसमध्ये लोकांचं वागणं पाहून मी खूप निराश झालो होतो. स्वतःच्या मान्यकथांमध्ये फसून लोकांकडून चांगल्या वागण्याची खूप आस लावून बसलो होतो. परंतु जेव्हा तुमच्या मदतीने स्वतःचा शोध घेतला तेव्हा माझ्या या मान्यकथा आणि दोष ठळकपणे लक्षात आले. त्यामुळे मी नैराश्यातून बाहेर आलो. परंतु आता ‘शोध स्वतःचा’ या पुस्तकाचा हा भाग वाचल्यानंतर जीवनाच्या केवळ एकाच पैलूचा नव्हे, तर प्रत्येक पैलूवर मला शोध घेता आला पाहिजे हे जाणवलं. सर्व बाजू मला पाहता याव्यात, अशीही इच्छा निर्माण झाली. ज्यामुळे कोणत्याही घटनेत किंवा नात्यांमध्ये अडकून मी दुःखीकष्टी होणार नाही. आत्म-शोधामुळे लोकांशी वागण्याचा माझा दृष्टिकोन बदलला. परंतु तरीदेखील ज्या घटनांचा शोध घेतला त्यापेक्षा एखादी वेगळी घटना घडली किंवा लोकांनी चुकीचा प्रतिसाद दिला, तर मी निराश होणार नाही ना, अशी शंका कधीकधी मनाला चाटून जातेच. पण हा अध्याय वाचल्यानंतर माझा विश्वास दृढ होत चालला आहे. मी प्रत्येक पैलूवर शोध घेऊन आणि आपली मान्यकथा प्रकाशात आणून त्यापासून मुक्त होऊ शकेन, असं मनापासून वाटू लागलं आहे. उगाच दुःखावर दुःख रचून त्याचा डोंगर करणार नाही. राईचा पर्वत तर अजिबात करणार नाही.’’ महेश म्हणाला.

‘‘महेश निराश होऊन घरात बसला तेव्हा, ‘आता सगळं काही संपलं, उद्ध्वस्त झालं’ या माझ्या मान्यकथेने मला अतिशय दुःख दिलं. जर मी त्या काळात खुश राहून महेशला धीर दिला असता, तर तो नैराश्यातून लवकर बाहेर आला असता. खरंतर या घटनेला आरसा समजून मला माझी वागणूक सुधारायला हवी होती.’’ माया म्हणाली.

माया आणि महेश दोघंही आता खूप मोकळे झाले होते. त्यांच्या विचारांना, मननाला दिशा मिळत चालली होती. त्या कहाणीतील गुरूंप्रमाणे प्रत्यक्ष जीवनातही त्यांना खऱ्या गुरूची आवश्यकता आहे, असं त्यांनी हरक्युलिसला सांगितलं. जोपर्यंत योग्य गुरू मिळत नाहीत, तोपर्यंत त्यांनी ‘शोध स्वतःचा’ या पुस्तकात दिलेल्या ज्ञानालाच गुरूंची आज्ञा समजून त्यानुसार चालण्याची इच्छा प्रकट केली.

ते ऐकून हरक्युलिसला आनंद झाला. त्याने ‘शोध स्वतःचा’ या पुस्तकाच्या अनेक प्रती खरेदी केल्या होत्या. त्यातील एक प्रत माया-महेशला भेटस्वरूप दिली.

महेश आणि मायाला कौटुंबिक समस्येचं समाधान मिळालं होतं. त्यांच्या घरात पुन्हा एकदा नवचैतन्य सळसळलं. आनंदाचा महापूर आला. त्या दोघांच्या चेहऱ्यावरचा आनंद पाहून आता माझं कार्य पूर्ण झालं आहे... मला आता निघायला हवं, असं हरक्युलिस मोठ्या समाधानाने म्हणाला. तेव्हा माया आणि महेशने त्याला आणखी एक दोन दिवस थांबण्याची विनंती केली.

• • •

त्या रात्री हरक्युलिस एकटाच घराच्या गच्चीवर बसला होता... भूतकाळ हळूहळू त्याच्या डोळ्यांसमोरून सरकत होता...महेशसारखा मीदेखील शोरूममध्ये बेचैन असायचो... किती मूर्खपणा आणि चुका केल्या मी. खरंच! त्या वेळी मला योग्य मार्गदर्शन मिळालं असतं तर आज?... असं तोंड लपवून जगण्याची वेळ आली नसती...त्याच्या डोळ्यांत पाणी तरळलं आणि परमेश्वरी कृपेची जाणीव होऊन तो अचानक भानावर आला... त्याला आठवलं, कशा प्रकारे तो देवीमातेच्या दृष्टांतामुळे पुजाऱ्याकडे आला आणि जितेंद्रची समस्या सोडवताना 'शोध स्वतःचा' हे पुस्तक किती पटकन त्याच्या हाती लागलं... हरक्युलिस घडलेल्या घटनांची संगती लावत होता. त्या रात्री तो नीट झोपू शकला नाही. वारंवार ते स्वप्न... तो दृष्टांत... आठवत होता, ज्यामध्ये देवीने त्याला पुजाऱ्याला शरण जायला सांगून बारा लोकांचं जीवन बदलायला सांगितलं होतं...

विचारांच्या तंद्रीमध्ये एका विचाराने त्याला एकदम भानावर आणलं. अचानक शॉक बसल्यासारखं त्याला झालं. अरेच्च्या, जितेंद्र आणि महेशच्या ज्या समस्या सोडवण्यासाठी त्याने मदतीचा हात पुढे केला होता त्या समस्या त्याच्या स्वतःच्या पण होत्याच की! महेशला त्याच्या ऑफिसमध्ये बॉस आणि सहकर्मचाऱ्यांच्या ज्या अडचणींचा सामना करावा लागला होता, काहीशा तशाच अडचणींना तो आपल्या हाताखालील कर्मचाऱ्यांना सामोरे जायला भाग तर पाडत नाही ना? अशी पुसटशी शंकाही त्याला क्षणभर चाटून गेली. वास्तविक त्याच्या या स्वभावामुळेच त्याला बिझनेस पार्टनर आणि स्टाफ यांच्याकडून मदत मिळत नव्हती. याचा साक्षात्कार हरक्युलिसला आज झाला आणि त्याचबरोबर आश्चर्यही वाटलं. इतरांवर दबाव आणण्याची वृत्ती दूर करून, शोरूममधील वातावरण हसतं खेळतं, आनंदी ठेवण्याचा त्याने निश्चय केला. मात्र, या विचारानेच त्याच्या डोक्यावरचं ओझं कमी झाल्यासारखं वाटलं. त्याचप्रमाणे कौटुंबिक आणि व्यावसायिक समस्यांसंबंधीचा त्याचा शोध पूर्ण झाला आहे, हेदेखील समजलं.

महेशला मार्गदर्शन करण्यासाठी 'शोध स्वतःचा' या पुस्तकातून मिळालेली प्रेरणा आणि सुयोग्य व परिणामकारक शब्द मार्गदर्शनासाठी दिल्यामुळे त्याने अंतः करणपूर्वक देवीमातेचे आभार मानले. तिच्याबद्दलच्या कृतज्ञतेने त्याचं मन भरून गेलं. महेशच्या जीवनातील परिवर्तन पाहून त्याचे डोळे पाणावले. झोपण्यापूर्वी दुसऱ्या दिवशीच त्याने तिथून जाण्याचा निश्चय केला. आता लवकरात लवकर पुजाऱ्याकडे जाऊन, त्यांच्या पुढच्या आज्ञेविषयीची उत्कंठा, ओढ त्याला लागली होती. त्यांच्या आज्ञेचे पालन करून उरलेल्या दहा लोकांचं जीवन बदलण्यात सफलता मिळवायची आहे, या विचारांचा बहर त्याच्या तनामनाला प्रसन्न करून गेला.

सकाळी उठल्यावर आपला निर्णय माया आणि महेशला ऐकवला आणि त्यांचा निरोप घेऊन त्याने पुजाऱ्याकडे, मंदिराकडे प्रयाण केलं...

हरक्युलिसचं तिसरं कार्य

पुजाऱ्याने मंदिरातील संध्याकाळची पूजा-अर्चा उरकली. आता तो झोपण्याच्या तयारीत होता. पण कित्येक दिवसांपासून त्याची सुखाची झोपच हरवली होती. हरक्युलिसच्या येण्यामुळे त्याचा मादक पदार्थांचा धंदा जणूकाही ठप्प झाला होता. मादक पदार्थ मागवण्याच्या अनेक छोट्या मोठ्या वाटा पुजाऱ्याकडे होत्या. परंतु त्याचे मुख्य मदतनीस होते, 'सी-रिसॉर्ट'चे मालक भाईजी. खूप दिवसांपासून भाईजींकडून माल यायला उशीर होत होता. शिवाय, मायाकडे गेलेला हरक्युलिस केव्हाही येण्याची चिंता होती ती वेगळीच. हरक्युलिस येण्यापूर्वी माल इथे पोहोचावा, या प्रयत्नात तो होता. त्याने फोनवरून भाईजींना आपली अडचण सांगितली.

"इतकंच ना! हरक्युलिसला माझ्याकडे का नाही पाठवून देत? तुमच्याकडे माल पोहोचेपर्यंत मी त्याला आपल्या रिसोर्टमध्ये काहीतरी कारणाने गुंतवून ठेवीन. सगळं काही आलबेल झाल्यानंतरच त्याला इथून पाठवीन." भाईजींनी पुजाऱ्याला मार्ग सुचवला.

"ठीक आहे, हरक्युलिस मायाकडून आला, की त्याला ताबडतोब तुमच्याकडे पाठवून देतो." पुजारी उत्साहाने म्हणाला. पुजाऱ्याला भाईजींची ही युक्ती आवडली.

भाईजींचा फोन ठेवतो न ठेवतो तोच पुजाऱ्याच्या फोनची घंटी वाजली. या वेळी फोन मायाचा होता. मायाने पुजाऱ्याला हरक्युलिसच्या आगमनापासूनचा सगळा किस्सा

शोध स्वतःचा □ ७८

सुनावला. त्याच्याबाबत किती बोलू आणि किती नको, असं झालं होतं तिला. त्याचे कौतुक करताना ती स्वतःला थांबवू शकत नव्हती, की दमत नव्हती. महेशच्या हृदय-परिवर्तनाचं सारं श्रेय तिने हरक्युलिसला दिलं होतं. हरक्युलिस आज सकाळच्याच बसने निघाला आहे, तेव्हा उद्या तो पोहोचेलच असंही मायाने सांगितलं.

● ● ●

प्रातर्विधी आटोपून पुजारी पूजेसाठी देवळात आला. पाहतो तर काय, हरक्युलिस त्याच्या आधीच बॅग घेऊन हजर! हरक्युलिसचा आनंदाने ओतप्रोत भरलेला चेहराच जणू त्याची यशोगाथा सांगत होता. हरक्युलिसने पुजाऱ्याला वाकून प्रणाम केला.

पुजाऱ्याच्या मनात हरक्युलिसबद्दल सुखद भावनांचा उदय झाला आणि का होऊ नये? त्याच्या बहिणीला हरक्युलिसने मोठ्या संकटांतून बाहेर काढलं होतं. पुजाऱ्याने मनापासून त्याला आशीर्वाद दिला आणि दोघे ओसरीवर बसून गप्पा मारू लागले.

''कालच मायाने फोन करून तुझ्या येण्याची खबर दिली होती. तू तिच्या घरातील समस्या कशा प्रकारे सोडवलीस हे सांगताना तिच्या आनंदाला पारावार उरला नव्हता. महेश पुन्हा एकदा ऑफिसला जायला लागल्यामुळे माया भलतीच खुश झाली आहे. त्यासाठी ती तुला खूप धन्यवाद देत होती.''

''देवीमातेच्या आशीर्वादाने हे शक्य झालं. नाहीतर माझ्यात इतकी कार्यकुशलता कुठून?'' विनम्रतापूर्वक हरक्युलिस म्हणाला.

'देवीमातेचा आशीर्वाद... !' हे शब्द ऐकल्यावर पुनश्च पुजाऱ्याच्या मनात ईर्षा निर्माण झाली. देवीमातेच्या आशीर्वादामुळे हरक्युलिसचं प्रत्येक काम सफल कसं होतं, याचंच कोडं त्याला पडलं. तो काही क्षण विचारमग्न झाला.

तितक्यात हरक्युलिसने त्याला मायाने भेट दिलेली मिठाई दिली. पुजाऱ्याने मिठाई घेताना विचारलं, ''जर मी तुला उद्या पुन्हा एखाद्या कामासाठी बाहेर पाठवलं तर तू जाण्यासाठी तयार आहेस?''

इतक्या लवकर त्याच्यावर तिसरं कार्य सोपवलं जाईल याचा हरक्युलिसने स्वप्नातदेखील विचार केला नव्हता. त्याने ताबडतोब होकार दिला.

हरक्युलिसचा होकार ऐकून पुजाऱ्याला मनातल्या मनात आनंदाच्या उकळ्या फुटल्या. 'कोणत्या मातीपासून बनला आहे हा? तक्रार नाही, आळस नाही, थकवा

शोध स्वतःचा ❑ **७९**

नाही, कोणताही बहाणा नाही... माझा प्रत्येक आदेश मानण्यासाठी सदैव तत्पर असतो! आपल्या पश्चात्तापासाठी इतकं समर्पण...!'

हरक्युलिसबद्दल मनात येणाऱ्या या सकारात्मक भावनांना पुजाऱ्याने लगेचच झटकून टाकलं. हरक्युलिसला लवकरात लवकर भाईजींकडे पाठवायचं होतं. पुजारी त्याला म्हणाला, ''तू आता आराम कर, रात्री गप्पा मारू.''

''ठीक आहे'' असे म्हणून हरक्युलिस आपल्या खोलीकडे गेला. खोलीत जाऊन तो झोपतो न झोपतो तोच त्याच्या जुन्या आजाराच्या विळख्यात पुन्हा एकदा अडकला. अचानक त्याचं डोकं जड झालं, भयंकर दुखू लागलं. वेदनेनं तो कण्हू लागला. मायग्रेनचा आजार त्याच्यासाठी खूप मोठी समस्या होती. त्याने डोक्याला बाम लावला. तो चोळता चोळता त्याला काळजी वाटू लागली. 'माहिती नाही आता कोणत्या अडचणींचा सामना करावा लागणार आहे.' असा विचार मनात येताच तत्क्षणी त्याच्या आतून आवाज आला, 'सगळं काही ठीक होईल.' अंतरंगातल्या आवाजाचा निर्णय हाच अंतिम निर्णय मानणाऱ्या हरक्युलिसला आता शंकेचं काही कारणच शिल्लक नव्हतं...

पुजारी मनातून खूपच खुश होता. आता त्याची सगळीच काळजी मिटली होती. काही दिवस का होईना तो निर्धोकपणे त्याचा व्यवसाय करू शकणार होता. त्या आनंदातच रात्रीच्या जेवणाच्या वेळी हरक्युलिसबरोबर त्याच्या गप्पा सुरू झाल्या. ''इथून पाचशे किलोमीटर अंतरावर मीरामा नावाचा समुद्रकिनारा आहे. तिथे खूप मोठ्या संख्येने पर्यटक येत असतात. समुद्रकिनारी एक आलिशान रिसॉर्ट आहे आणि त्याचे मालक भाईजींशीही माझी ओळख आहे. सगळ्यात महत्त्वाचं म्हणजे ते देवीमातेचे भक्त आहेत. शिवाय त्यांनी आपल्या मंदिराच्या जीर्णोद्धारासाठी खूप दान दिलं आहे. त्यांच्याकडे तुला काही दिवस जाऊन राहायचं आहे.'' पुजारी म्हणाला.

ज्यांच्याकडे आपल्याला जायचं आहे ते देवीमातेचे भक्त आहेत हे ऐकून हरक्युलिसला समाधान वाटलं, थोडा दिलासा मिळाला. पण त्यांच्याकडे का जायचं, याचं मात्र त्याला कुतूहल वाटलं. त्याने प्रश्नार्थक चेहऱ्याने पुजाऱ्याकडे पाहिलं.

''अरे! ते खूप मोठे व्यापारी आहेत. त्यांच्याबरोबर काम करता-करता तू बरंच काही शिकशील. त्यांचा सहवास तुला लाभतोय ही खरंतर खूप मोठी आणि दुर्मिळ संधी आहे तुझ्यासाठी. तिचा फायदा तू अवश्य घे. भाईजींची इच्छा असेल तोवर तू तिथेच राहा.''

''जसं तुम्हाला योग्य वाटतं. मी उद्याच तिकडे जाण्यासाठी निघतो.'' पुजाऱ्याचं बोलणं शिरसावंद्य मानून हरक्युलिस म्हणाला.

''अरे, तू आजच आला आहेस. दमला असशील. थोडी विश्रांती घे. दोन-तीन दिवसांनंतर गेलास तरी चालेल.'' खोटी सहानुभूती दाखवत पुजारी म्हणाला.

''ठीक आहे. आपण म्हणाल तसं.''

या दोन दिवसांमध्ये हरक्युलिसने आपल्या डोकेदुखीवर जेवढे म्हणून शक्य होते तेवढे सगळे घरगुती उपचार केले आणि काय आश्चर्य दोन दिवसांतच तो ठणठणीत बरा झाला. तिसऱ्या दिवशी पहाटे पाचच्या बसने हरक्युलिस मीरामा बीचकडे निघाला. तिथे जाऊन नक्की काय करायचं आहे, हे त्याला अजूनही समजत नव्हतं. परंतु देवीमातेने सांगितल्यानुसार तिसरं कार्य पूर्ण करायचं आहे, या एकाच गोष्टीचा ध्यास त्याला लागला होता आणि त्याचा मनापासून आनंदही होत होता. त्याचबरोबर समुद्रकिनाऱ्यावरील नैसर्गिक सौंदर्याची कल्पनादेखील त्याला खुणावून बोलावत होती, प्रसन्न करत होती.

प्रवासादरम्यान हरक्युलिस विचारमग्न होता. इतक्या दिवसांत प्रत्येक कामाने त्याला समाधानच दिलं होतं. आपल्याला जी समज मिळाली, ती अधिकाधिक लोकांपर्यंत कशी पोहोचवावी, हेच विचार आजकाल त्याच्या मनात वरचेवर घोळत असायचे.

वाटेत अनेक प्रवाशांना घेत-सोडत दुपारी एक वाजता बस जेवणासाठी एके ठिकाणी थांबली. जेवणानंतर सर्व प्रवाशांसह बस मार्गस्थ झाली...

मनन, मौन आणि प्रार्थना करत असताना संध्याकाळ केव्हा झाली ते त्याला समजलंच नाही. मौनाच्या अथांग सागरात समाधी लावलेल्या हरक्युलिसची नजर सहजपणे खिडकीबाहेर गेली. संध्याकाळचं वातावरण मनाला खूपच हुरहूर लावणारं होतं. आकाशात सर्वदूर आपली लालिमा पसरवत सूर्य हळूहळू अस्ताला जात होता. त्या नयनरम्य दृश्याने काही काळ हरक्युलिसला आपल्या विचारांचाही विसर पडला.

रात्री बरोबर आठ वाजता बस इच्छित स्थळी पोहोचली. दहा मिनिटांत तो रिसॉर्टच्या दाराजवळ होता. रिक्षातून उतरल्यानंतर पैसे देत, एका नवीन आव्हानाला सामोरं जाण्यासाठी त्याने पाऊल उचललं...

आत जाताच रिसॉर्टच्या भव्यतेमुळे त्याचे डोळे दीपले. मोठमोठे रंगीबेरंगी झुंबर सर्वांचं लक्ष वेधत होते. रिसेप्शन काउंटरवर त्याने आपला परिचय करून देत भाईजींना

भेटण्याची परवानगी मागितली. रिसेप्शनिस्टने फोन करून हरक्युलिस आल्याचं सूचित केलं आणि त्याला थोडा वेळ बसायला सांगितलं.

हरक्युलिस सोफ्यावर बसून रिसॉर्टचे निरीक्षण करू लागला. रिसॉर्ट खूप मोठ्या, विस्तृत परिसरात वसलेलं होतं. एकाच जागी बसून चौफेर नजर फिरवणंही त्याला अशक्य होतं. सभोवताली असलेली वेगवेगळी फुलझाडं, रंगीत कारंजी आणि रोषणाईने रिसॉर्टच्या देखणेपणात भरच घातली होती. लोकांच्या मनोरंजनासाठी इथे वेगवेगळी साधनंदेखील उपलब्ध होती. एकूणच मनाला मोहवून टाकेल, असं प्रसन्न वातावरण होतं.

दहा मिनिटे थांबल्यानंतर हरक्युलिसला समोरून भाईजी येताना दिसले. सूट-बुटामध्ये असलेलं त्यांचं उंचपुरं व्यक्तिमत्त्व पाहून तो उभा राहिला. भाईजींचा सावळा रंग आणि दाट काळ्या मिशा जणूकाही त्यांच्या भारदस्त व्यक्तिमत्त्वात भरच घालत होत्या. हरक्युलिसजवळ येऊन ते त्याच्या शेजारी सोफ्यावर बसले. मैत्रीपूर्णरीत्या हरक्युलिसकडून त्याची माहिती मिळवून त्यांनी पुजाऱ्याची चौकशी केली. ते हरक्युलिसला म्हणाले, ''उद्या सकाळी १० वाजता आपण आरामात गप्पा मारूया. आता तू जेवण करून हॉटेलमध्ये छानपैकी आराम कर.''

• • •

सकाळी पक्ष्यांच्या किलबिलाटाने हरक्युलिसला जाग आली. अंघोळ वगैरे उरकून ताजातवाना झाल्यावर तो रिसेप्शनपाशी गेला आणि सोफ्यावर बसून भाईजींची प्रतीक्षा करू लागला. बरोबर दहा वाजता भाईजी आले आणि हरक्युलिसजवळ येऊन बसले.

''गुड मॉर्निंग! झोप चांगली झाली की नाही? कशी वाटली ही जागा?'' भाईजींनी गप्पांना सुरुवात केली.

''खूपच सुंदर आहे. तुम्ही ती छान जोपासलीही आहे. परंतु मला इथं नक्की काय करायचं आहे?'' असे म्हणत हरक्युलिस आपली उत्सुकता लपवू शकला नाही...

''हॉटेलचा इलेक्ट्रॉनिक्स मेन्टेनन्स मॅनेजर काही दिवसांसाठी सुट्टीवर गेला आहे आणि तू तर या कामामध्ये कुशल आहेस. तेव्हा आजपासून हॉटेलमधील सगळ्या उपकरणांच्या देखरेखीची जबाबदारी मी तुझ्यावर सोपवत आहे. जुन्या उपकरणांची काळजी आणि नवीन उपकरणांच्या खरेदीची जबाबदारी या सगळ्याची व्यवस्था तुला करायची आहे.'' छद्मी हसत भाईजी म्हणाले.

शोध स्वतःचा ❑ ८२

"माझ्याबद्दल पुजारींनी खूप काही सांगितलेलं दिसतंय... ठीक आहे, आपण सांगत आहात म्हणून मी ही जबाबदारी स्वीकारायला तयार आहे." हरक्युलिस स्वीकार करत म्हणाला.

"मेटेनन्सचे काम तुला दिवसा करता येईल. संध्याकाळी इथे येणाऱ्या पर्यटकांसाठी सांस्कृतिक व मनोरंजनाचे कार्यक्रम होतात. तुझ्यामध्ये जर काही कलागुण असतील, तर त्याला वाव मिळावा, यासाठी या संधीचा पुरेपूर फायदा घे. आज दिवसभर तू येथील कार्यक्रम पाहा. तुला कोणत्याही प्रकारची आवश्यकता किंवा समस्या असेल, तर मला सांगू शकतोस." असं म्हणत भाईजी हसत तेथून निघून गेले.

हॉटेल केवळ बंद दरवाजांपर्यंत मर्यादित नव्हतं, तर मोकळ्या आकाशाखाली, ताजी हवा खाण्यासाठी पर्यटक तेथे येत असत. वेगवेगळे खेळ आणि समुद्राच्या लाटांचा मनमुराद आनंद घेत गार्डन रेस्टॉरंटची मजा लुटत होते. निसर्गाच्या सान्निध्यात राहिल्यामुळे मोठ्या माणसांमध्येही बालसुलभ वृत्ती जागी होते. शनिवार-रविवार तर इथे खूपच गर्दी असायची. एक ना अनेक विविध मनोरंजनाची साधनं त्याठिकाणी उपलब्ध होती. जागोजागी लहान लहान झोपड्या बनवलेल्या होत्या... कुठे जादूचे प्रयोग, तर कुठे कठपुतळ्यांचा खेळ... काही ठिकाणी मेंदी काढली जात होती... कुठे उंटाच्या सफारीचा आनंद घेतला जात होता... कुठे घोडागाड्या धावत होत्या...

हरक्युलिस या नवीन वातावरणामध्ये पूर्ण समरस झाला होता. एका वेगळ्याच आनंदात तो वावरत होता. या दोन-तीन दिवसांमध्ये हरक्युलिसने, दररोज रात्री आठ वाजता काही तरुण-तरुणींचा एक समूह येतो व हॉटेल बंद होईपर्यंत गप्पागोष्टी करत बसतो हे पाहिलं. गप्पा मारता मारता मध्येच अचानक ते लोक गंभीर होत. रोजप्रमाणे आजही तो समूह गप्पांमध्ये रमून गेला होता. त्यांच्या हावभावावरून कोणत्यातरी गंभीर विषयावर चर्चा चालली आहे, हे समजत होतं. तेवढ्यात वेटर त्यांची ऑर्डर घेण्यासाठी टेबलाजवळ पोहोचला. अचानक ते सगळे वेटरबरोबर भांडायला लागले आणि त्याला नाही नाही ते ऐकवू लागल्याचं हरक्युलिसने बघितलं.

ते दृश्य पाहून हरक्युलिसच्या मनात विचार आले, या तरुण पिढीला अंधकारातून प्रकाशात आणणं किती जरुरीचं आहे. थोडा विचार करून तो तिथे गेला आणि भांडण मिटवलं. नंतर शांतपणे म्हणाला, "जवळजवळ दररोज मी तुम्हाला पाहतो. तुम्हा सर्वांना एकत्र पाहून मलाही तुमच्या ग्रुपमध्ये यायची उत्सुकता वाटू लागली आहे. तेव्हा मी तुमच्या ग्रुपमध्ये आलो तर चालेल का?"

सगळे मित्र एकमेकांच्या चेहऱ्याकडे पाहत बसले. त्यांना समजेना, काय उत्तर द्यावं? हरक्युलिसने वेटरबरोबर झालेला वाद मिटवण्यासाठी त्यांना मदत केल्यामुळे त्यांच्या मनात त्याच्याविषयी सद्‌भावना जागली होती. त्यांनी हरक्युलिसला आपल्या ग्रुपमध्ये बसायची परवानगी दिली.

''माझं नाव हरक्युलिस. मी तुमच्या या शहरात पाहुणा आहे. काही कारणांमुळे इथे थोड्या दिवसांसाठी राहायला आलो आहे.'' हरक्युलिसने आपली संक्षिप्त ओळख करून दिली.

सगळे हरक्युलिसचं बोलणं लक्षपूर्वक ऐकत होते...

''मला तुम्हा सर्वांची नावं माहिती करून घ्यायची आहेत.'' हरक्युलिसने हळूच त्यांच्याकडे मैत्रीचा हात पुढे केला.

''हो! मी आलोक, हा अंगद, पूजा आणि ही जेसिका. आम्ही जवळ जवळ रोजच सगळे इथे येत असतो. मी आणि पूजा मॅनेजमेंटचे विद्यार्थी आहोत. अंगद व जेसिका अजूनही नोकरीच्या शोधात आहेत. आम्ही इथे एकत्र येऊन आमची सुख-दुःख एकमेकांबरोबर वाटत असतो.'' अलोक सगळ्यांचा परिचय करून देत म्हणाला.

''तुम्हा सगळ्यांना भेटून आनंद झाला. आता आपण असेच वरचेवर भेटत राहू आणि सुख-दुःखापलीकडे असलेलं खुशीचं रहस्यदेखील जाणून घेऊ'' असं म्हणून, सगळ्यांना आश्चर्यचकित अवस्थेत सोडून हरक्युलिस तिथून त्वरित बाहेर पडला.

रात्री भोजनानंतर हरक्युलिसने बॅगेत मोठ्या आदरपूर्वक ठेवलेलं 'शोध स्वतःचा' पुस्तक बाहेर काढलं आणि तन्मयतेने तो ते वाचू लागला. जसजसे हरक्युलिसचे ज्ञानचक्षू उघडत होते, तसतशी त्या पुस्तकाची किंमत पवित्र ग्रंथाच्या रूपात समोर येत होती. लोकांना त्यांच्या समस्यांमधून बाहेर काढणे ही आपली नैतिक जबाबदारी आहे, असं त्याला वाटू लागलं होतं. त्या व्यतिरिक्त त्याचा स्वतःचा दृष्टिकोनही व्यापक होत चालला होता.

॥ ११ ॥

रोज सकाळी हरक्युलिस समुद्रकिनाऱ्यावर फिरायला जाऊ लागला. समुद्रापलीकडून हळूहळू वर येणारा लालभडक तेजोगोल पाहिल्यावर तो आनंदाने भरून यायचा. सूर्योदयाच्या आणि सूर्यास्ताच्या नैसर्गिक क्रियेला तो मानवाच्या जीवनाच्या सुख-दुःखाशी जोडत होता.

रात्री ठीक आठ वाजता जिथे ग्रुप बसला होता त्या रिसॉर्टच्या 'यंग हट' नावाच्या ठिकाणी हरक्युलिस पोहोचला, कालच तो त्या ग्रुपला भेटला होता.

"हॅलो! कसे आहात तुम्ही?" हरक्युलिसने मोठ्या उत्साहाने विचारले. त्या सगळ्यांनी हरक्युलिसचे हसून स्वागत केलं आणि त्याला बसण्यासाठी आग्रह केला. कालच्या त्या वेटरच्या घटनेमुळे हरक्युलिसबद्दल त्यांच्या मनात प्रेमाची भावना, जवळीक निर्माण झाली होती.

"तुमच्या देहबोलीवरून तुम्ही इतरांना मदत करण्यासाठी सदैव तत्पर असता हे जाणवतं. मी तुम्हाला माझी एक अडचण सांगू शकतो का?" अंगद सुरुवात करत म्हणाला.

"का नाही? सांग ना!" हरक्युलिस होकार देत म्हणाला.

"गेल्या दोन वर्षांपासून मी नोकरीसाठी अथक परिश्रम करतोय. परंतु अजूनही यश मिळत नाहीये. सफलता माझ्या हातात येतायेताच निसटून जाते. तुम्हाला ताबडतोब कॉल देण्यात येईल, असं कधी मला सांगण्यात येतं. पण ऐनवेळी शिफारस केलेल्या दुसऱ्याच एखाद्या उमेदवाराची निवड करण्यात येते. इकडे, घरचे लोकदेखील माझी परिस्थिती समजून घेत नाहीत आणि उलट मलाच ते दोषी ठरवतात. दोन्हीकडून माझ्यावरच अन्याय होतो आहे. माझ्या मोठ्या भावाला गलेलठ्ठ पगाराची नोकरी असल्यामुळे आता हळूहळू माझी त्याच्याशी तुलना करायला सुरुवात झाली आहे. घरातील निर्णय घेताना नेहमीच माझी उपेक्षा केली जाते. भावाच्या मित्रांचं आदरातिथ्य केलं जातं, तर माझ्या मित्रांचा उपहास! या सगळ्यांमुळे मी खूपच त्रासलो आहे. मी माझ्या आयुष्यातला सगळा आनंद गमावून बसलो आहे, असंच वाटतंय. तेव्हा तुम्ही या गोष्टीवर काही उपाय सुचवाल का?"

"त्यासाठी स्वतःच्याच विचारांचा खोदून-खोदून शोध घ्यायला पाहिजे." हरक्युलिस विचार करून म्हणाला.

"तो कसा?" अंगदने विचारलं.

"त्यासाठी काही गोष्टी समजून घ्याव्या लागतील. जगामध्ये दुःख नसून जगाकडे पाहताना आपल्या मनात येणाऱ्या विचारांमध्ये दुःख आहे. जीवनात घडणाऱ्या घटना, विचार, तर्क यांच्यावर जेव्हा आपण स्टॅम्पिंग करतो, त्यांना खरं मानतो, तेव्हा आपले विचार त्याच पद्धतीने जोपासले जातात. कित्येक पटींनी वाढतात. यासाठी सर्वप्रथम

शोध स्वतःचा ❏ ८५

आपल्याला घटनांवर शिक्कामोर्तब करणं सोडून दिलं पाहिजे. स्टॅम्पिंग करणे म्हणजे शिक्का मारणे, एखादी घटना पाहताक्षणी मनात येणाऱ्या विचारांना खरं मानणं. जसं, आता तू म्हणालास, 'नोकरी न मिळाल्यामुळे मी माझी सगळी खुशी गमावून बसलो आहे.' हे तुझ्याकडून करण्यात आलेलं एक प्रकारचं शिक्कामोर्तब आहे.''

''अच्छा! असं आहे तर!'' आश्चर्याने अंगद म्हणाला.

''खरंतर आत्तापर्यंत आपण काहीही गमावलेलं नाही आणि कधी गमावू शकणारही नाही. उलट आपल्या बाबतीत जे घडत आहे त्याची आत्ता तुम्हाला आवश्यकता आहे. 'धीस इज दॅट व्हॉट यू नीड – हे ते आहे ज्याची तुम्हाला नितांत गरज आहे' ही सगळ्यात महत्त्वपूर्ण समज आहे. ती लवकरात लवकर समजून घेण्याचा प्रयत्न केला, तर तुमच्या जीवनात कधीही उदासी, नैराश्य किंवा नाराजी येणार नाही.''

''म्हणजे नोकरी न मिळणे ही माझी आजची आवश्यकता आहे?'' अंगदने आश्चर्याने विचारलं.

''हो, कदाचित भविष्यात तुला चांगली नोकरी मिळणार असेल, ज्याची तू आतुरतेनं वाट पाहत आहेस. पण नोकरी मिळेपर्यंत इतर काही शिकून तुझ्या क्षमतांचा विकास नक्कीच करू शकतोस. कारण जे शिकशील ते भविष्यात पदोन्नतीसाठी तुला उपयोगी ठरेल. अशा प्रकारे मनन केल्यावर अशी अनेक उत्तरे मिळतील, त्यामुळे तुझ्या लक्षात येईल, नोकरी न मिळणे ही आजची तुझी आवश्यकता आहे.''

''अच्छा, अशा प्रकारेदेखील विचार केला जाऊ शकतो तर. या गोष्टीवर थोडा आणखी प्रकाश टाकू शकता?'' अंगदने विचारले.

''एका मुलाला त्याचे वडील दररोज जबरदस्तीने कारले खायला घालायचे. हे पाहून जर कोणी विचार केला, अरेरे, ते मुलावर किती अत्याचार करत आहेत! पण मुलाला कोणता आजार आहे, हे लोकांना ठाऊक नाही आणि त्या आजारावर कारले खाणे हाच एकमेव इलाज आहे, हे फक्त वडिलांनाच माहिती आहे. कारले खाताना मुलाचा वाकडातिकडा होणारा चेहरा पाहून कोणालाही वाटेल, हा त्या मुलावर होणारा अन्याय आहे. परंतु प्रत्यक्षात मात्र तसं असतं का? नाही. त्यामुळे आपल्याबाबतीतही जे घडत आहे, त्याची त्या क्षणांना आवश्यकता आहे, ही समज ठेवावी.''

''अंगद, या उदाहरणावरून तुझ्या लक्षात आलं असेलच 'निव्वळ नोकरी न मिळाल्यामुळे माझ्यावर अन्याय झाला आहे,' असा विचार करणं म्हणजे स्वतःकडून चुकीचं स्टॅम्पिंग करण्यासारखं आहे.''

सगळ्यांनी माना हलवून हरक्युलिसला मूकपणे संमती दिली. या नवीन विचारधारेमुळे सर्व जण प्रभावित झाले होते. हरक्युलिस पुढे म्हणाला.

"कोणतीही घटना पाहून, तिच्याविषयी पूर्ण माहिती नसल्यामुळे आपण ताबडतोब स्टॅम्पिंग करतो आणि दुःख भोगतो. पण सत्य ज्ञात होताच आपण विचार करतो 'अरे! त्या वेळी मला इतकं व्याकूळ होण्याची आवश्यकताच नव्हती. वास्तविक ही जाणीव तुम्हाला सत्य समजल्यानंतर होते. परंतु तोपर्यंत तुम्ही जे तथाकथित दुःख भोगलेलं असतं, त्याचं काय?"

"तथाकथित दुःख?" अलोकने विचारलं.

"हो, तथाकथित दुःख. कारण सत्य जाणल्यानंतर दुःख, दुःखच राहात नाही. आता कोणतीही घटना, गोष्ट, विचार किंवा दृश्य यावर स्टॅम्पिंग करण्यापूर्वी काही क्षण थोडं थांबायचं आहे, शोध घ्यायचा आहे. जे दिसतंय त्याला ताबडतोब खरं मानायचं नाही."

"परंतु घरातले मला नेहमीच टोमणे मारतात, कुत्सितपणे बोलतात त्याचं काय? हेदेखील स्टॅम्पिंगच आहे का?"

"माझ्याबाबतीत अमुक-अमुक घडत आहे, असं म्हणत अनवधानाने ईश्वराकडून तुम्ही जुन्याच गोष्टी मागत असता. जेव्हा त्या मागण्या पूर्ण होतात तेव्हा 'पाहा! मी म्हटलं नव्हतं का असंच घडेल... अगदी तस्सच घडलं.' अशा प्रकारे फुशारक्या मारून नकळत स्वतःला सिद्ध करण्यासाठी पूर्वीच्याच मागण्यांची उजळणी होत राहते. परंतु शोध घेतल्यानंतर आपल्या जीवनात सर्वोत्तम गोष्टी येत आहेत, हे आपल्याला समजेल. कारण आता तुम्ही जुन्या, चुकीच्या मागण्या बंद केल्या आहेत. तुमच्याबरोबर अन्याय झाला आहे, हे सिद्ध करणं बंद केलं आहे."

"म्हणजे मला घरातले कायम टोमणे मारतात, असं म्हणून मी माझंच खरं हे सिद्ध करू पाहतोय आणि जुन्या मागण्या पुन्हा मागतोय?" अंगदने आश्चर्याने विचारले.

"हो काहीसं असंच आहे. कोणीही जाणूनबुजून असं करत नाही. परंतु, नकळत तुम्ही निसर्गनियमांच्या विरुद्ध विचार करू लागता, तेव्हा तोदेखील त्याचे काम करतो. जर छोट्या मुलाने आगीला स्पर्श केला, तर नियती कधी असं म्हणत नाही, हा तर छोटा मुलगा आहे... त्याचा हात जाळायला नको... छोटा असो किंवा मोठा, आगीमध्ये हात घातला तर तो जळणारच. त्याचप्रमाणे आपणदेखील नकारात्मक गोष्टींविषयी

नकळत निसर्गनियमांविरुद्ध मनन करत राहता आणि निसर्गाचा नियम आहे, 'हा अमुक-अमुक विचार करत आहे, तर त्याची इच्छा पूर्ण करूया' त्याला 'तथास्तू' म्हणूया. आपले विचार म्हणजे ऊर्जेची गाठोडी असतात आणि आपण ती बाह्य जगात पाठवीत असतो. याचाच अर्थ आपण बाहेर जे काही पाठवतो ते कुठल्या न कुठल्या प्रकारे पुन्हा आपल्याकडे परत येतं. आपण मनात जर अभावाचा विचार करीत राहिलो, तर आयुष्यात केवळ अभावच निर्माण होतो. सतत भयप्रद विचार करत राहिलो, तर प्रत्यक्षात भयजनक परिस्थिती निर्माण होते. अशा प्रकारे नकळत आपण चुकीच्या गोष्टींना जीवनामध्ये आकर्षित करतो.''

''आपल्यावर काही ना काही अन्याय होत आहे, असं प्रत्येकाला नेहमी वाटत असतं. आता आपण सर्वांनी अन्यायावर शोध घ्यायचा आहे. रोज थोडावेळ आमच्याबरोबर बसून आपण आम्हाला मदत कराल का?'' अलोकने विनम्रतेनं विचारलं.

''हो, का नाही? आपण एक-एक करून सर्वांच्या समस्यांवर विचारविमर्श करूया. तुमच्यावर कोणता अन्याय झाला आहे, हे उद्या तुमच्याकडून जाणून घेईन. चला, आता खायला मागवा. नाहीतर हॉटेल बंद होण्याची वेळ होईल.''

''आम्ही इथे जेवण करूनच येत असतो. येथे आल्यावर फक्त चहा किंवा कॉफीच मागवतो.'' अलोक म्हणाला.

''आज तर खाण्याचा आनंद लुटा...'' असं म्हणत हरक्युलिस हसत तेथून निघून गेला. सर्वांनी आनंदाने जेवण केलं आणि आपापल्या घरी परतले...

● ● ●

रात्री आपल्या खोलीत हरक्युलिसने 'शोध स्वतःचा' या ग्रंथातून अन्यायावर स्पष्ट संदेश देणारा अध्याय वाचला. जेणेकरून दुसऱ्या दिवशी त्याला अलोकच्या समस्यांवर मार्ग शोधून काढायचा होता.

सकाळी उठून नेहमीप्रमाणे तो समुद्रकिनारी फिरायला गेला. आजकाल स्वतःमधील बदलांमुळे तो खूप आनंदित होता आणि ही गोष्ट त्याच्यासाठी कुठल्याही आश्चर्यापेक्षा कमी नव्हती. आता तो कायम शांत व संयमित राहू शकत होता. योग्य वेळी योग्य उत्तरं त्याला सुचत होती. याचाच अर्थ ईश्वरीय समज त्याच्यामध्ये उतरायला सुरुवात झाली आहे, हे त्याला प्रकर्षानं जाणवलं.

रात्री आठ वाजता हरक्युलिस यंगहटपाशी पोहोचला. सगळे जण कॉफी पीत त्याचीच वाट पाहत होते. हसून अभिवादन करून तो खुर्चीवर बसला.

अलोकने कॉफीचा एक कप हरक्युलिसकडे सरकवला.

''आता सांग, अलोक तुझ्यावर काय अन्याय झाला?'' कॉफीचा घोट घेत हरक्युलिस म्हणाला.

''आमच्या कॉलेजचे प्राध्यापक खूपच पक्षपाती आहेत. ते आपल्या आवडत्या विद्यार्थ्यांना उच्च श्रेणी देतात आणि माझा परफॉरमन्स चांगला असूनही मला निम्न श्रेणी देऊन अन्याय करतात. या सर्व गोष्टींमुळे मला अतिशय त्रास होतो. तुम्ही याबद्दल काय सल्ला द्याल?''

''सगळ्यात महत्त्वाचं म्हणजे काल मी तुम्हाला शोध घेण्याविषयी सांगितलं होतं, त्यावर तुम्ही मनन-चिंतन केलं का?'' हरक्युलिसने कोणताही सल्ला देण्यापूर्वी सगळ्यांना प्रतिप्रश्न केला.

''काल तुम्ही सांगितल्याप्रमाणे माझ्यावर झालेल्या अन्यायाचा मी शोध घेतला, परंतु तुम्ही आणखी काही उदाहरणं देऊन हे स्पष्ट करू शकाल का?'' अंगद म्हणाला.

''हो. उदाहरणं तर मी नक्कीच देईन. परंतु त्यापूर्वी सर्वांचे विचार मला ऐकायचे आहेत.''

''ठीक आहे. मननातून ज्या गोष्टी समोर आल्या, त्या मी तुम्हाला सांगतो. नंतर आम्हाला तुमच्याकडून अलोकच्या समस्येवर उत्तर ऐकायचं आहे.''

''हरक्युलिस, इंटरव्ह्यूसाठी मी सगळ्यात योग्य उमेदवार आहे, हे खरं आहे का? कारण माझ्यापेक्षा इतर योग्य उमेदवार असू शकतात. एखाद्याची निवड ही माझ्यासाठी अन्याय आहे, तर त्याच्यासाठी न्याय. मग सत्य नेमकं काय आहे? घटना अन्यायकारक आहे की माझा दृष्टिकोन?... एक नोकरी जर मला मिळाली नाही तर पुढच्या सगळ्या शक्यता थोड्याच दुरावतात... भारतात वाढणारी बेरोजगारी आणि मंदीच्या परिस्थितीमध्ये मला नोकरी मिळण्याची शक्यता किती कमी आहे, कदाचित हाच विचार मला नोकरीपासून दूर तर ठेवत नाही ना?''

''तुझे विचार योग्य दिशेने आहेत.'' हरक्युलिसने आश्वासक भाष्य केलं.

''घरातले लोक जर माझ्याबरोबर अशा पक्षपातीपणाने वागतात, तर त्यांचा

शोध स्वत:चा ❑ ८९

उद्देश वाईट कसा असू शकतो?... बहुधा मुलाविषयीच्या चिंतेतून ते असे वागत असावेत... नोकरी मिळत नाही या विचाररूपी चोरानेच माझ्यामध्ये शिरकाव केला नाही ना? ज्यामुळे मी त्यांच्याशी नीट बोलूही शकत नाही... नोकरी न मिळाल्यामुळेच माझ्यात नकारात्मक भावना अधिक संवेदनशील झाल्या होत्या. त्यामुळे त्या गोष्टी वारंवार त्रासदायक ठरत होत्या. पूर्वी कधी असं होत नव्हतं. पण आता या गोष्टीवर मनन करून माझ्या दृष्टिकोनात खूप बदल झाला आहे.'' अंगद खुश होत म्हणाला.

''माझ्या समस्येवर कशा प्रकारे शोध घ्यायचा यावर, कृपया तुम्ही मार्गदर्शन करा.'' मोठ्या उतावीळपणे अलोक म्हणाला.

''ठीक आहे, या कहाणीद्वारे आपण समजून घेऊया. आपला स्वतःचा शोध कशा प्रकारे करायचा...

''एक राजा होता. त्याच्या राज्यात सगळ्यांना न्याय मिळावा, असं त्याला मनोमन वाटायचं. त्यामुळे तो आपल्याच राज्यात वेश बदलून लोकांवर नजर ठेवायचा. त्याच्या राज्यात चोर-लुटारू फिरत असतात आणि ते लोकांच्या घरी दरोडा घालून त्यांची सगळी संपत्ती लुटून नेतात, असं एकदा त्याला समजलं. राजाने त्यांना पकडून तुरुंगात टाकलं तेव्हा कुठे प्रजेची सुटका झाली. रात्री फिरत असताना त्याने अनेक गरीब लोकांना व संन्याशांना पाहिलं, त्यांच्या तक्रारी जाणून घेतल्या. अशा प्रकारे शोध घेतल्यानंतर प्रजेच्या प्रत्येक अडचणी, दुःख-त्रास राजाला दूर करता आले.''

''तुमचा इशारा आमच्या लक्षात आला.'' अंगद हसत म्हणाला.

कहाणीचा खुलासा करून हरक्युलिस म्हणाला, ''कहाणीमध्ये राजा म्हणजे आपण. आपल्याला आपल्या मनाच्या राज्यात फिरून जखमी विचाररूपी चोर-डाकूंना शोधून काढायचं आहे. अगदी त्या विचारांच्या मुळापर्यंत जायचं आहे. विचारांच्या तळाशी जाताच सर्वत्र सुख-समृद्धी आणि शांती प्रस्थापित होईल. त्या राजाप्रमाणे जर तुम्हीदेखील न्यायप्रिय असाल, तर हे काम ताबडतोब सुरू करा. आपल्या अंतरंगात डोकावून पाहा. आतील कोणत्या जखमी विचारांभोवती तुम्ही फिरत आहात. कोणते विचार तुम्हाला त्रासदायक ठरतात, याचा शोध घेण्यासाठी त्यांच्या मुळापर्यंत जायचं आहे. अन्यायाचे विचार येताच ताबडतोब स्टॅम्पिंग करायचं नाही. त्यामागे कोणत्या चुकीच्या धारणा लपलेल्या आहेत, याचा शोध घ्यायचा आहे. तेव्हाच त्या लक्षात येतील.''

''कृपया न्याय-अन्याय... या विषयावर थोडा आणखी खुलासा केला, तर

आम्हालादेखील राजाप्रमाणे मुळापासून शोध घेता येईल.'' सगळे एकमताने म्हणाले.

''ठीक आहे. जगामध्ये एकाच वेळी, कितीतरी घटना घडत असतात. त्या घडताना काहींच्या बाबतीत चांगल्या प्रकारे व्यवहार होतो, तर काहींच्या बाबतीत चुकीचा. प्रत्येक माणूस त्यांच्या बाबतीत घडलेल्या व्यवहाराला न्याय किंवा अन्यायाच्या रूपात आपल्या समजेनुसार पाहतो. अर्थात, चांगला व्यवहार झाला म्हणजे न्याय झाला आणि चुकीचा व्यवहार झाला म्हणजे अन्याय. लोकांची अशीच धारणा बनली आहे. न्याय-अन्याय होण्यामागे वास्तविक नियती आपल्याला काही संकेत देत असते, तो आपण समजून घेतला पाहिजे.''

''निम्न श्रेणी मिळण्याची गोष्ट कशाचा संकेत आहे?'' अलोकने गोंधळलेल्या आवाजात विचारले.

''या घटनेद्वारे निसर्ग तुम्हाला जिवापाड मेहनत करण्याचा संकेत देत आहे, परिस्थितीचं योग्य नियोजन करायला शिकवत आहे, अंतर्मुख तसेच अधिकाधिक कार्यक्षम होण्याची संधी देत आहे. ही घटना आपलं बळ बनून आपल्या महत्त्वाकांक्षांपर्यंत पोहोचण्याचं साधन बनावं... या पद्धतीने जर आपण विचार केला, तर नकारात्मक घटनादेखील आपल्यासाठी शिडी बनतील.''

'खरंच! संकेत पकडण्याची ही कला किती महत्त्वपूर्ण आहे.' आलोक स्वतःच्या मनाशी म्हणाला.

''तुमच्यावर झालेल्या अन्यायांकडे तुम्हाला सकारात्मक दृष्टीने पाहता आलं पाहिजे. जेव्हा लोकांवर अन्याय होतो तेव्हा ते स्वतःदेखील इतरांवर तसेच अत्याचार करू लागतात. माणसाला बाहेरील अन्यायाविषयी जाणीव असते, परंतु स्वतःवर करत असलेला अन्याय तो पाहू शकत नाही. अलोक, आता तुला असा शोध घ्यायचा आहे, की तू तुझ्यावर कशाप्रकारे अन्याय केला आहे? कधी कधी तुझ्याकडे येणाऱ्या सकारात्मक गोष्टींना रोखलं आहेस, केव्हा तुम्ही पितळ बनलात?''

''म्हणजे?'' अलोकच्या आवाजात संभ्रमित भाव होता.

''जेव्हाकेव्हा तुमच्या आतमध्ये एखाद्या गोष्टीसाठी विरोध होत असतो, म्हणजे कोणत्याही गोष्टीबाबत तक्रार चालू असते तेव्हा तुम्ही पितळ बनलेले असता. त्यामुळे तुमच्याजवळ येणाऱ्या अनेक सकारात्मक गोष्टी थांबून राहतात. हा तुम्हीच तुमच्यावर करत असलेला खूप मोठा अन्याय आहे. वास्तविक तुम्ही तो नकळत केला आहे, परंतु

शोध स्वतःचा ❑ ९१

तरीसुद्धा हा अन्याय आहेच. त्यामुळे बाहेरील अन्याय रोखण्यासाठी सर्वप्रथम तुम्हाला असा शोध घ्यायचा आहे, मी कुठे-कुठे स्वतःवरच अन्याय करत आहे?''

''हो. जेव्हापासून तीन-चार इंटरव्ह्यूमध्ये मला हे अपयश आलं तेव्हापासून खूप दुःखद अंतःकरणाने मी इंटरव्ह्यू द्यायला जातो. परंतु असं वागून खरंतर मी स्वतःवरच अन्याय करतोय, हे आता माझ्या लक्षात आलं आहे.'' अंगद मनन करत म्हणाला.

''अगदी योग्य समजलात, आत्तापर्यंत तुमच्या आयुष्यात जे काही घडलं त्याचा शोध घेतला, तर कित्येक गोष्टी प्रकाशात येतील. तुम्ही विचार करत असाल, 'हे चुकीचं झालं... असं व्हायला नको होतं...' तर आत्तापर्यंत तुम्ही अन्यायाला पाहायलादेखील शिकला नाहीत, हे स्पष्ट होतं. तुमच्यावर होणारे अन्याय तुम्हाला बऱ्याच गोष्टी सांगत असतात. तुम्हालाच अन्याय हवा आहे, असंच ते सुचवतात. एकीकडून मागणी केली जाते आणि दुसरीकडून त्याची पूर्तता होते. एकतर्फी काही काम होत नसतं. जे घडत असतं ते दोन्हीकडून. एका ठिकाणी अन्याय होतो, तर दुसऱ्या ठिकाणी अन्याय सहन करणारा मनुष्य तयार असतो.''

''म्हणजे घरातील लोकांनी माझ्यावर जो अन्याय केला, तो मी मागितला होता?''

''ही घटना नीट समजून घे. तुला असं वाटतं, घरातील लोक कायम टोमणे मारून अपमानित करतात. तुझा हा विचारच तुझ्यामध्ये अन्याय व्हावा, अशी मागणी करतो. त्यामुळे कोणत्याही घटनेवर स्टॅम्पिंग करायचं नाही. तुम्ही जर स्टॅम्पिंग करत असाल, तर त्या गोष्टींना तुमच्याकडे खेचत आहात, आकर्षित करत आहात. याचाच अर्थ तुमचे असे विचार समोरच्या व्यक्तीला तसा व्यवहार करण्यासाठी प्रेरित करत असतात, नव्हे भाग पाडतात. घरातील लोक तुमच्यावर अन्याय करत आहेत, याची जाणीव जेव्हा पहिल्यांदा तुम्हाला झाली, तेव्हाच विचारशोध घेऊन त्याच वेळी ते विचार तोडले असते, तर कदाचित आज ही वेळ आली नसती.''

''मी यावर अवश्य मनन करेन.'' अंगद गंभीरपणे बोलला.

''हा अन्याय आता तुम्हाला बंद करायचा आहे यासाठी, आत्तापर्यंत तुम्ही कुठे कुठे चुकीचे वागलात, ज्यामुळे तुमच्या जीवनात नकारात्मक गोष्टी आकर्षित होत आहेत, याचा शोध घ्या. बाहेरील एक घटना तुम्हाला हलवून सजग करते. त्यामुळे आपण अन्याय आकर्षित करणे बंद कराल. मात्र अट इतकीच आहे, की तुमच्यात ती समज असायला हवी.'' हरक्युलिस म्हणाला.

काही वेळ सगळेच गप्प बसले. या शांततेचा भंग करत जेसिका हरक्युलिसला म्हणाली, ''मी काही विचारू?''

''हो हो... निःसंकोचपणे विचार.''

''माझ्या घरमालकाने माझ्याकडून वर्षभरापूर्वीच डिपॉझिट घेतलं आहे, तरीदेखील वर्ष पूर्ण होण्यापूर्वीच तो मला जागा खाली करायला सांगत आहे. त्याचा हा अन्यायपूर्ण व्यवहार पाहून घरमालकावर न्यायालयीन कार्यवाही करावी असं मला वाटतं.''

''हो, जरूर! परंतु आतल्या न्यायालयात! तू तुझ्यावरच अन्याय करत आहेस, तेव्हा अपीलदेखील आतल्या न्यायालयातच केलं पाहिजे ना.'' हरक्युलिस मिस्कील हसत म्हणाला.

जेसिका काही न बोलता फक्त हरक्युलिसकडे पाहत राहिली आणि त्याचं बोलणं समजून घेण्याचा प्रयत्न करू लागली.

''ज्याच्यावर अन्याय झाला आहे, त्याला जर तुम्ही स्वतःवरच अन्याय करून घेतला आहे असं सांगितलं तर तो म्हणेल, 'काय सांगता?... आता कोणत्या कोर्टात अपील करायचे ते लवकर सांगा.' तेव्हा त्याला अशा वकिलाचं नाव सुचवलं पाहिजे, जो आत्तापर्यंत कोणतीही केस हरलेला नाही, पण तुम्ही तर वेगळंच काही सांगत आहात आणि मनालाही अशा प्रकारचेच उपाय हवे असतात.'' हरक्युलिस पुढे म्हणाला.

''मग काय करायला पाहिजे?'' जेसिकाने हताश होत विचारलं.

''अशा न्यायालयात किंवा अदालत (अ-दौलत) मध्ये अपील केलं पाहिजे, जिथे दौलत, पैसाअडका कामी येत नाही आणि ती म्हणजे आतील अदालत. तिथे केस फाइल करायची शिवाय मननही करायचे. तिथे जी चर्चा होते, त्यातून सगळ्याच गोष्टी नव्या प्रकारे प्रकाशात येतात. तिथे सगळं काही पांढऱ्या कोटात (निःपक्षपाती) असतं, कोणालाही काळा कोट परिधान करण्याची गरज नसते. सगळं काही साफ साफ... स्वच्छ दिसतं आणि वाटतं नक्कीच ही घटना आपल्याला काही शिकवण्यासाठी आलेली आहे. पुढे तुम्ही जो विकास करणार आहात, त्यामध्ये तुमचा नकारात्मक विचारप्रवाहच अडथळा बनू शकतो, हे तुमच्या लक्षात येईल. ही घटना तुम्हाला त्या सगळ्या अडी-अडचणींमधून सहीसलामत बाहेर काढण्यासाठी आलेली असून, आपली विचारसरणी बदलण्यासाठी आलेली आहे, याची जाण येईल. जर तुमचा विचार योग्य असेल, तर तुम्ही प्रत्येक अडथळ्यांमधून बाहेर पडाल. तुमचा विचार

चुकीचा असेल, तर नियतीकडून त्याच चुकीच्या गोष्टींची पुनःपुन्हा मागणी कराल. त्यानंतर तुमच्या जीवनात त्याच त्या गोष्टीची पुनरावृत्ती होऊ लागेल. पुन्हा तेच विचार सुरू होतील आणि तुम्हाला पुरावेदेखील तसेच मिळतील, 'मी जो विचार करत होतो, तोच योग्य होता असंही वाटेल.' स्वतःला योग्य समजून तुम्ही म्हणाल, 'आता प्रत्यक्ष परमेश्वरानेदेखील पृथ्वीवर येऊन मला सांगितलं तरीदेखील मी विश्वास ठेवणार नाही. इतके पुरावे माझ्याकडे आहेत. तुम्ही तसूभरही हलणार नाही.''

''याचा अर्थ मी घरमालकाविरुद्ध कोणतंच पाऊल उचलायचं नाही?''

''नाही, असं नाही. समस्या सोडवण्यासाठी आवश्यक ती पावलं आपण जरूर उचला. परंतु, समस्या आल्यानंतर कशा प्रकारे विचार करायचा, ही शिकवण अधिक महत्त्वपूर्ण आहे.''

''तुम्ही सांगितल्याप्रमाणे उद्या आम्ही आपापल्या समस्यांवर अवश्य शोध घेऊ.'' सर्व जण म्हणाले.

..१२..

सकाळी सकाळी समुद्रकिनाऱ्यावर फिरून आल्यामुळे मोकळ्या हवेत हरक्युलिसला अतिशय प्रसन्न वाटलं. आल्या आल्या भाईजींबरोबर त्याची भेट झाली. भाईजी गेल्या दोन-तीन दिवसांपासून हरक्युलिसच्या वागण्या-बोलण्याकडे लक्ष ठेवून होते. त्यांनी विचारले, ''आजकाल तू यंग हटमध्ये जास्त वेळ दिसतोस.''

''हो. तिथे रोज संध्याकाळी तरुणांचा एक ग्रुप येतो. मी त्यांच्या समस्या सोडवण्यात त्यांना काही मदत करावी, अशी इच्छा त्यांनी प्रदर्शित केली. मलादेखील या कामामध्ये अधिक रस आहे. त्यामुळे मी मेंटेनन्सचे काम उरकून रात्री आठनंतर त्यांच्याबरोबर बसतो आणि त्यांच्याकडूनच त्यांच्या समस्यांचा शोध लावतो.''

''असं असेल तर त्या जागेचं नाव 'शोधकुटी' असं ठेवा, कसं वाटतंय? लोकं येऊन तुला त्यांचे प्रश्न विचारतील. त्यामुळे तुझं कामही होईल त्यांना संतुष्ट करण्याचं...''

''मस्तच!'' भाईजींच्या युक्तीवर प्रसन्न होत हरक्युलिस म्हणाला.

संध्याकाळी सात वाजता हरक्युलिस 'शोधकुटी' सजवण्यात मग्न झाला. काही वेळांनंतर ग्रुपमधील सगळे जण आले. हा अनपेक्षित बदल पाहून ते सर्व आश्चर्यचकित झाले.

"माझं मार्गदर्शन आता सर्व जण घेऊ शकतात." हरक्युलिस त्याचं कारण सांगत म्हणाला.

"आज तर शोधाचा आनंद तुमच्या दोघांच्याही चेहऱ्यावर झळकत आहे." अलोक आणि जेसिकाच्या चेहऱ्याकडे पाहत हरक्युलिस म्हणाला.

"हो. तुम्ही सांगिल्याप्रमाणे आम्ही आमचा शोध घेतला. आता तो तुमच्यासमोर वाचून दाखवायाचा आहे."

"जरूर वाचा." हरक्युलिस म्हणाला.

सर्व जण आपापल्या जागेवर बसल्यानंतर अलोकने वाचायला सुरुवात केली... कॉलेजचे प्रोफेसर खूप पक्षपाती आहेत. ते आपल्या आवडत्या विद्यार्थ्यांना उच्च श्रेणी देतात आणि माझ्यावर अन्याय करतात. माझ्या या तक्रारीवर माझं मनन असं आहे...

–   प्राध्यापक नेहमी असेच वागतील हे मी स्टॅम्पिंग केलं आहे.

–   मान्यता आणि स्टॅम्पिंग दोन्ही बाजूला ठेवले, तर माझी समस्या खूपच छोटी वाटते.

माझा परफॉर्मन्स खूप चांगला आहे, असा मी विचार करतो; परंतु इतरांचा परफॉर्मन्स माझ्यापेक्षा चांगला असेल, असंही असू शकतं.

–   या घटनेमुळे जर माझ्यामध्ये खिलाडूवृत्ती निर्माण होत असेल, तर ही घटना माझ्यासाठी सकारात्मक आहे.

–   या घटनेमुळे जर माझे कार्य ठरवल्याप्रमाणे घडत असेल, तर निश्चितच ही घटना माझ्या प्रगतीसाठी आहे.

– जर सगळे मननबिंदू सकारात्मक आहेत, तर ही घटना अन्यायकारक कुठे आहे? दुःख करून मी स्वतःवर अन्याय कशासाठी करून घेतोय? मी करत असलेला अन्याय जेव्हा बंद होईल, तेव्हाच इतर लोक माझ्यावर करत असलेला अन्याय बंद करतील.

अलोकचे मनन ऐकून हरक्युलिसला खूप आनंद झाला. अलोकच्या शोधाने एक नवीनच अंतर्दृष्टी सगळ्यांना प्रदान केली.

"आता मी वाचू?" जेसिकाने मोठ्या उत्साहाने विचारले.

शोध स्वतःचा ❑ ९५

"हो! अवश्य!''

जेसिका वाचू लागली, वर्षभराचे डिपॉझिट घेऊनदेखील घरमालक वेळेअगोदर घर सोडायला सांगत आहे. हा घरमालकाचा कसा न्याय आहे याविषयीचं माझं मनन थोडंफार असं आहे –

– घरमालक नेहमीच भाडेकरूंना त्रास देत राहतात, या चुकीच्या विश्वासामुळे ही घटना मी माझ्या जीवनात आकर्षित करून घेतली.

– घरमालक माझ्यावर अन्याय करत आहे, याचा अर्थ मी नकळतच स्वतःवर अन्याय व्हावा, ही इच्छा बाळगली होती. खरंतर मी स्वतःच ही ऑर्डर दिली होती.

– मागणी आणि पुरवठा या सिद्धान्तानुसार ही घटना माझ्या जीवनात घडली आणि त्यासाठी मी स्वतःच जबाबदार आहे.

मी स्वतःकडे अन्यायाच्या दृष्टीने नव्हे, तर न्यायपूर्वक पाहावं, तेव्हाच जीवनात काही नवीन येईल, असा संकेत मला नियती देत आहे.

– मी जोपर्यंत स्वतःच्या मान्यता सिद्ध करण्याचा खटाटोप करत आहे तोपर्यंत माझ्याबाबतीतही असंच घडणार.

– मला जीममध्ये जायचा कंटाळा येतो, पण तेलकट आणि जंक फूड खाण्याचा अजिबात कंटाळा येत नाही, त्यामुळे मी स्वतःवरच किती अन्याय करत आहे. पचनशक्ती किती बिघडलीय, याचा विचारही करत नाही. रात्री उशिरापर्यंत जागून शरीराला आवश्यक असलेली विश्रांती देत नाही. आपले विचार सकारात्मक ठेवू शकत नाही, स्वतःच्या मनावर खूप अन्याय करते आणि बरंच काही...

"अशा प्रकारच्या मननाने मला संपूर्णपणे अंतर्मुख केलं आहे.'' जेसिका आनंदाने म्हणाली.

"तुम्ही दोघांनी मी सांगितल्याप्रमाणे मनन केल्यामुळे त्यानुसार फळही मिळायला सुरुवात झाली आहे. अशा प्रकारे तुमच्या प्रत्येक आजारी विचाराला प्रकाशात आणून त्याच्या मुळापर्यंत जायचं आहे.'' हरक्युलिस प्रशंसा करीत म्हणाला. अंगद आणि पूजादेखील त्या दोघांच्या शोधामुळे खूप प्रभावित झाले होते. तेवढ्यात...

"मला तुम्हाला काही सांगायचं आहे.'' अंगद म्हणाला.

शोध स्वतःचा ❑ ९६

"सांग."

"अगोदरच सांगितल्याप्रमाणे गेली दोन वर्षे मी नोकरी शोधत आहे. बेरोजगार असल्यामुळे लोक मला मान देत नाहीत. लग्नकार्यात किंवा कोणत्याही सामाजिक समारंभात गेलो, तर माझ्याकडे तिरस्काराने बघतात. इतकंच नव्हे, तर मला लग्नासाठी एक स्थळही आलं होतं, पण मी बेरोजगार असल्यामुळे मला अपमानित व्हावं लागलं. 'याला कोण मुलगी देणार?' असंही ऐकून घ्यावं लागलं. असं बोलून लोक माझ्या भावनांशी खेळतात. हा सरळ सरळ अन्याय नाही का?" अंगदने इतक्या दिवसांच्या भळभळणाऱ्या जखमेवरची खपली अलगदपणे काढली...

"आज तुम्हाला न्याय देण्यासाठी मी माझ्याबरोबर माझ्या गुरूंनादेखील सोबत आणलं आहे. आपल्याला आता या विषयावर त्यांचं मार्गदर्शन मिळेल." हरक्युलिसने आनंदाची वार्ता सगळ्यांना सांगितली.

परंतु, आजूबाजूला तर कोणी दिसत नव्हतं. त्यामुळे खरा प्रकार काय आहे, हे कोणालाच समजेना. हे गुरू कोण आणि कुठे आहेत? सर्वांच्या चेहऱ्यावरचे प्रश्नचिन्ह पाहून गालातल्या गालात हसत हरक्युलिसने मोठ्या काळजीपूर्वक ठेवलेला एक ग्रंथ आपल्या बॅगेतून बाहेर काढला. त्याला प्रणाम करून वाचायला सुरुवात केली...

"आजपर्यंत मनुष्य न्याय आणि अन्यायाच्या वर्तुळामध्येच आयुष्यातील घटनांकडे बघत आला आहे. प्रत्यक्षात न्याय आणि अन्यायाची खरी व्याख्या त्याने समजून घ्यायला हवी.

"एखादा तुमच्याशी नीट वागला नाही किंवा कोणी तुमच्यावर अन्याय केला, तर 'त्या घटनेमुळे मी बेचैन झालो आहे, की त्या घटनेनंतर येणाऱ्या विचारांमुळे?' असं स्वतःलाच विचारा. तेव्हा त्या घटनेनंतर जे विचार आले, त्यांच्यामुळे मी बेचैन आहे, हे वास्तव समोर येईल. जर तुम्हाला 'अन्याय झाला आहे' असा विचारच आला नसता, तर तुम्ही बेचैन झाला नसता. कोणी येऊन तुम्हाला हा विचार दिलेला नाही किंवा कोणी लिहूनही सांगितलं नाही, की अमुक असा विचार करा. तुम्हीच तो विचार मनात आणला आणि त्याचा परिणाम म्हणून दुःखी आहात."

"याचा अर्थ माझ्यावर अन्याय होत आहे, हा विचार येणं हेसुद्धा दुःखाचं कारण होऊ शकतं?" अंगदच्या विचारण्यात अविश्वास होता.

शोध स्वतःचा ❑ ९७

"हो, अगदी असंच." हरक्युलिसने ठामपणे सांगितलं.

"कोणतीही घटना कधीच दुःख घेऊन येत नाही. प्रत्यक्षात जगामध्ये दुःखाची निर्मिती झालेली नाहीच. परंतु माणूस दुःख भोगू शकतो इतकं स्वातंत्र्य तर निश्चितच त्याला आहे. कोणत्याही जनावरांसाठी दुःख भोगण्याची संधी नाही, कारण त्यांच्याजवळ इतर पर्यायच नसतो. तुम्हाला आनंदात राहायचं आहे, की दुःखामध्ये? मनुष्याजवळ दोन्ही पर्याय उपलब्ध असतात. तुम्ही तुमच्या विचारांमधूनच सुख-दुःखाची निर्मिती करत असता."

"हे काही तर्कशुद्ध वाटत नाही." आलोक पुटपुटला.

"तर्कशुद्ध वाटत नसेलही कदाचित. परंतु सत्य तर हेच आहे, की कोणतीही घटना दुःखद नसते तर तिच्या नंतर येणारे विचार दुःख निर्माण करतात. हे एका उदाहरणावरून चांगल्या प्रकारे समजून घेऊया." असं म्हणत हरक्युलिसने वाचायला सुरुवात केली.

'एका माणसाचा काका अमेरिकेत राहात होता आणि तो स्वतः भारतात. अचानक एके दिवशी त्याचे काका वारले. पण ही गोष्ट समजली नाही म्हणून त्याला त्याचं दुःखही वाटलं नाही. जर त्याच्या काकांच्या मृत्यूची बातमी त्याला वेळेवर मिळाली असती, तर त्याच्या मनात दुःखद विचार आले असते. परंतु काकांच्या मृत्यूची बातमी मिळण्यापूर्वीच त्या माणसाचा मृत्यू झाला. म्हणजे त्याने आपल्या जीवनात काकांच्या मृत्यूचं दुःख भोगलंच नाही. यावरून हे लक्षात येईल, त्याच्या काकांचा मृत्यू म्हणजे दुःख आहे, की मृत्यूनंतर जे विचार त्रास देतात, ते दुःख आहे? कोणतीही घटना नाही तर त्यानंतर येणारे विचार दुःखाचे कारण बनतात हे आता तुम्हाला समजलंच असेल.'

"म्हणजे मुलीकडच्यांनी मला नाकारलं हा विचार माझ्या दुःखाचं कारण आहे?" अंगदने विचारले.

"अगदी बरोबर."

"जर कोणी तुम्हाला नाकारलं तर त्याच्याविषयी बदल्याची भावना मनात जागी होते. त्या भावनेतून जर तुमच्यामध्ये जिद्द आणि साहस या दोन्ही गुणांचा उदय झाला, तर हा अन्याय तुमच्यासाठी खूप

शोध स्वतःचा ❑ ९८

मोठा न्याय आहे. तुम्ही अन्यायावर लक्ष न देता, त्यामुळे होणारे फायदे बघितले, तर निश्चितच विचारांना नवीन दिशा मिळेल. तेव्हाच तुम्ही, 'मला अन्यायापासून मुक्ती मिळाली' असे म्हणू शकता. जे विचार तुमच्या मनात येतात, त्यांना केवळ दिशा देण्याचं काम करायचं आहे. बस्स... बाकी सगळं आपोआपच तुमच्या जीवनात घडू लागेल.''

''या घटनेमुळे स्वतःवर अन्याय न करण्याची समज मला मिळाली. परंतु माझ्या आई-वडिलांनी माझी बाजू न घेता मुलीची बाजू घेऊन माझ्यावर अन्याय केला त्याचे दुःख अजूनही ताजं आहे.'' अंगदने आपल्या मनात इतके दिवस रेंगाळणाऱ्या विचारांना बोलून वाट दिली.

''ग्रंथामध्ये हीच गोष्ट समजून सांगितली आहे. लक्षपूर्वक ऐका...

'कित्येकदा घरातील मोठ्या लोकांनी आपली बाजू घेतली तर आपल्याला वाटतं, मला न्याय मिळाला. प्रत्यक्षात तुम्ही अजूनही या न्यायापासून दूर असता. परंतु घरातील ज्येष्ठांकडून न्याय मिळाला, ही बाब आपल्याला आनंद देते. मनाला संतुष्ट करणारा हा न्याय निम्म्या लोकांना आनंदित करतो तर निम्म्या लोकांना दुःखी. योग्य न्याय देणारा माणूस सगळ्यांनाच खुश करतो. आतल्या न्यायालयातला नवीन न्याय आता आपल्याला माहिती आहे. हा तराजू सोडायचा नाही, त्याला घट्ट पकडून ठेवायचं आहे. न्यायाच्या तराजूला कायम संतुलित कसं ठेवायचं, अंतरंग निर्मळ(इन-साफ) कसं राखायचं, हे आपल्याला शिकायचं आहे. एकीकडे संस्कार, वृत्ती आहेत आणि दुसरीकडे काही अवस्थांमध्ये दोलायमान होणारं शरीर, दोन्हीकडे आपल्याला न्याय द्यायचा आहे.

''या सगळ्या गोष्टी समजून घेतल्या, तर आपल्याला केवळ न्यायच मिळत नाही तर आपण व्हाइट कोट वकीलदेखील बनता. पुढे पुढे तर तुम्ही स्वतःच न्याय द्याल. न्यायासाठी इतर कोणावरही अवलंबून राहणार नाही. कोणावर अन्याय झाला तरी सर्वप्रथम आपण स्वतःला न्याय द्याल. नाहीतर चुकीच्या विचारांच्या प्रभावाखाली आपण उगाचच स्वतःशी अन्यायकारक वागत राहाल.

''रस्त्याने जाणाऱ्या एखाद्या व्यक्तीला, काही गुंडांनी हंटर मारला आणि हे पाहून जर तुम्ही स्वतःलाच मारून घेतलं तर हा न्याय होऊ

शकतो का? हा न्याय नाही. परंतु 'आपण तर अगदी असेच वागत असता. कोणतंही दृश्य पाहिलं की प्रथम नकारात्मक विचार मनात आणून तुम्ही स्वतःवरच अत्याचार सुरू करता. या बाबतीत वास्तविक तुम्ही अनभिज्ञ आहात कारण या सगळ्या गोष्टी अदृश्यामध्ये घडत असतात. आतापर्यंत आपल्याला कोणी हे सांगितलं नाही आणि इतरांनाही असंच वागताना पाहात आला आहात. म्हणून तुम्हीदेखील त्यांचंच अनुकरण करता. जेव्हा चार लोक एकत्र भेटतात तेव्हा त्यांच्यात, 'असं झालं, तसं झालं... आताचा काळच वाईट आहे... सुखच नाही...' असा वार्तालाप होतो. अशा प्रकारे सगळे आपापल्या विचारांवर स्टॅम्पिंग करतात तर न्याय मिळणार कसा? इथून पुढे कधीही दुःखद विचार आले तरी आपल्यामध्ये, आता या विचारांमुळे मी दुःखी होणार नाही, या विचारांवर कोणतंही स्टॅम्पिंग करणार नाही.' अशी दृढता असायला हवी.

॥.. १३ ..॥

"अनेक वर्षांपासून एक गोष्ट मला त्रास देत आहे. शोध घेतल्यावरदेखील मला त्याचं उत्तर मिळालं नाही. काही वर्षांपूर्वी माझी आई एका प्रदीर्घ आजारामुळे गेली. मला आईची खूप आठवण येते. देवाने माझ्या आईला माझ्यापासून हिरावून घेऊन माझ्यावर खूप मोठा अन्याय केला आहे." पूजा म्हणाली.

"आपण याच विषयाकडे येत आहोत, ऐकत राहा." हरक्युलिस म्हणाला.

जगामध्ये प्रत्येक जीवाची काळजी घेतली जाते, परंतु माणसाला वाटतं, माझ्या एखाद्या नातेवाइकाचा मृत्यू झाला, तर माझी काळजी कोण घेणार? वास्तविक जमिनीवर वावरणाऱ्या छोट्या मुंग्यांपासून समुद्रातील मोठ्या जीवापर्यंत सर्वांचीच काळजी घेतली जाते. पण मनुष्याची स्वतःची अशी व्याख्या असते, असं असं झालं म्हणजे काळजी घेतली गेली. या व्याख्येमध्ये न बसणाऱ्या घटनांना तो काळजी घेतली नाही, असं लेबल लावतो. उदाहरणार्थ- मृत्यूनंतरच्या जीवनाचे ज्ञान नसल्यामुळे कोणी मरण पावलं, तर 'किती वाईट झालं' असा विचार लोक करतात. मनुष्याचे विचार सीमित असल्यामुळे त्याच्याबरोबरचे लोक कधी मरू नयेत, असंही त्याला वाटतं. जेणेकरून त्याला दुःख होऊ नये. मग ते जिवंत राहण्यासाठी नरकयातना का भोगत असेनात. त्याच्या जिवंत असण्याचा आनंद इतरांना मिळतो.

''जर तुमचं प्रेम खरं असेल, तर ज्याला मरण्याची इच्छा असेल त्याला तुम्ही परवानगी द्याल. कारण हा त्याच्यासाठी न्याय आहे. न्यायाची व्याख्या खूप वेगळी आहे. खरा न्याय आपण तेव्हाच करू शकाल, जेव्हा तुम्हाला या जीवनाचं आणि मृत्यू उपरांत जीवनाचं पूर्ण ज्ञान मिळेल. अर्ध जीवन पकडून तुम्ही खरा न्याय नाही करू शकत. आतापर्यंत आपण ज्याला अत्याचार समजत आलात तो प्रत्यक्षात अत्याचार नव्हताच मुळी. परंतु, कोणतंही स्टॅम्पिंग न करता तो जसा आहे तसा त्याचा शोध आधी घ्या.''

हे ऐकून पूजाचं मन हलकं झालं. आतापर्यंत ती आपल्या आईच्या मृत्यूला आपल्याच दृष्टिकोनातून पाहत आली होती. या घटनेची आणखी एखादी बाजू असेल ही गोष्ट तिला ज्ञात नव्हती. आईच्या मृत्यूच्या घटनेने ईश्वराने तिच्यावर अन्याय केला आहे, असं तिला वाटलं. परंतु आईच्या मृत्यूचा स्वीकार न केल्यामुळे तीच आईवर अन्याय करत आहे, हे तिला समजलं.

''चला, आता आपण पोटावर अन्याय नको करायला.'' अलोकने हसत हसत वेटरला ऑर्डर दिली. नवीन समजेबरोबर सगळ्यांनी भोजनाचा आस्वाद घेतला आणि आपापल्या घराकडे निघाले.

• • •

आज सकाळी हरक्युलिस रोजच्या रस्त्याने न जाता दुसऱ्या दिशेने वळला. खूप दूर गेल्यावर त्याला समुद्रामध्ये काही जहाजं दिसली. रिसॉर्टच्या काही अंतरावर मालवाहक जहाजांसाठी बंदर आहे हे त्याला माहिती होतं. उत्सुकतेने तो पुढे गेला. जवळ जाताच त्याला भाईजी दिसले.

''आपण इथे कसे काय?''

''माझ्या कामासाठी लागणारं काही सामान जहाजातून आयात करावं लागतं, त्याची तपासणी करण्यासाठी आलो आहे.'' भाईजींनी त्याच्यापासून खरी गोष्ट लपवून ठेवली. ''तुझं रोजचं शोध कार्याचं काम कसं चालू आहे? काल मी सहज फिरतफिरत तिकडे आलो होतो. तेव्हा बघितलं, तू तुझ्या गोष्टी सांगण्यात खरोखरंच निपुण आहेस.''

भाईजींचे बोलणं ऐकून हरक्युलिस हसला. मनातल्या मनात म्हणाला, यांना माहिती नाही, की केवळ देवीमातेच्या आशीर्वादामुळेच हे शक्य झालं. नाहीतर मला

कुठलं... भाईजींचा निरोप घेऊन तो निघाला. त्याला आपला गृहपाठ करायचा होता.

तिकडे, भाईजींनाही काळजी वाटत होती. हरक्युलिसला येऊन इतके दिवस झालेत आणि अजूनही पुजाऱ्याला माल पाठवला नव्हता.

आजकाल हरक्युलिस संध्याकाळी सात वाजताच शोधकुटीमध्ये जाऊन बसायचा. तेथील साफसफाई करणं, ती ठीकठाक ठेवणं ही त्याची जबाबदारी होती. अलोकचा ग्रुप आता त्या कुटीचे स्थायी सदस्य होते. आणखीही काही लोक अधूनमधून तेथे येत असत. हरक्युलिसने सांगितलेल्या गोष्टी ऐकून त्यांनाही आपल्या समस्यांचे समाधान मिळत असे.

आजदेखील रात्री आठ वाजण्यापूर्वी काही लोक कुटीत येऊन बसले. ते गेल्या दोन तीन दिवसांपासून हरक्युलिसचे ज्ञानपूर्वक विचार ऐकण्यात गुंग झाले होते. हरक्युलिसचे त्यांच्याकडे लक्ष गेले. त्याने विचारलं, "तुमच्यापैकी कोणाला काही शंका आहे का?''

हरक्युलिसचे सहानुभूतिपूर्ण शब्द ऐकून एक महिला हमसून हमसून रडायला लागली. ती म्हणाली, "माझ्या खाष्ट सासूमुळे मी जी अवहेलना आणि दुःख भोगत आहे, ती कोणाच्याही वाट्याला येऊ नये. दहा वर्षांपूर्वी त्यांनी पाहुण्यांसमोर माझ्यावर चोरीचा आळ घेतला. नंतर मात्र सगळ्यांसमोर सत्य प्रकट झालं ही गोष्ट वेगळी. माझ्या लग्नाला १५ वर्षे पूर्ण झाली. परंतु दहा वर्षांपूर्वी सासरच्यांनी माझ्यावर जो अन्याय केला आहे तो मी विसरूच शकत नाही.''

"तुम्ही दोन-तीन दिवसांपासून ऐकत आहात तेव्हा शोध, मान्यकथा, स्टॅम्पिंग इत्यादी शब्द यापूर्वी कधी ऐकले आहेत?'' हरक्युलिसने त्या स्त्रीला विचारले.

"हो. ते शब्द ऐकूनच मी आज प्रश्न विचारायचं धाडस केलं.'' ती स्त्री म्हणाली.

"दहा वर्षांपूर्वी केलेल्या अवहेलनेचं दुःख जर मी आजही भोगत आहे, तर सासरच्यांनी मला जास्त दुःख दिलं, की मी स्वतःलाच जास्त दुःखी केलं हा प्रश्न तुम्ही स्वतःला विचारा. घटना तर घडून गेली, परंतु प्रत्यक्षात आपण किती काळ दुःखासाठी दिला – दहा तास... दहा दिवस... दहा महिने... की दहा वर्षे! दहा वर्षांपूर्वी घडलेली घटना आठवून तुम्ही स्वतःला त्रास देत आहात तेव्हा दोघांमध्ये सर्वांत वाईट कोण? सासूने दुःख दिलं हे खरं आहे, परंतु आता त्या गोष्टीवर वारंवार विचार करून तुम्ही स्वतःला इतकी वर्षे दुःख देत आला आहात, त्याचं काय? खरंतर आपल्याला दुःख

शोध स्वतःचा ❑ १०२

देणारं कोण आहे? या शोधापासूनच दुःखाच्या अंताची सुरुवात होते.''

''अशा प्रकारे जेव्हा तुम्ही दुःखाचा योग्य दिशेने आणि समजूतदारपणे शोध घेता, तेव्हा दुःख दुःख राहात नाही, तर त्याचं रूपांतर खुशीत होतं. म्हणून आधी स्वतःला दुःखी करणं बंद करा आणि त्यानंतरच समोरच्याने आपल्याला दुःख देऊ नये, ही अपेक्षा ठेवा. दररोज आपल्याच विचारांनी आपण स्वतःला त्रास देत असतो, हे शोध घेण्यापूर्वी कोणालाही समजत नाही. परंतु समजप्राप्तीनंतर विचार येतो, 'अरे, अशा प्रकारे तर मी कधी विचारच केला नव्हता. किती मूर्ख आहे मी.' प्रत्येक वेळी तीच ती घटना आठवून स्वतःला दुःखी करता कामा नये.''

''हो, मलाही माझ्या चुकीची जाणीव झाली आहे.'' ती स्त्री विचार करत म्हणाली.

''अशा प्रकारे तुम्ही विचार कराल, शोध घ्याल, तेव्हा इतरांबद्दल तक्रार करणं आणि स्वतःला दुःख देणं बंद कराल. त्याचबरोबर तक्रार आणि समाधान इतरांमध्ये नाही, तर स्वतःमध्येच आहे, ही समज आपल्याला प्राप्त होईल.

''जेव्हा तुम्ही स्वतःच्या दुःखाचा शोध घ्याल, तेव्हा आरशासमोर उभे राहून स्वतःलाच विचारा, 'तू स्वतःला इतकं दुःख का देत आहेस? आधी इतरांवर दोषारोप करत होतास, त्याने मला दुःख का दिलं? पण आता तू स्वतःलाच इतकं दुःख का देत आहेस?' हा प्रयोग करून आपला स्वभाव व सत्य जाणून घ्या. ही गोष्ट प्रकाशात येणं अतिशय महत्त्वपूर्ण आहे. कारण आपण ज्या गोष्टीची तक्रार करतो, वास्तवात आपण तेच तर करत नसतो?

''समजा समोरच्याने शिवी दिली आणि तुम्हाला वाईट वाटलं. आता तुम्हीही त्याला 'कधीही शिवी देऊ नकोस' हे शिवी देऊनच सांगता. परंतु ही गोष्टदेखील तुम्ही त्याला शिवी देऊनच सांगितली आहे, हे तुम्हाला समजत नाही. तुमच्या घराबाहेर भिंतीवर काहीतरी लिहिलेलं आहे आणि तुम्हाला त्याचा राग आल्यामुळे तुम्ही घराच्या पूर्ण भिंतीवरच 'इथे काही लिहू नका, लिहिण्यापूर्वी विचारा.' असं मोठ्या अक्षरात लिहून ठेवलं म्हणजे हे तर असंच झालं ना ज्या गोष्टीची तक्रार आपण करता नेमकी तीच गोष्ट आपणही करत असता. आपणही तेच करत असता, ज्याची तुम्ही तक्रार करता. परंतु अज्ञानामुळे ही गोष्ट तुमच्या लक्षात येत नाही.''

हरक्युलिसचं बोलणं ऐकून ती स्त्री शांत झाली. अशा प्रकारचं सत्य ती प्रथमच ऐकत असल्यामुळे तिच्या तोंडून शब्द बाहेर पडत नव्हते.

शोध स्वतःचा ❑ १०३

''एखाद्या माणसाने दहा वर्षांपूर्वी आपल्याला थप्पड मारली आणि रोज तुम्ही तीच गोष्ट आठवत राहून दुःखी होत राहता. तर मग वाईट कोण? थप्पड मारणारा की खाणारा, यांवर सर्व जण डोळे बंद करून काही क्षण मनन करा. कोण सगळ्यात जास्त जुलमी? कोणाची तक्रार करायला पाहिजे? मनाच्या चौकीत कोणाविरुद्ध एफ. आय.आर. लिहायला पाहिजे. अशाप्रकारे तुमच्या आयुष्यात खोलवर शोध घ्या आणि कोणाकोणाविषयी आता तुम्हाला तक्रार आहे, हे सांगा.''

दुसऱ्यांनी केलेल्या अन्यायापेक्षा आपण स्वतःच स्वतःला खूप दुःख देतो. मनन केल्यानंतर सगळ्यांनी या गोष्टीचा स्वीकार केला.

''मी जिथे कुठे जाते तिथे मला खूप काम करावं लागतं. ऑफिस, घर, सगळीकडेच, अगदी माझ्या माहेरीदेखील. मला वाटतं हा माझ्यावर अन्याय होत आहे.'' एक महिला म्हणाली.

हरक्युलिसने तिला समजावलं, ''तुम्हाला प्रत्येक ठिकाणी काम करावं लागतं म्हणजे प्रत्यक्षात तुम्हाला कामाच्या अनेक संधी मिळत आहेत. मग संधी मिळालीच आहे, तर त्याचा भरपूर लाभ घेऊन आनंदाने काम करा ना. एक हमाल वजन उचलतो आणि एक वेटलिफ्टरही वजन उचलतो. परंतु दोघांची वजन उचलत असतानाची भावना वेगवेगळी असते. हमाल म्हणतो, हे ओझं आहे आणि वेटलिफ्टर म्हणतो, आरोग्यपूर्ण राहण्यासाठी मिळालेली ही दुर्मिळ संधी आहे. मग आता तुम्हाला कोणासारखं काम करायचं आहे, हमालासारखं की वेटलिफ्टरसारखं, हे स्वतःलाच ठरवायचं आहे. आपल्याला काम करण्याची संधी मिळाली आहे, तर मोकळेपणाने त्याचा लाभ घ्या. तसं केलं तरच आपण अधिक काम करू शकाल. खरंतर कितीही कामं तुमच्याकडे असली, तरी तुम्ही एका वेळेस एकच काम करू शकता. ज्याप्रमाणे घड्याळात सेकंद काटा प्रत्येक सेकंदाला एकदाच टिक करतो त्याचप्रमाणे एका वेळेस एकच काम होऊ शकते. एकाच वेळेस सगळी कामं करण्याचा विचारही कामाचं ओझं वाढवतो.''

''मी आता वेटलिफ्टरच्या भावनेनेच प्रत्येक कार्य करणार आहे.'' आनंदाने ती स्त्री म्हणाली.

..१४..

रात्री आठ वाजता अलोकचा ग्रुप आला. वातावरण खूपच आनंदी होते. शोध केल्यानंतर प्रतिकूल परिस्थितीमध्ये आनंदी राहणे त्यांच्यासाठी आता सहजशक्य झालं होतं. जेसिकाच्या मनात काहीतरी खळबळ माजली आहे, हे हरक्युलिसच्या लक्षात

आलं. तो म्हणाला, ‘‘तुला काही सांगायचं आहे का?’’

‘‘मी बघितलं आहे, की शिक्षणसंस्थांमध्ये प्रवेश घेण्यासाठी खूप डोनेशन द्यावं लागतं. मुलांचं शिक्षण ही आता सर्वसामान्य लोकांसाठी अवघड बाब झाली आहे. अशाच प्रकारे हॉस्पिटल, सरकारी कार्यालये आणि इतर ठिकाणीदेखील भ्रष्टाचार पसरत चालला आहे. सदाचाराचं तर काही महत्त्वच राहिलेलं नाही. आपल्याकडे ही कार्यपद्धती भ्रष्ट बनली आहे. कोणीतरी त्याविरुद्ध आवाज उठवला पाहिजे. नाहीतर एका सामान्य मनुष्याच्या जीवनाची गाडी चालणार तरी कशी? मला वाटतं, लोकांना न्याय देऊ शकेन, असं काहीतरी मी करावं.’’ जेसिकाने आपलं मत मांडलं.

‘‘जेसिका, लोकांना वाटतं, हा अन्याय मी बंद करेन, ती गडबड थांबवेन, परंतु तुमच्याबाबतीत जे घडत आहेत, ते अगोदर बंद झाले पाहिजे. जोवर ते बंद होत नाही तोवर तुम्ही दुसऱ्यांवर झालेल्या अन्यायाविरुद्ध आवाज उठवायला जाऊच कसे शकता? कारण मुक्त माणूसच स्वातंत्र्य देऊ शकता,’’ असं म्हणून हरक्युलिसने ‘शोध स्वतःचा’ ग्रंथ बाहेर काढला, त्याला प्रणाम केला आणि म्हणाला, आता तुमच्या प्रश्नाचे उत्तर वाचून दाखवतो...

> ‘‘जेव्हा लोक मोठमोठ्या गप्पा मारतात, समाजावर अन्याय होत आहे आणि मी तो दूर करणार आहे तेव्हा त्यांना सांगितलं जातं, आधी तुम्ही स्वतःला मुक्त करा. नंतरच इतरांना मुक्त करायचं आहे. तेव्हा इतरांवर होणारा अत्याचार थांबवण्याची सुरुवात प्रथम स्वतःपासून करा. आपण स्वतःवर जो अत्याचार करत आहात, तो अगोदर थांबवा. स्वतःवर होणारा अन्याय जोपर्यंत थांबवला जात नाही, तोपर्यंत इतरांवर होणारा अन्याय कसा काय थांबवणार? येणार कुठून ही ताकद तुमच्याजवळ? त्यासाठी आधी ती ताकद गोळा करा. ताकद असली, तर तुम्ही त्या सगळ्या अन्यायकारक गोष्टींसाठी धन्यवाद द्याल. त्याचबरोबर अमुक एका गोष्टींमुळे मी माझ्यावर होत असलेल्या सर्व अत्याचारांना समाप्त केलं, अशी घोषणाही कराल. कारण आता आपल्याला नवीन दृष्टिकोन मिळाला आहे. तेव्हा आपली उपस्थिती अत्याचाराला थांबवणारी असेल.’’

हे ऐकून...‘‘म्हणजे आपण आपल्यावर झालेला अन्याय... तो संपवण्याची ताकद ...आणि ही ताकद आपल्याला इतर लोकांवरील अन्याय रोखण्यासाठी मदत करते... अनोखं सत्य.’’ पूजा आनंदित होऊन म्हणाली.

"हो, एक माणूस जो स्वतः मुक्त नाही तो कुठेही गेला तरी नकळत गुलामीच देणार. मनुष्य स्वतःच्या बाबतीत जे करत असतो तेच इतरांच्या बाबतीत करणार, हे स्वाभाविक आहे. जो मनुष्य स्वतःला माफ करत नाही, तो इतरांना माफ कसा करू शकणार? तू वाईट आहेस असंच त्याची देहबोली कायम इतरांना सुचवत असते. अशा प्रकारे तो कुठे ना कुठे अत्याचार चालू ठेवतो. लोक दररोज टीव्ही आणि वर्तमानपत्रातील चटपटीत बातम्या वाचतात आणि जगात काय चाललंय या गोष्टींमध्येच ते गुरफटून राहतात. पण स्वतःचं काय? हे जर तुम्हाला थांबवायचं असेल, तर प्रथम तुम्ही स्वतः मुक्त व्हायचं आहे. तुम्ही मुक्त झाला नाहीत, तर लोकांवर अत्याचारच करत राहाल. तुमच्या मुक्तीमध्ये इतरांच्या मुक्तीची शक्यता असते. तुम्ही एकालाच जर स्वतंत्र करू शकला नाहीत, तर लाखोंना कसे कराल? यासाठी याची सुरुवात प्रथम स्वतःपासून करा, आधी स्वतःला मुक्त करा.''

"स्वतःला मुक्त करण्यासाठी प्रथम आपल्याला मनातील जखमी विचारांची चौकशी करायला हवी, त्यांना साफ करायला हवं. आता नक्कीच आम्ही आमच्या विचारांबरोबर गप्पा मारून, त्यांना बोलण्याची संधी देऊ.'' जेसिका तत्काळ उत्तरली.

"हो, जेव्हा विचारांना तुम्ही स्वतःवर खूप अन्याय केला आहे, असं सांगता तेव्हा त्यांना स्वतःचीच लाज वाटेल. खोटं नाणं तोपर्यंत चालतं जोपर्यंत तुम्हाला त्याच्याविषयी शंका नसते. विचारांवर शंका घ्यायला लागताच ते शांत होतील आणि प्रत्यक्षात हीच आपल्या स्वातंत्र्याची तयारी असते.''

"आता तुम्ही पुढचंही वाचावं.'' पूजा अधीरतेने म्हणाली.

"स्वतःला स्वतंत्र करण्यासाठी आधी जो चष्मा लावलेला आहे तो काढून टाकला, तर नवीन काही गोष्टी प्रकाशात येतील. नवीन गोष्टी ताबडतोब समजणार नाहीत, परंतु जितकं समजेल त्यावर शोध घेऊन बघताच, तुम्ही नक्की कुठे स्वतःवर अन्याय करत आहात, हे लक्षात येईल.

"आपण पृथ्वीवर का आलो आहोत, याची हळूहळू आपल्याला जाण येईल. पृथ्वी एक स्वयंपूर्ण व्यवस्था आहे आणि न्याय-अन्यायाची समज प्राप्त करणे हा या व्यवस्थेचा एक महत्त्वाचा भाग आहे. जगामध्ये

आज असे कित्येक लोक आहेत जे आयुष्यभर अन्याय दूर करण्यासाठी लढले. पण स्वतः मात्र कायम दुःखी राहिले. आपण हे कार्य करायचंच नाही, असा याचा अर्थ नव्हे. अन्याय अवश्य दूर करा, परंतु योग्य प्रकारे. लोकांना न्याय देण्याचे विचार जर तुम्हाला दिले जात आहेत, तर तुम्ही योग्य प्रकारे न्याय द्यायला हवा, नाहीतर लोक दुःखी होऊनच हे कार्य करत राहतात. तुम्ही स्वतःबाबत जे करत असता तेच इतरांबाबतही करू लागलात, तर एकीकडे त्यांना स्वातंत्र्य देऊन दुसरीकडे गुलामीतच जखडत राहाल.

"त्यामुळे खरा न्याय देण्यासाठी आपल्या विचारांचं मंथन करायला हवं, आपल्या अनुभवांवर सिद्ध व्हायला हवं. मग तुम्हाला स्वतःलाच वाटेल, 'बरं झालं आम्हाला हे मार्गदर्शन मिळालं.' यापूर्वी तुम्ही चुकीच्या पद्धतीने गाठी सोडवत होता. धागे चुकीच्या पद्धतीने पकडून ते सोडवण्याचा प्रयत्न करत होता. परंतु त्याने काय झालं? गुंताच वाढला. बाहेरून तर अन्याय चालू होताच शिवाय आपण स्वतःवरही अन्याय करत होता म्हणजे दोन्हीकडून अन्याय होत होता. तुम्हालाच जर प्रत्येक गोष्ट स्पष्ट माहिती नाही, तर लोकांना सल्ला देणार कसा? त्यांचा न्यायनिवाडा करणार कसा? आधी आपण स्वतः पूर्ण प्रकाशित व्हायला हवं. आतील एकाही कोपऱ्यात अंधार नसावा इतकी तुमची तयारी असायला हवी. जसजसं ज्ञान मिळत जाईल, तुमची समज वाढत जाईल, तसतसं या अन्यायाची आता आवश्यकता नाही, असं तुमच्या लक्षात येईल. स्वतःवर अन्याय करणं बंद केलं तर इतरांनाही न्याय देऊ शकाल. मग इतरांवर अन्याय होताना पाहून तुम्हालाच वाटेल, अकारणच ते अन्याय भोगत आहेत. त्यांनादेखील ही समज मिळावी. जी गोष्ट आपण निर्माण केलेली नाही, ती आपण का भोगावी, असा विचार त्यावेळी तुमच्या मनात येईल. जी गोष्ट मेन्यूकार्डमध्येच नाही, ती आपण कशी खाणार?"

"तुम्हा सगळ्यांना माझी एक विनंती आहे, आपल्यावर जो अन्याय झाला आहे त्याचा सखोलपणे शोध घेऊन स्वतःवर होणारा अन्याय प्रथम बंद करा. जरा विचार करा, एक अन्याय जर तुम्हाला जीवनात येणाऱ्या इतर अन्यायांपासून अडवू शकतो तर तो अन्याय झाला की परम न्याय?"

शोध स्वतःचा ❑ १०७

हरक्युलिस भारावल्यासारखा वाचता वाचता अचानक शांत झाला. सर्वत्र शांतता पसरली. एक नवीनच समज मिळाल्याचं समाधान सगळ्यांना जाणवत होतं.

सर्वांनी हरक्युलिसला मनःपूर्वक धन्यवाद दिले आणि त्याचा निरोप घेतला. इतर काही लोक त्याचं बोलणं ऐकत होते. त्यांनीदेखील हरक्युलिसचे आभार मानले. रात्रीचे दहा वाजले होते. हरक्युलिस आपल्या निवासस्थानाकडे निघाला...

● ● ●

आज सकाळी हरक्युलिस फिरायला बाहेर पडला, तेव्हा कालच्या त्याच त्या गोष्टी त्याच्या मनात घोळत होत्या. काल तो खूपच भावुक झाला होता. अन्यायावर सांगितलेल्या उपायांनी त्याला एक नवीन अंतर्दृष्टी प्रदान केली. आतापर्यंत तो स्वतःवर झालेल्या अन्यायाकडे वेगळ्याच दृष्टीने बघत होता.

पत्नीबरोबर झालेल्या भांडणामुळे त्याला वाटायचं, राधेला माझ्या जीवनात आणून परमेश्वराने माझ्यावर खूप मोठा अन्याय केला आहे. राधेचं स्थळ त्याच्या काकूने आणलं होतं. राधाचा स्वभाव माहिती असूनही त्यांनी तिला हरक्युलिससाठी पसंत केलं होतं. असं करून काकूने माझ्यावर खरोखर अन्यायच केला नाही का? हा प्रश्न, ही सल हरक्युलिसला रात्रंदिवस बोचत होती. परंतु आज मनन केल्यानंतर त्याला या नवीन गोष्टीची जाणीव झाली. केवळ राधेच्या अशा स्वभावामुळेच आज तो स्वतःला अंतर्बाह्य ओळखू शकला. तिच्या वागण्यामुळे तो आपल्या स्वभावांतर्गत असणाऱ्या अहंकाराला जाणू शकला. वास्तविक तिने माझ्यावर अन्याय केलेला नसून न्याय केला आहे, याची जाणीव त्याला झाली. आपले स्वभाव विरुद्ध असूनही आपण एकमेकांसाठी पूरक आहोत राधा!

मुलांच्या आठवणीनेही त्याचे डोळे भरून आले. मुलांना माझ्यापासून दूर ठेवलं, हा नियतीने माझ्यावर केलेला अन्यायच नाही का?

हरक्युलिस विचार करू लागला, शोधकुटीमध्ये मी शोधाच्या सोप्या गोष्टी सगळ्यांना सांगतो, आता त्यांचा प्रत्यक्ष वापर करण्याची वेळ माझी आहे. या शोधानंतर हरक्युलिसच्या समोर काही गोष्टी प्रकटल्या.

-   नियतीला मला विशेष काही शिकवायचं आहे.

-   कदाचित शाप वाटणारी ही घटना काही काळानंतर आशीर्वादाचे रूप घेऊन समोर येईल. कारण वर्तमानातील दुःखद घटना काही चांगल्या गोष्टींचे संकेतही असतात.

शोध स्वतःचा ❏ **१०८**

- मी पूर्णपणे मुक्त म्हणजे योग्य प्रकारे बलशाली होऊन परत गेलो, तर मुलांसाठी एका आदर्श पित्याची भूमिका बजावू शकेन. त्याचबरोबर मला एक चांगला पतीदेखील बनता येईल.

- हा माझ्यासाठी परम न्याय तर नाही?

... स्वतःचाच खूप शोध घेतल्यानंतर हरक्युलिससमोर हे वेगवेगळे विचार उलगडत गेले.

'शोध स्वतःचा' या ग्रंथातून मिळालेल्या मार्गदर्शनामुळे त्याच्या चुकीच्या, भ्रामक समजुती नष्ट होत गेल्या. सगळ्या मान्यकथा संपुष्टात आणून शुद्ध आणि पवित्र अंतःकरणाने आपल्या घरी परत जावं, असा त्याने निश्चय केला. फिरून झाल्यानंतर त्याची पावलं आपोआपच हॉटेलकडे वळली.

भाईजी हॉटेलमध्ये बसून चहा पीत होते. त्यांनी लांबूनच हरक्युलिसला येताना पाहिलं. हरक्युलिसने हॉटेलच्या स्टाफमध्ये प्रेम आणि सौहार्दाचं बीजारोपण केलं होतं. सगळा स्टाफ त्याच्यामुळे प्रभावित होता. खुश राहण्यामुळे त्यांच्या कामाची गुणवत्तादेखील वाढली होती. या सुखद बदलाची भाईजींनादेखील जाणीव होती. त्यांच्या मनात हरक्युलिसविषयी चांगल्या भावना होत्या. वास्तविक या शुद्ध चारित्र्याच्या माणसाला इथे रोखून पुजाऱ्याला चरस, गांजा कसा पाठवावा याची काळजी त्यांना भेडसावत होती. भाईजींचा अंतरात्मा या गोष्टीसाठी तयार होत नव्हता. एक तर गेल्या आठवड्यापासून ते मालाची वाट पाहत होते. परंतु काही कारणांमुळे अजूनही जहाज किनाऱ्याला लागलं नव्हतं त्यामुळे ते अस्वस्थ झाले होते.

हरक्युलिसला येताना पाहून ते मनातल्या मनात विचार करू लागले, हा तर मला देवीमातेचा भक्त म्हणून ओळखतो. याच्यासमोर जर माझं बिंग फुटलं तर! आणि समजा तसं झालं नाही तरी परमेश्वराच्या या खऱ्या भक्ताबरोबर मी कपट का करावं? असं करणं म्हणजे पाप तर होणार नाही? तेवढ्यात मोबाइलची रिंग वाजल्यामुळे भाईजींचं लक्ष आपल्या विचारांपासून विचलित झालं. पोलीस चौकीमधून फोन आला होता, की पोलिसांनी त्यांच्या मुलाला अटक केली आहे. भाईजींना ताबडतोब बोलवण्यात आलं. ते ऐकून भाईजींना क्षणभर काही सुचलं नाही...

'पोलिसांनी पकडून न्यावं, असा कोणता गुन्हा माझ्या मुलाकडून घडला?' भाईजींच्या मनात प्रश्न निर्माण झाला.

भाईजी पोलीस चौकीत गेले. रात्रभर चरस आणि अफूच्या नशेमध्ये पडून राहिलेली पाच मुलं पोलिसांच्या ताब्यात होती. त्यात भाईजींचा एक मुलगा होता. मोठ्या कष्टाने हा मामला मिटवून भाईजी त्याला घरी घेऊन आले.

त्यांचा मुलगा ड्रग्जच्या आहारी गेला होता आणि भाईजींना याची तसूभरही कल्पना नव्हती. ते अवाक् झाले. त्यांना आपली कृष्णकृत्यं एक एक करून दिसू लागली. ज्या विषारी वेलाची लागवड आपण इतरांसाठी केली ती त्यांच्याच घरावर पसरली आहेत, हे क्षणार्धात त्यांना समजलं. या घटनेदरम्यान हरक्युलिसदेखील भाईजींसोबत होता. हरक्युलिसने भाईजींना खूप समजावले, दिलासा दिला. त्याचबरोबर त्यांच्या मुलाची ही सवय सोडविण्याची जबाबदारीही स्वतःवर घेतली.

त्याने सर्वप्रथम भाईजींच्या मुलाला व्यसनमुक्ती केंद्रात दाखल केले. तेथील लोकांनी सांगितलं, की काही दिवसांकरिताच त्याला तेथे ठेवावं लागेल. कारण नुकतीच त्याला ड्रगची सवय लागली होती. हे ऐकून हरक्युलिस आणि भाईजी सुखावले. हरक्युलिस दररोज त्या मुलाला भेटण्यासाठी जात होता. शिवाय अशा बिकट प्रसंगी धैर्य देऊन त्या मुलाचं सांत्वनही करत होता. मोठ्या चिकाटीने तो भाईजींच्या मुलाची मैत्री संपादन करण्याचा प्रयत्न करू लागला. आता तो मुलगाही हरक्युलिसबरोबर मोकळेपणाने वागून आपलं अंतरंग उलगडून बोलू लागला. स्वतःचा शोध कसा घ्यायचा, याविषयी हरक्युलिस त्याला मार्गदर्शन करत होता, तर कधी आपल्या जादूच्या पुस्तकातून काही ओळी वाचूनही दाखवत होता. त्यामुळे भाईजींच्या मुलाच्या समस्या कमी कमी होऊ लागल्या. लवकरच त्याला व्यसनमुक्ती केंद्रातून घरी पाठवण्यात आलं. आता त्याच्या परिस्थितीत पूर्वीपेक्षा बरीच सुधारणा झाली होती.

हरक्युलिस त्याला दररोज यंग हटमध्ये 'शोध स्वतःचा' या ग्रंथातील काही अध्याय वाचून दाखवू लागला. हे पाहून भाईजी आनंदित झाले. याच दरम्यान ज्या जहाजाची भाईजी डोळ्यांत प्राण आणून वाट पाहत होते तेदेखील आलं होतं. परंतु नुकत्याच घडलेल्या घटनेने भाईजींच्या विचारांमध्ये वादळ माजलं होतं. ते आपल्या कृत्यावर पश्चात्ताप करू लागले. भाईजींना आता खऱ्या अर्थाने देवीचा भक्त बनण्याची इच्छा होती.

त्यांनी मनातल्या मनात दृढ निश्चय केला आणि दुसऱ्या दिवशी हरक्युलिसला बोलावले. इतके दिवस तिथे राहिल्याबद्दल त्यांनी धन्यवाद व्यक्त करून पुजाऱ्याला देण्यासाठी एक पत्र त्याच्याजवळ दिलं. देवीमातेच्या मंदिरासाठी मोठी रक्कम दान

स्वरूपात देऊन सन्मानपूर्वक त्याला निरोप दिला...

• • •

बसमध्ये बसल्या बसल्या हरक्युलिस तेथे व्यतीत केलेल्या दिवसांचे विश्लेषण करू लागला. आतापर्यंत त्याने जितेंद्र आणि महेशच्या जीवनात बदल घडवून आणण्यासाठी निमित्त म्हणून काम केलं होतं. यंग हट ग्रुपचे सर्व सदस्य अलोक, अंगद, पूजा आणि जेसिका यांच्या विचारांची दिशा बदलण्यात तो यशस्वी झाला होता. प्रत्यक्षात हरक्युलिसला वाटत होतं भाईजींच्या मुलामध्ये परिवर्तन तर झालं आहे, परंतु तो अद्याप पूर्णपणे सुधारला नाही. म्हणून त्याच्या स्वभावात पूर्ण परिवर्तन घडवून आणणं गरजेचं होतं. त्यासाठी त्याला काही काळ वाट पाहावी लागणार होती. या गोष्टीची जाणीव होऊन शोध कुटीची जबाबदारी अंगदवर सोपवून हरक्युलिस पुन्हा मंदिराच्या दिशेने निघाला. त्याने अंगदला 'शोध स्वतःचा' या ग्रंथाची एक प्रत भेट म्हणून दिली. देवीमातेच्या आदेशानुसार त्याने सहा महिन्यांत सहा लोकांच्या जीवनात आमूलाग्र बदल घडवून आणल्यामुळे तो आनंदात होता. त्याची निम्मी यात्रा पूर्ण झाली होती. आता त्याला प्रतीक्षा होती, ती पुजाऱ्याच्या पुढच्या हुकमाची...

तिकडे... हरक्युलिस गेल्यानंतर भाईजींच्या मनात त्याच्याविषयी कृतज्ञतेचे भाव निर्माण झाले. हरक्युलिसकरवी त्यांच्या मुलाला व्यसनमुक्त करून देवाने खूप मोठा न्याय दिला होता. हरक्युलिसने आणखी काही दिवस राहावं, अशी त्यांची इच्छा होती. परंतु आता कोणतंही कारण शिल्लक नव्हतं. एक तर हॉटेलचा इलेक्ट्रॉनिक मेन्टेनन्स मॅनेजरदेखील सुट्टीवरून परत आला होता आणि दुसरी गोष्ट म्हणजे पुजाऱ्याला माल पाठवायचा नाही, हा त्यांचा निश्चय अटळ होता.

• • •

आज मंगळवार, देवीमातेचा वार. भक्तांची उसळलेली गर्दी या गोष्टीचं प्रतीक होती. आरतीनंतर प्रसादासाठी लोक एका रांगेमध्ये उभे राहिले. हरक्युलिस सर्वांत शेवटी जाऊन उभा राहिला. नंबर आल्यावर त्याने प्रसाद घेण्यासाठी हात पुढे केला आणि ''अरे तू... तू इतक्या लवकर कसा काय आलास? केव्हा आलास? काही सांगितलं पण नाहीस...'' पुजाऱ्याचे प्रश्न एक एक करून त्याच्या कानावर आदळत होते.

पुजाऱ्याची मनःस्थिती द्विधा झाली. माल येण्यापूर्वीच हरक्युलिस इथे कसा काय आला... झालं तरी काय... हरक्युलिसने बॅगेतून पत्र आणि एक चेक काढून पुजाऱ्याला

शोध स्वतःचा ❑ १११

दिला आणि म्हणाला, ''भाईजींनी हे पत्र आपल्याला द्यायला सांगितलं आहे आणि त्याचबरोबर मंदिरासाठी हा चेकही दिला आहे.'' पुजाऱ्याने गोंधळलेल्या अवस्थेत ते पत्र आणि चेक घेऊन हरक्युलिसला आराम करायला सांगितलं.

आत गेल्यावर पुजाऱ्याने अधीरतेने पत्र उघडून वाचायला सुरुवात केली...

प्रिय मित्र,

नमस्ते.

आजपर्यंत आपली मैत्री टिकून राहिली आणि आपल्यातील व्यावसायिक भागीदारीने ती अधिकच दृढ झाली. तुमच्या इच्छेप्रमाणे हरक्युलिसला इथे रोखून धरून चरस, गांजा, अफीम पाठवणार होतो. परंतु जीवनाने असे काही रंग दाखवले, की माझे डोळे खाड्कन उघडले. मनुष्याला आपल्या कर्मांची फळं भोगावीच लागतात. आतापर्यंत जे काही झालं ते गंगेला मिळालं. परंतु आता इथून पुढे मला तुमच्या पापकर्मात भागीदार बनवू नये. हरक्युलिससारख्या सच्च्या, नितळ स्वभावाच्या आणि सज्जन माणसाच्या सौजन्याचा फायदा घेऊन मला माझ्या पापांचा घडा अजिबात भरायचा नाही. नशा आणणाऱ्या पदार्थांचा धंदा करून तरुण पिढीला पथभ्रष्ट करण्याचे कृत्य आता माझ्याकडून होणार नाही. कारण त्या युवा पिढीमध्ये आपली मुलंदेखील सामील आहेत. तेव्हा माझा हा निर्णय अटळ आहे आणि आशा आहे, आपणही यावर गंभीरपणे विचार कराल. या घटनेने आपल्या मैत्रीवर कोणताही परिणाम होणार नाही.

आपला शुभचिंतक

भाईजी

१५

हरक्युलिसचं चौथं कार्य

भाईजींचं पत्र वाचल्यावर पुजाऱ्याची मती गुंग झाली होती. तो पुतळ्यासारखा निश्चल बसून राहिला. दोन दिवस पुजारी विचारांच्या वादळात सापडल्यामुळे हरक्युलिसवर खूपच नाराज होता. पुजाऱ्याने मौन ठेवून त्याच्यावरची आपली नाराजी प्रकट केली होती. परंतु आतून मात्र त्याचं मन आक्रोश करत होतं, हरक्युलिसच्या प्रायश्चित्तामुळे माझ्या इतक्या वर्षांच्या धंद्याची पुण्याई चौपट करून टाकली. प्रायश्चित्त घेऊन त्याला पुण्य मिळेल, पण माझ्या पोटापाण्याचं काय? अजून माझ्या मुलीचं लग्नही व्हायचं आहे, त्याचा खर्च कोण करणार? माझं नशीबच बेकार आहे. हरक्युलिसचं प्रायश्चित्त संपताच, माझं नशीब चमकेल कदाचित...

आता पुजाऱ्याला हरक्युलिसची उपस्थिती खूपच खटकत होती. हरक्युलिसने त्याच्या बहिणीवर केलेले उपकारही तो विसरला होता. हरक्युलिसला मंदिरातून कसा हाकलून देता येईल, या विचारानेच तो अस्वस्थ झाला. त्यातच त्याला डुलकी लागली...

मध्यरात्री अचानक हरक्युलिसला जाग आली ती पोटदुखीमुळे. बेचैन होत तो रात्रभर एका कुशीवरून दुसऱ्या कुशीवर होत राहिला. पोटातील मुरडा थांबण्याचे नावच घेत नव्हता. हरक्युलिसने संपूर्ण रात्र अशीच तळमळत घालवली. सकाळी उठल्यावरही त्याला मळमळत होतं आणि उलटी होत असल्याच्या भावनेबरोबरच तोंडाची चवही

गेली होती. डायरियाची सगळी लक्षणं दिसू लागली होती. अशक्तपणामुळे त्याला उठतादेखील येत नव्हतं. हरक्युलिसला इतक्या उशिरापर्यंत झोपलेला पाहून पुजारी त्याच्याजवळ गेला आणि त्याला कारण विचारलं. हरक्युलिसचा पिवळा पडलेला चेहरा आणि सुकलेले ओठ पाहून पुजाऱ्याला परिस्थितीचं गांभीर्य लक्षात आलं.

पुजारी त्याला जवळच्याच शहरातील हॉस्पिटलमध्ये घेऊन गेला. रस्त्यातच त्याने मनातल्या मनात एक योजना आखली आणि त्यावर बेहद्द खुश झाला. हरक्युलिसला आजच हॉस्पिटलमध्ये भरती करून त्याचं सामानही तिथेच पाठवून देतो, शिवाय त्याला काहीतरी खोटंनाटं सांगून काही दिवसांसाठी बहिणीकडे जाऊन राहतो. बरा झाल्यानंतर तो आणि त्याचं काम...मला आता त्याच्याशी काही घेणंदेणं नाही...

डॉक्टरांनी हरक्युलिसची परिस्थिती पाहून त्याला हॉस्पिटलमध्ये भरती होण्याचा सल्ला दिला. आपली योजना सफल होत आहे, असं पाहून पुजाऱ्याने डॉक्टरांचा सल्ला ऐकला. हॉस्पिटलच्या जनरल वॉर्डमध्ये एका बेडवर हरक्युलिसला झोपवण्यात आले. डॉक्टरांनी त्याला तपासले. असह्य पोटदुखी आणि मळमळणे ही लक्षणं पाहून त्यांनी भोजनात काहीतरी विषारी पदार्थ आल्याचं, फूड पॉयझनिंग झाल्याचं सांगितलं. पुजाऱ्यावर त्याचा काही परिणाम झाला नाही. संध्याकाळी पुन्हा येतो, असं म्हणून तो घरी परतला.

पोटदुखी आणि डोकेदुखीमुळे हरक्युलिस पूर्णपणे गर्भगळित झाला होता. निराश झाला होता. त्याचं सारं मानसिक बळदेखील नष्ट झालं होतं. त्याने डॉक्टरांना बोलावून आपल्या मायग्रेनच्या जुन्या आजाराविषयी सांगितलं. डॉक्टरांनी सगळ्या तपासण्या करून त्याच्यावर उपचार सुरू केले.

हरक्युलिसने अंथरुणावर पडल्या पडल्याच आजूबाजूला बघितलं तेव्हा त्याला थोड्या थोड्या अंतरावर झोपलेले कित्येक पेशंट दिसले. हरक्युलिसचे विचार पुन्हा आपल्या आजाराच्या चारही बाजूंनी परिक्रमा करू लागले. हा मायग्रेनचा आजार वारंवार का डोकं वर काढतो? मी काल असं काय खाल्लं, ज्यामुळे फूड पॉयझनिंगचा शिकार झालो आणि माझी परिस्थिती इतकी नाजूक बनली. विचार करता करता हरक्युलिसला झोप लागली.

दुपारी जेवण्यासाठी नर्सने उठवलं. इच्छा नसतानाही त्याला थोडी खिचडी खावी लागली. औषधांच्या प्रभावामुळे जरा जास्तच झोप येत होती. संध्याकाळी झोप झाल्यानंतर त्याला पहिल्यापेक्षा अधिक चांगलं, फ्रेश वाटू लागलं.

शोध स्वतःचा ❑ ११४

हरक्युलिसने उठून औषधं घेतली. एकाच दिवसात तो हॉस्पिटलला कंटाळला होता. परंतु त्याची दयनीय अवस्था त्याला तिथे जखडून ठेवत होती. अंथरुणावर फक्त पडून राहावं लागणं, हे त्याच्यासाठी कोणत्याही शिक्षेपेक्षा कमी नव्हतं. राहून राहून तो व्याकूळ होत होता. ते जिणं त्याला असह्य झालं होतं.

तेवढ्यात त्याला अंतरात्म्याचा आवाज ऐकू आला, 'हरक्युलिस, ही सुवर्ण-संधी दवडू नकोस.' या वाक्याने हरक्युलिसच्या डोक्यात पुन्हा विचारचक्र सुरू झालं. त्याला जाणवलं, शोधासाठी यापेक्षा उत्तम संधी ती कुठे मिळणार? तो कोणताही प्रतिरोध न करता अंथरुणावर तसाच झोपून राहिला. त्याने डोळे बंद केले. त्याला वाटलं जणूकाही तो देवीमातेबरोबर संवाद साधत आहे.

हरक्युलिस : 'आपल्या विचारांना आजाराभोवती सारखं सारखं फिरवून कुठे, मी माझं जुनचं मागणं तर पुन्हा मागत नाही ना?'

देवीमाता : 'अगदी बरोबर ओळखलंस.'

हरक्युलिस : 'वास्तविक प्रत्येक घटनेतून नियती जर काही संकेत देत असेल, तर हॉस्पिटलमध्ये पडून राहणं हादेखील एखाद्या गोष्टीचा संकेतच असेल ना?'

देवीमाता : 'तू तुझ्या खाण्यापिण्याकडे आता अधिक सतर्कतेने लक्ष दिलं पाहिजेस.'

हरक्युलिस : 'हा मायग्रेनचा आजार जेव्हा पाहावं तेव्हा हजर असतोच.'

देवीमाता : 'तुझा हा आजार अव्यक्तिगत आहे. हा आजार तुला लोकांच्या मनात आजारपणादरम्यान येणाऱ्या नकारात्मक विचारांपासून त्यांना मुक्त करावं, यासाठी झालेला आहे.' यासाठी तू यावर योग्य शोध घेऊन त्यातून मुक्त व्हावंस.

हरक्युलिस : 'याचा अर्थ जोपर्यंत मी शिकणार नाही, तोपर्यंत माझ्याबाबतीत असंच घडत राहणार का?'

देवीमाता : 'तू आजारी असताना विचारांना योग्य दिशा देऊ शकलास, तर तुला असा प्रश्न पडणार नाही, 'हा आजार का उफाळून येतो आहे... आता माझं कसं होणार... इलाज करण्यासाठी किती पैसा खर्च होणार...

खरंतर सामान्य बुद्धी वापरून तू आवश्यक ती काळजी जरूर घेशील. परंतु भीती, निराशा, असुरक्षिततेची भावना यातून मुक्त राहशील. कारण आजारामागे असलेलं स्वास्थ्य तू बघितलेलं आहेस.'

हरक्युलिस : 'मी तुमचे विचार ऐकून धन्य झालो आहे. आता माझं दुखणं काही प्रमाणात का होईना कमी झाल्यासारखं वाटतंय. वास्तविक मी केवळ दृष्टिकोन, फोकस बदलण्याची गरज होती. आजारी असताना जे विचार करायचे असतात, ते सोडून आपण भलतेच, चुकीच्या दिशेने विचार करत राहतो हे आता मला समजलं आहे.'

देवीमाता : 'जेव्हा विचार योग्य दिशेने चालू असतात, तेव्हा तुम्ही 'स्व'मध्ये असता म्हणजे स्वस्थ असता.'

हरक्युलिस : 'हे देवीमाते, तुझ्याशी बोलून मला खूप शांत वाटत आहे. शोध आणि मननासाठी एक नवीन मार्ग गवसलाय. तू मला नेहमी असंच मार्गदर्शन करत राहा.'

संध्याकाळी डॉक्टरांनी हरक्युलिसला तपासलं. आता त्याची तब्येत हळूहळू सुधारत होती. पूर्वीपेक्षा चांगली वाटत होती, औषध व खाण्यापिण्याची नीट काळजी घ्यायला सांगून डॉक्टर निघून गेले. हरक्युलिसने पुजाऱ्याला निरोप पाठवला आणि संध्याकाळी येताना 'शोध स्वतःचा' ग्रंथदेखील आणायला सांगितला.

पाहतो तर काय! केवळ ग्रंथच नव्हे, तर हरक्युलिसच्या बाडबिस्ताऱ्यासह पुजारी हॉस्पिटलमध्ये हजर. हरक्युलिस गोंधळलेल्या नजरेने पुजाऱ्याकडे पाहतच राहिला.

"मी काही दिवसांसाठी माझ्या बहिणीच्या घरी जात आहे. तू बरा झाल्यानंतर, तुझ्या घरी निघून जा. आता मंदिरात तुझी कोणतीही आवश्यकता नाही." पुजारी तटस्थपणे म्हणाला.

पुजाऱ्याचे हे कडवे बोल ऐकून हरक्युलिस स्तब्ध झाला. जणू त्याला सांगायचं होतं, 'पुजारीजी, तुम्ही गेल्यावर माझं प्रायश्चित्त कसं पूर्ण होणार?' परंतु पुजारी आल्या पावली तेथून निघून गेला.

पुजारी गेल्यावर हरक्युलिस अतिशय उदास झाला. एक तर तो आजारी, त्यात पुजाऱ्याच्या कटू वचनांची बरसात त्याच्यावर झालेली. असहाय अवस्थेमध्ये तो गुपचूप पडून राहिला. देवीमातेचा धावा करण्याशिवाय अन्य कुठलाही पर्याय त्याच्याकडे

शिल्लक नव्हता. सगळी परिस्थिती त्याने मातेच्या चरणी अर्पण केली. माझे प्रायश्चित्त आता तुझ्या हातात आहे आई, असे म्हणून तो झोपी गेला...

॥.. १६ ..॥

सकाळी उठताच हरक्युलिसने ग्रंथाला प्रणाम केला आणि 'स्वास्थ्याविषयी शोध' हा अध्याय काढून वाचायला सुरुवात केली...

> संपूर्ण स्वास्थ्य प्राप्त करण्यासाठी खुश राहणे हाच योग्य मार्ग आहे, कदाचित तो पहिल्यांदा कठीण वाटेल. यासाठी तुम्हाला फसव्या, दिखावटी सत्यापासून नेहमी दूर राहायला पाहिजे. खोटं किंवा दिखाऊ सत्य म्हणजे असं दृश्य जे पाहून तुम्हाला दुःख होतं आणि त्यालाच तुम्ही सत्य मानायला लागता. अशा वेळी दिखाऊ सत्यच आपल्या मनावर बिंबते. पण अशा परिस्थितीत दिखाऊ सत्यामागे दडलेल्या केवळ 'एकमात्र' (only satya) सत्यावर आपलं लक्ष असायला हवं.

वाचता वाचता हरक्युलिसने डोळे बंद केले. पुजाऱ्याचं येथून निघून जाणं हे केवळ दिखाऊ सत्य आहे, याची त्याला जाणीव झाली. तो गेला तरी माझं काही नुकसान होणार नाही. प्रायश्चित्त अवश्य पूर्ण होणार आणि हेच एकमात्र सत्य आहे. त्याने पुढे वाचायला सुरुवात केली...

> ''दिखाऊ सत्य म्हणजे जे आपल्याला दिसतं, पण वास्तविक ते तसं नसतं. तुम्ही बाहेर खूप पाऊस पडत असल्याचं पाहता आणि त्यालाच सत्य मानता. मग अतिवृष्टीमुळे ज्या ज्या अडचणी येणार असतात त्या सर्वांचं चित्र मनात रेखाटलं जातं. परंतु त्या वेळी पावसाच्या मागे असणारा सूर्य तुम्हाला दिसत नाही. जर तुम्ही तो सूर्य पाहू शकलात, तर तुमच्या तोंडून शब्द बाहेर पडतील, 'धन्यवाद!' यासाठी मुसळधार पाऊस पडत असताना कधीही असं म्हणू नका, 'किती पाऊस आहे... खूप त्रास होणार आहे... उलट म्हणा Thank you for the sun. अशाच प्रकारे आजारपणातही किती त्रास होतोय असं न म्हणता त्यामागे दडलेले स्वास्थ्य बघा आणि म्हणा, थँक्यू फॉर हेल्थ... स्वास्थ्यासाठी धन्यवाद...
>
> ''जीवनामध्ये तुम्ही जे बघत असता तेच तुमच्याकडे आकर्षित

होतं आणि तुम्ही मात्र काय बघता? न्यूज चॅनल... वर्तमानपत्र... किती आजार पसरलेले आहेत... जीवनाचा काही भरवसाच नाही... कोणतीही दुर्घटना घडू शकते...माझ्याबाबत असं घडायला नको... इत्यादी. आता जरा विचार करून पाहा किती धोक्यामध्ये तुम्ही जगत असता!

"तुम्ही लोखंडाचा असा तुकडा आहात, ज्याला सत्याचं ज्ञान मिळालं, तर ते मॅग्नेट बनतो आणि दिखाऊ सत्य दिसलं तर पितळ. पितळ म्हणजे अज्ञान, बेहोशी. या गोष्टीची खात्री पटताच तुम्ही कधीही दिखाऊ सत्यामध्ये गुंतणार नाही.

"दिखाऊ सत्यामध्ये अडकून तुम्ही किती मोठ्या आनंदाला मुकत आहात, हे तुम्हाला माहिती नाही. वास्तविक दिखाऊ सत्यामध्ये अडकून तुम्ही स्वतःच्याच पायांवर कुऱ्हाड मारून घेत आहात. जे लोक व्याधिग्रस्त असतात, त्यांचं सगळं लक्ष त्यांच्या आजारावर खिळलेलं असतं. अशा वेळी ते आजारपणाशिवाय अन्य काहीही आकर्षित करीत नाहीत. जेव्हा तुम्हाला शरीरावर आजारपणाची लक्षणे दिसायला लागतील तेव्हा अवश्य म्हणा, मी आजाराच्या लक्षणांना बघणार नाही, त्यामागे असणाऱ्या स्वास्थ्यावर लक्ष केंद्रित करेन... पण त्याचबरोबर सामान्य ज्ञान वापरून डॉक्टरांनी सांगितलेली औषधंही चालू ठेवायला हवीत.

"तुम्ही स्वास्थ्याकडे लक्ष दिलं, तर कुठे ना कुठे नक्कीच त्याचे सकारात्मक परिणाम यायला सुरुवात होतील. दवा, दुवा, चमत्कार, तुमचे सकारात्मक विचार आणि आंतरिक शक्तीने सगळंच जागृत होऊ लागेल. आजाराला केवळ दिखाऊ सत्याच्या रूपात बघितल्यामुळे आजार ठीक होऊ लागेल. आजार दिखावटी सत्य आहे, स्वास्थ्य The only truth आहे, हा ईश्वरीय गुण आहे.

"वास्तविक, स्वास्थ्य तुमच्याजवळ येऊ पाहतं. नव्हे ते तर दरवाजावर हाच विचार करत उभं असतं, की केव्हा समोरचा माणूस दिखाऊ सत्यातून बाहेर येईल आणि कधी मी त्याच्यामध्ये प्रवेश करेन. परंतु ही व्यक्ती तर आजारालाच धरून बसली आहे, सोडण्याचं नावच घेत नाही.

''माणसाला आपल्यातील शक्तीची जाणीव नसते. त्याचं लक्ष आजारावरच खिळलेलं असतं. परंतु, आता आजाराला पाहून तुम्ही म्हणाल, 'बाबा रे, यात अडकू नकोस. हे दिखाऊ सत्य आहे आणि मला फक्त स्वास्थ्य हवं आहे.' असं म्हटल्यामुळे तुमच्यामध्ये एक अलौकिक ऊर्जा तयार होईल. तुम्ही केवळ दिखाऊ सत्याकडे काणाडोळा करायला सुरुवात करताच चुंबक बनता आणि सगळ्या सकारात्मक गोष्टींना आपल्याकडे आकर्षित करता. यामुळे प्रेम, साहस, आनंद, संतुष्टी आणि स्वास्थ्य आपल्या जीवनात आकृष्ट होतं.''

हे सर्व वाचल्यावर हरक्युलिसच्या विचारांना एक नवीन दिशा मिळाली. त्याचं मन अतिशय प्रसन्न झालं होतं. निराशा आणि मानसिक दुर्बलता यांतून तो पूर्णपणे बाहेर आला होता. काही वेळांनंतर डॉक्टरांनी हरक्युलिसची तपासणी केली आणि संध्याकाळपर्यंत त्याला घरी जाण्याची परवानगी दिली.

संध्याकाळ झाल्यावर हरक्युलिस चिंताग्रस्त झाला. आता जायचं तरी कुठे हे त्याला काही केल्या समजेना. पुजारी तर निघून गेले. मंदिराची दारंही बंद झाली असतील आणि पुजाऱ्याने माझं सगळं सामान इथं आणून दिलं आहे. हे देवीमाते, आता मी करू तरी काय? कुठे जाऊ... आपलं सगळं सामान घेऊन तो निघणार, तेवढ्यात स्ट्रेचरवरून एका माणसाला ऑपरेशन थिएटरकडे घेऊन जाताना त्याने बघितलं. तो माणूस जरा जवळ आल्यावर त्याने पाहिलं तर रक्तबंबाळ झालेला पुजारी! त्याला पाहून तो जागच्या जागी खिळल्यासारखा झाला. क्षणभर त्याचा आपल्या डोळ्यांवर विश्वासच बसेना...

• • •

पुजारी आणि तेही अशा अवस्थेत... अरे देवा, कुठे आणि कसा झाला असेल त्यांना हा अपघात! पुजारी घायाळ झाल्यामुळे जोरजोरात कण्हत होता. हरक्युलिसच्या मनात नको नको ते विचार सैरभैर धावू लागले. आपली शारीरिक कमजोरी विसरून धावत तो स्ट्रेचरच्या मागे-मागे जाऊ लागला. सगळ्या औपचारिक गोष्टी, एक्स-रे इत्यादीसाठी एखाद्या घरातील सदस्याप्रमाणे तो पुजाऱ्यासोबत राहिला.

सकाळी डोळे उघडताच आपण हॉस्पिटलमध्ये आहोत, असं पुजाऱ्याने बघितलं. त्याच्या डोळ्यांसमोर अपघाताचे दृश्य एखाद्या चित्रपटाप्रमाणे सरकू लागलं तो सिटीबस स्टॉपवर जाण्यासाठी रिक्षात बसला... अचानक एक मुलगा पळत समोर आला...

त्याला वाचवण्याच्या प्रयत्नात रिक्षा एका खांबावर आदळली... रिक्षा उलटल्यामुळे तो बाहेर फेकला गेला... त्याच्या एका पायावरून रिक्षा गेली... काही लोकांनी त्याला तेथून हॉस्पिटलमध्ये पोहोचवलं... क्षणार्धात त्याला वस्तुस्थितीची जाणीव झाली. समोरच त्याला हरक्युलिस दिसला. पुजाऱ्याला त्याचा डावा पाय जरा जड वाटला. हरक्युलिसने नजरेनेच पुजाऱ्याला 'घाबरू नका, सर्व काही ठीक होईल' असं सुचवलं. त्याला आधार दिला आणि त्याच्या डाव्या पायाला फ्रॅक्चर असल्याचं सांगितलं.

हरक्युलिसबद्दलच्या कृतज्ञतेने पुजाऱ्याचे डोळे भरून आले. तो मनातल्या मनात विचार करू लागला, आज जर हा नसता तर माझं काय झालं असतं. मी रागाच्या भरात त्याला नाही नाही ते बोललो. त्याच्या निष्कपट मनाला माझ्या फायद्या-तोट्याच्या तराजूत तोलत राहिलो. अरेरे, माझ्याकडून हे पाप घडलंच कसं... आजारातून नुकत्याच बाहेर पडत असलेल्या हरक्युलिसने माझी सेवा केली. माझ्या सगळ्या हुकमांची निष्ठापूर्वक ताबेदारी केली आणि मी... त्याच्याबाबत इतका निष्ठुर कसा काय झालो? असा विचार करता करता पुजारी ओक्साबोक्शी रडू लागला आणि आपल्या चुकीच्या वर्तणुकीबद्दल दिलगिरी व्यक्त करून हरक्युलिसची माफी मागितली.

हरक्युलिसने पुजाऱ्याला शांत व्हायला सांगितलं. भावनांचा आवेग कमी झाल्यावर पुजाऱ्याने आपला आजार कितपत गंभीर आहे, असं हरक्युलिसला विचारलं. त्यावर हरक्युलिस म्हणाला, ''पायाची सूज कमी झाल्यावर उद्या तुमचा पाय प्लास्टरमधून काढला जाईल. शरीराला ज्या तीनचार ठिकाणी जखमा झालेल्या आहेत त्याच्यावर योग्य इलाज करण्यासाठी तुम्हाला दोन दिवस डॉक्टरांच्या निरीक्षणाखाली राहावं लागेल. तुम्ही काही काळजी करू नका. आराम करा. मी तुमच्याबरोबर आहेच.''

'जशी वरच्याची मर्जी' म्हणत पुजारी असाहाय्य होऊन तोंड फिरवून झोपला. हरक्युलिसनेही कोणत्याही प्रकारचे प्रश्न न विचारता त्याला झोपू दिलं आणि त्याच्या उपचारासंबंधी डॉक्टरांचा सल्ला घेतला.

रिक्षाड्रायव्हरला जास्त लागलं नव्हतं, त्यामुळे औषधोपचार करून त्याला लगेच हॉस्पिटलमधून घरी पाठवण्यात आल्याचं त्याला समजलं.

पुजाऱ्याच्या शेजारील बेडवर एक सहा-सात वर्षांचा मुलगा तापाने फणफणलेला होता. त्याचे आईवडील अभय आणि अनुया सारखे त्याच्याजवळ बसून त्याची काळजी घेत होते. अधूनमधून ते एकमेकांशी भांडतही होते आणि मुलाच्या आजारपणाविषयी एकमेकांवर दोषारोप करत होते. हरक्युलिसने सगळ्या गोष्टींचं निरीक्षण केलं. पुजारी

आराम करत असल्यामुळे त्याने सहजपणे त्या मुलाच्या वडिलांबरोबर गप्पा मारायला सुरुवात केली. अभयच्या मनात खूप गोष्टी दाटलेल्या होत्या. जणू मोकळं होण्याची तो वाटच पाहत होता. त्यामुळे सहानुभूतीचे दोन शब्द ऐकताच तो बोलू लागला...

''माझ्या जीवनात एकच दुःख आहे ते म्हणजे माझा मुलगा चिकू वारंवार आजारी पडतो. कधी व्हायरल फीवर, मलेरिया, तर कधी सर्दीपडसे. तो आजारी पडताच घरात औदासीन्य पसरतं. मी आणि माझी पत्नी त्याची कायम काळजी घेतो तरीदेखील...''

हरक्युलिसने त्यांना 'शोध स्वतःचा' हा ग्रंथ सुपूर्द केला आणि म्हणाला, ''दुःखाची कारणं – स्टॅम्पिंग, मान्यकथा हा अध्याय वाचा.'' अभय रात्रभर मुलाजवळ थांबला होता म्हणून त्याने लगेच तो अध्याय वाचून संपवला. त्याला त्या पुस्तकातील शिकवण खूपच महत्त्वपूर्ण वाटली. रात्री झोपण्यापूर्वी त्याने हरक्युलिसबरोबर या विषयावर चर्चा करण्याची विनंती केली. कोणाच्याही झोपेत विघ्न येऊ नये म्हणून दोघेही हॉस्पिटलच्या कॉरिडोरमध्ये बसले.

''मी तो अध्याय वाचला आणि स्टॅम्पिंग किंवा मान्यकथा कशाप्रकारे आपल्या दुःखाचे कारण बनतात, हे जाणवलं. परंतु माझ्या मुलाच्या आजाराचा शोध मी नीटपणे घेऊ शकलो नाही. आपल्या दुःखद मनोवस्थेमधून मी बाहेर निघू शकत नाही. तेव्हा तुम्ही या विषयावर मला काही सल्ला द्याल का?'' अभयने विचारलं.

''आपल्या मान्यता आणि स्टॅम्पिंग हेच दुःखाचं कारण आहे, हे आता तुम्हाला 'शोध स्वतःचा' या ग्रंथामुळे समजलंच असेल, त्यामुळे चिकूने आजारीच पडायचं नाही... आजारी पडणे चुकीची बाब आहे... ही मान्यता आहे का, यांचा आपण शोध घ्या.''

''हो, मी असाच विचार करतो.'' अभय हळूच पुटपुटला.

''मुलांनी आजारी पडणं चुकीचं असतं का, असं जर डॉक्टरांना विचारलं तर ते सांगतील, हो, मुलंदेखील आजारी पडू शकतात... खेळताना ती पडतात... शाळेत मुलं त्यांना चिडवतातदेखील... त्यांना खूप अभ्यास करावा लागतो...शिवाय होमवर्क ही असतोच. वेगवेगळ्या मनःस्थितीतून आणि परिस्थितीतून ते जात असतात... आणि ही स्वाभाविक प्रक्रिया आहे, त्यामुळेच तर त्यांचा विकास होतो.

जे आईवडील मुलांना अजिबात दुःख, त्रास होऊ देत नाहीत, त्यांना आजारी पडू देत नाहीत, खेळताना पडू देत नाहीत ती मुलं मोठी कशी होणार? जीवनात अचानक

एखाद्या दुःखाला सामोरं जावं लागलं, तर ती कोमेजून जातात. निराश होतात. तुम्ही त्यांना संकटांचा सामना करायला शिकवलं नाही, तर एखाद्या तुफानाला ती सामोरं जाणार तरी कशी? एका रोपट्याच्या जीवनात जेव्हा छोटी छोटी संकटं येतात, तेव्हा त्यांच्याशी लढून लढून तर त्याची मुळं मजबूत होतात. त्यानंतरच ती मोठी होऊन तुफानांचा सामना करू शकतात.

‘‘तुमचे मुलांवर जर खरोखरंच प्रेम असेल, तर त्यांना तुम्ही आजारी पडण्याची परवानगी द्या. नाहीतर तुमची अनाठायी भीती मुलांमध्ये उगाचच आजारपणाविषयीच्या भीतीला खतपाणी घालते. तुमचा मुलगा आजारी पडू नये अशी जर तुमची इच्छा असेल, तर अप्रत्यक्षरीत्या तो आजारी पडावा यासाठी तुम्ही योगदान देत असता.

‘‘मुलांनी आजारी पडणं वाईट आहे, हे तुम्ही शिक्कामोर्तब केलेलं आहे. प्रथम हे स्टॅम्पिंग करणे सोडून द्या.’’

‘‘प्रत्येक क्षणी शरीराबाबत काही ना काही घडत असतंच. ते कधी आजारी पडतं, तर कधी एकदम ठणठणीत असतं. वातावरणातील बदलानुसार शरीर फीडबॅक (कर्म संकेत) देतं. त्यामुळे आता ऋतू बदलला आहे, हे लक्षात तरी येतं. त्यासाठी खाण्यापिण्यात काही बदल घडवून आणा, थोडा व्यायाम करा, नवीन काही करा, असा संकेत ते देतं. नाहीतर तुम्ही सजग होणार नाही. शरीराद्वारे फीडबॅक देऊन खरंतर नियती आपल्यावर उपकारच करत असते. कमीत कमी त्यामुळे तरी आईवडिलांना समजावं, आता मुलाच्या दिनचर्येमध्ये बदल करण्याची आवश्यकता आहे.’’

‘‘कदाचित तुम्ही योग्यच सांगत आहात. चिकूचा आजार पाहिल्यावर, लहानपणी मी कधी इतका आजारी पडायचो नाही, अशी तुलना करू लागतो. अनुयादेखील आपल्या शारीरिक तक्रारी सांगते तेव्हा वाटतं, यांनाच का बरं सारखं काही ना काही होत असतं. मला तर कधीच काही होत नाही. मी किती स्वस्थ्य असतो.’’ अभय वैतागून म्हणाला.

‘‘तुम्हाला आजारी पडण्याची आवश्यकता नव्हती. पण कदाचित चिकूला त्याची गरज असेल. लहानपणी तुमच्याबाबतीत जे घडत होतं, त्याची आवश्यकता तुम्हाला होती. जे तुमच्याबाबत घडलं, ते चिकूबरोबर घडलं नाही. कारण दोघांच्या गरजा वेगवेगळ्या आहेत. आपण आजारपणालाही अशा प्रकारे तोलतो, की माझ्याबाबतीत असं घडलं नाही तर माझ्या बायको-मुलांच्याबाबतीतही ते घडायला नको. परंतु हे स्टॅम्पिंग आहे.’’ हरक्युलिसने अभयच्या तक्रारींचं विश्लेषण केलं.

"हो, माझ्याबाबतीत असंच घडत आहे.'' अभयने स्वीकार केला.

"माझ्याबाबत घडलं नाही ते कोणाबरोबरच घडू नये, अशी भावना का असावी? तुम्ही तुमचा डुप्लिकेट का बनवू इच्छिता? याच आवडीतून माणूस आपलं दुःख वाढवत राहतो. तुम्ही चिकूसाठी एक कोट बनवला आहे. आता त्या कोटामध्ये तुम्हाला चिकूला बसवायचं आहे, पण तो बसत नाही. वास्तविक तुम्हाला त्या गोष्टीचं दुःख आहे. तुम्ही चिकूला सांगता, इथून थोडा जाड हो... तिकडून थोडा बारीक हो...परिणामी तोही हैराण आणि तुम्हीही त्रस्त...परंतु आपण आपला हेका अजिबात सोडत नाही. तुम्ही त्याला त्या कोटामध्ये फिट करायचं ठरवलेलंच असतं.

"तुम्ही वर्षानुवर्षे प्रयत्न करत राहता, तरीदेखील तुमच्या कोटात फिट बसत नाहीत, अशा काही गोष्टी समोर येतातच. मग तुम्ही तितकी वर्षे दुःख करत राहणार, की तुमचा कोटच चुकीचा आहे, हे स्वीकारणार.''

"माझाच कोट चुकीचा आहे.'' अभयने कबूल केलं.

"जेव्हा तुम्हाला स्पष्टपणे हे दिसू लागेल, तेव्हा सहजपणे तुम्ही तुमचा कोट फेकून द्याल. नाहीतर कोट शिवून शिवून तुमचे प्रेम अशाप्रकारे अत्याचारी, अन्यायकारक बनेल. लोकांना वाटतं, ते प्रेम करत आहेत; परंतु प्रत्यक्षात प्रेमाच्या नावाखाली ते अत्याचारच करत असतात. समोरच्याला आपल्यासारखंच बनवू इच्छितात. त्यांना स्पेस देतच नाही. मुलांना त्यांच्या पद्धतीने वाढू द्या. त्यांना येथे काही शिकायचं आहे. जर आजारी पडणे ही त्याची आवश्यकता असेल, तर ते आनंदाने स्वीकारा. त्याच्या आजारी पडण्याचा तुम्हाला त्रास तर होत नाही ना? त्यामुळेच तो आजारी पडू नये, असं तुम्हाला वाटतं का, याचाही शोध घ्या.''

"अगदी असंच आहे.'' म्हणत अभयने मान हलवली.

"शोधादरम्यान हे सगळं समोर आलं. माणसाला वाटतं, माझा अमुक एक नातेवाईक जिवंत असला तरच मी आनंदात जगेन. म्हणजे तुम्ही खुश राहण्यासाठी कोणी मरू नये, असाच याचा अर्थ होतो ना? प्रत्येक जण आपापल्या कर्माने पृथ्वीवर जन्म घेतो आणि उचित वेळी पृथ्वीवरून जातो. जो जात आहे, त्याला जाऊ द्यावं, जो येत आहे, त्याला येऊ द्यावं, अशी आपली भूमिका असायला हवी. प्रत्येक दुःखामागे तुमचं स्टॅम्पिंग काय आहे? समोरचा आजारी पडल्यावर जर तुम्हाला दुःख होत असेल, तर तुमच्या खुशीसाठी बिचाऱ्यानं आजारीही पडायचं नाही की काय? असा शोध घ्यायचा आहे.

शोध स्वतःचा ❏ १२३

''शोध घेतल्यानंतर सूर्यप्रकाशाप्रमाणे सर्व काही स्पष्ट होईल. तेव्हा तुम्ही आवश्यक ती सावधगिरी बाळगालच. शिवाय तुम्हाला त्याचं दुःखही होणार नाही. जी गोष्ट खाऊन मूल आजारी पडतं, ते खाण्यापासून तुम्ही त्याला रोखाल. पण मूल आजारी तर पडणार नाही ना, असा विचार करत नेहमीच घाबरत राहण्याची आवश्यकता नाही. घाबरून राहिल्यामुळे दुःख वाढतच जाणार. जेव्हा तुमचा शोध पूर्ण होईल तेव्हा तुम्ही त्या दुःखापासून मुक्त व्हाल.''

''इतकं अमूल्य मार्गदर्शन केल्याबद्दल तुमचे शतशः धन्यवाद.'' अभयने कृतज्ञतापूर्वक त्यांच्या गप्पांना पूर्णविराम दिला.

''आता रात्र बरीच झाली आहे, थोडी विश्रांती घ्या.'' हरक्युलिस जांभई देत म्हणाला.

..१७..

सकाळी पुजाऱ्याला जाग आली ती एका नवीन विचारानेच. मनातल्या मनात त्याने निश्चय केला, आता प्रायश्चित्त घेण्याची पाळी माझी आहे. हरक्युलिसच्या प्रायश्चित्तामध्ये त्याला मदत करणे हेच माझ्यासाठी मोठं प्रायश्चित्त आहे. या नवीन विचाराने त्याला समाधान दिलं. तो हरक्युलिसला म्हणाला, ''मला तुझ्याकडून एक वचन हवं आहे.''

''कोणतं वचन? मी अवश्य पूर्ण करेन.''

''मी बरा झाल्यानंतर तुला माझ्याबरोबर मंदिरात राहायला यावं लागेल. माझ्या खातीरदारीसाठी नव्हे, तर तुझं अर्धवट राहिलेलं कार्य पूर्ण करण्यासाठी.'' दाटलेल्या कंठाने पुजाऱ्याने विनंती केली.

''आंधळा मागतो एक डोळा आणि देव देतो दोन...'' हसत हसत हरक्युलिस म्हणाला.

हरक्युलिसच्या बाबतीत निश्चिंत होऊन पुजाऱ्याने विचारले, ''काल रात्री तू कॅरिडोरमध्ये कोणाशी बोलत होता?''

''अभयबरोबर. त्याला त्याच्या समस्येवर मार्गदर्शन हवं होतं.''

''तुझं समजूतदारपणाचं बोलणं ऐकून लोकं खूप लवकर आपल्या समस्यांमधून बाहेर येतात, हे मी माझ्या डोळ्याने पाहिलंय. आता मी इथेच आहे तेव्हा माझ्यासमोरच

तू ज्ञानदान केलंस तर माझ्याही कानावर ते पडेल.'' पुजारी म्हणाला.

पुजाऱ्याचं हे बोलणं ऐकून हरक्युलिस आश्चर्यचकित झाला. तो विचार करू लागला, 'पुजाऱ्याला याची काय गरज? ते तर स्वतः देवीचे भक्त आहेत, वेदज्ञाता आहेत.' परंतु हे विचार बाजूला ठेवून त्याने तत्काळ हो म्हणून मान हलवली.

या दोन दिवसांमध्ये जनरल वॉर्डचे इतर रुग्णही हरक्युलिसच्या धीरगंभीर वागण्यामुळे, सज्जनतेमुळे प्रभावित झाले होते. हरक्युलिसशी बोलून त्यांना शांती मिळत होती, दिलासा मिळत होता. हरक्युलिसने सगळ्यांना आळीपाळीने 'शोध स्वतःचा' या ग्रंथातील दुःखाचे कारण – स्टॅम्पिंग, मान्यकथा हा अध्याय वाचायला सांगितला. आता हे लोक काय विचारणार हे तो जाणत होता. त्याची तयारी हरक्युलिसने आधीच केली होती. दोन दिवसांपूर्वी जो माणूस स्वतः इतका आजारी होता, तो इतका हट्टाकट्टा होऊन पुजाऱ्याला कशा प्रकारे मदत करू शकतोय? या गोष्टीचं हॉस्पिटलमध्ये सगळ्यांनाच अप्रूप झालं होतं. डॉक्टरदेखील या विचारांनी आश्चर्यचकित झाले होते.

पुजाऱ्याचा सकाळचा नाश्ता, औषध, स्पंजिंग इत्यादी कामांसाठी हरक्युलिसने नर्सला मदत केली. नर्स गेल्यानंतर हरक्युलिस रिलॅक्स होऊन शांतपणे बसला. तेवढ्यात बेड नंबर दहावर झोपलेली मध्यमवयीन महिला अनुपमा मुखर्जीने हरक्युलिसला आपल्याजवळ बोलावले आणि म्हणाली, ''मी तुम्हाला एक शंका विचारू शकते का?''

''हो विचारा ना.'' हरक्युलिसने सहजपणे उत्तर दिले.

''मला पोटाचा अल्सर आहे. मी स्वतः रेकी मास्टर आहे. मनात शुभ विचार ठेवून दुसऱ्यांना हिलिंगही देऊ शकते. त्यामुळे लोकांना आरोग्याचा लाभ होतो. परंतु मला या गोष्टीचं दुःख आहे, की माझ्या शरीरातील हा आजार बरा का होत नाही? सगळ्यांचं भलं करूनही माझ्या बाबतीत असं का घडतं? तुम्ही सांगितलेला अध्याय मी वाचला, परंतु मी शोध घेऊ शकले नाही.''

''सर्वप्रथम हे लक्षात घ्या, तुम्ही रेकी मास्टर आहात, हिलर आहात याचा अर्थ निरोगी राहण्याचं प्रमाणपत्र तुम्हाला मिळालेलं नाही. तुम्ही दुसऱ्या कुणाला ठीक करता म्हणून तुमचं शरीर स्वस्थच राहिलं पाहिजे, हेही आवश्यक नाही. तुमच्या शरीरात होणारे आजार, तुम्हाला रोग का होतात हे सांगत असतात. जोपर्यंत तुम्ही स्वतः ते समजून घेत नाही तोपर्यंत कोणाचीही मदत करू शकणार नाही. पुढे जाऊन

योग्य पद्धतीने लोकांना मदत करता यावी, हेच जणू या व्याधी तुम्हाला सुचवत असतात आणि ही समस्या अव्यक्तिगत समजा. तुम्ही जर याला तुमची समस्या, तुमचा आजार समजला, तर त्रास होईल. हा आजार इतरांसाठी आहे, असं समजायचं. लुई कुने, ज्यांनी नॅचरोपॅथीचा (नैसर्गिक चिकित्सा पद्धतीचा) शोध घेतला. त्यांना लहानपणापासूनच कित्येक आजारांनी घेरलेलं होतं. पुढे जाऊन त्यांची कमजोरी, त्यांचा आजार हेच त्यांच्या शोधाचं कारण बनलं. तुमच्या शरीरातही काही आजार असतील, तर ते असा शोध घेण्यासाठी निमित्त बनावेत, ज्याचा इतरांनाही लाभ मिळेल.

गांधीजींचा किस्सा तर तुम्हाला माहिती असेलच. जोहान्सबर्ग रेल्वे स्टेशनवर त्यांना ट्रेनमधून उतरवले होते. तिकीट असूनही त्यांना मारपीट केली, शिव्या दिल्या. किती अत्याचार केला. परंतु पुढे जाऊन ते हिंदुस्तानच्या स्वातंत्र्यासाठी निमित्त बनले. दक्षिण आफ्रिकेमध्ये अस्पृश्यांना ज्या पद्धतीने वागणूक दिली त्याचा परिणाम म्हणजे भारतात ते अस्पृश्यांच्या उद्धाराचे कारण बनले. या उदाहरणावरून आपले आजार, त्रास हे व्यक्तिगत समजू नका. तुमच्याकडून पुढे काही महान कार्य घडणार आहे, त्यामुळे ही समस्या तुम्हाला आलेली आहे. या समस्यांना निमित्त बनवून गुणांचा अभ्यास करा, त्यांचा फायदा घ्या. अनुदीदी, तुमच्याद्वारे इतरांना स्वास्थ्य लाभावं, लोकांना योग्य आरोग्य प्राप्त व्हावं, अशी शुभेच्छा मी तुम्हाला देतो.'' हरक्युलिस शांतपणे बोलत होता.

अनुदीदी तन्मयतेने हरक्युलिसचं बोलणं ऐकत होत्या. हरक्युलिस शांत बसल्यावर त्यांची तंद्री भंग पावली. हरक्युलिसला धन्यवाद देऊन त्यांनी त्याच्या मार्गदर्शनावर विचार सुरू केला.

पुजारीदेखील कान टवकारून हरक्युलिस काय बोलतोय ते ऐकत होता. अनुदीदीला सांगितलेल्या उत्तरामुळे त्याचंदेखील मनन सुरू झालं. गुडघेदुखीमुळे गेली दोन वर्षे पुजारी त्रस्त होता. त्याला वाटायचं मंदिराच्या पुजाऱ्याची जबाबदारी निभावूनही देवाने माझ्याबाबत असं का करावं? पण आज त्याला त्याच्या प्रश्नाचं, आंशिक का होईना उत्तर मिळालं होतं.

काही वेळांनंतर डॉक्टर राउंडसाठी आले आणि पुजाऱ्याच्या पायाची तपासणी केली. आज पायाची सूज कमी झाल्यामुळे त्याच्या पायांवर प्लास्टर घातलं जाणार होतं.

पुजाऱ्याला स्ट्रेचरवर झोपवून ऑपरेशन थिएटरमध्ये नेण्यात आलं. थोड्याच

वेळात त्याच्या पायांवर प्लास्टर घातलं गेलं. त्या वेळी विव्हळणाऱ्या पुजाऱ्याला हरक्युलिस एखाद्या देवदूताप्रमाणे भासला. हरक्युलिसने डॉक्टरांकडून औषधाची चिठ्ठी घेतली आणि ती कशी द्यायची आहेत, हेदेखील विचारून घेतलं. बाजारात जाऊन तो औषधं घेऊन आला आणि वेळेवर ती देतही राहिला. काही वेळानंतर पुजारी झोपी गेला. तेव्हा बेड नंबर तीनवर झोपलेल्या मि. श्रीनिवासांनी इशाऱ्यानेच हरक्युलिसला इकडे ये म्हणून खुणावलं आणि एक समस्या सोडवण्याची विनंती केली. हरक्युलिसने आनंदाने होकार दिला. श्रीनिवासन तत्परतेने म्हणाले, ''मी खूप वर्षांपासून वेगवेगळ्या ध्यानपद्धतींचा अभ्यास करत आलो आहे आणि स्वानुभव प्राप्त करण्यासाठी साधनादेखील करत आलो आहे. परंतु माझी कोणती ना कोणती शारीरिक तक्रार सतत चालू असते. त्यामुळे मला नेहमीच इतरांवर निर्भर राहावं लागतं. माझ्या आध्यात्मिक प्रगतीमध्ये शारीरिक तक्रारी बाधा बनतात. परावलंबी जगून मी माझ्या खऱ्या स्वरूपाचा आनंद कसा मिळवू शकेन?''

''नाही, शारीरिक व्याधी आध्यात्मिक प्रगतीमध्ये बाधा ठरत नाहीत. ज्या लोकांनी सत्य जाणलं, त्यांना शरीर स्वतःच एक रोगी आहे आणि त्या रोग्याला आणखी एक रोग असतो, हे ज्ञात झालं. शरीराला रोगी यासाठी म्हटलं कारण ते स्वतःबरोबर आपल्यालाही आसक्त करतं. परंतु हेच शरीर जेव्हा आसक्तिरहित होतं तेव्हा ते रोगी राहात नाही, निरोगी बनतं, मंदिर बनतं. समज मिळाल्यावर या शरीररूपी मंदिराच्या आतमध्ये उखडलेले प्लास्टर (अशांती) ठीक करण्याची आवश्यकता भासू लागते. शरीराच्या आतील भिंतीचा पेंट निघाला असेल, तर पेंट लावण्याची इच्छा होते. जो काही त्रास असेल, तो दूर करायचा प्रयत्न अवश्य करा; परंतु तो बरा झाला नाही तरी रडतखडत बसू नका, असंही सांगितलं.

''सत्याची आठवण येत राहावी यासाठी पूर्वीच्या काळातील संतांनी, शारीरिक पीडा होणे आवश्यक आहे, असंदेखील म्हटलं होतं. नाहीतर सुखसुविधांमध्ये माणूस ईश्वराला विसरून जातो. जर आजारालाच निमित्त बनवलं, तर त्या आजारामागे दडलेल्या अस्सल गोष्टीची सतत आठवण येत राहील आणि असं जर आजारपणाबाबत घडू लागलं, तर तो आजार कल्याणकारक सिद्ध होईल, त्यात शंकाच नाही.

''सत्यप्राप्तीमध्ये बाधा बनेल अशी कोणतीही गोष्ट ईश्वराने जगामध्ये निर्माण केलेली नाही. आजारपण ही बाधा नाही. पण तुम्हाला ती बाधा आहे, असं वाटतं. येथे कोणत्याही प्रकारचा नरक नाही, परंतु त्याचा अनुभव मात्र घेतला जाऊ शकतो.

लोक आपल्या मान्यतांमुळे प्रत्यक्षात अस्तित्वात नसलेला नरक भोगतात. त्याचप्रमाणे शारीरिक व्याधीदेखील आध्यात्मिक प्रगतीमध्ये बाधा नाहीत. याचा अर्थ तुम्ही तुमच्या आजारावर इलाज करायचाच नाही, असा होत नाही. त्या आजारावर इलाज अवश्य करा. परंतु तरीही काही आजार राहिलाच, तर त्याला निमित्त बनवा. जोपर्यंत तो आजार प्रत्येक क्षणाला त्याच्या खऱ्या रूपामध्ये आठवण देत राहील तोपर्यंत तो मंगलकारक आहे. एखादी व्याधीदेखील मोक्ष मिळवण्यासाठी निमित्त आहे, त्याला तसे निमित्त बनवा. या आजारांमुळे मला मोक्ष मिळू शकतो, ही समज कायम ठेवा.

''आता राहिला तुमचा दुसरा प्रश्न. स्वबोधाची प्राप्ती आणि इतरांवर निर्भर राहणे या दोन गोष्टींचा संबंध काय आहे? जेव्हा तुम्ही मनाला सांधण्याच्या क्रिया जाणून घेण्यासाठी जाता, तेव्हा आजारी असल्यामुळे येण्याजाण्यासाठी तुम्हाला इतरांवर अवलंबून राहावं लागतं. परंतु मनन केल्यावर लक्षात येतं, त्यासाठी तुमचे आईवडील, पत्नी, शेजारी किंवा कोणत्याही व्यक्तीची परवानगी घेण्याची आवश्यकता नसते. कारण तेजानंद हा आपला मूळ स्वभाव आहे. कोणावर तरी अवलंबून असल्यामुळे आपण तो आनंद घेऊ शकत नाही, असा याचा अर्थ होत नाही. श्रीनिवासजी, आपलं शरीर कोणावर तरी अवलंबून आहे, या आपल्या शरीराच्या मर्यादा आहेत. या मर्यादेला तुम्ही आव्हान समजा, अडथळा नको.''

''हा दृष्टिकोन माझ्यासाठी खूप लाभदायक आहे.'' श्रीनिवासजी मध्येच बोलून गेले.

''कॅरम खेळाचा नियम असतो, की बोर्डाच्या दोन रेघांमध्ये स्ट्राइकर ठेवूनच खेळायचं. तेव्हा आपण त्या नियमाचं उल्लंघन करतो का? नाही, त्या नियमांचं पालन करूनच खेळतो. परंतु, जीवनसंघर्ष जिंकण्यासाठी आपण म्हणतो, दोन रेषांदरम्यान कसं काय जगायचं.. छे, हे तर अगदीच अशक्य आहे. पण याच शरीरामध्ये राहून, या दोन रेषेत (शरीर आणि मन) राहून, शरीराच्या असलेल्या मर्यादेमध्येच आपल्याला अभिव्यक्ती करायची आहे, नेमकं हेच आपण विसरतो. जेव्हा तुमचा मुलगा तुम्हाला विचारतो, 'बाबा, मला कॅरम बोर्डाच्या दोन रेषांमध्ये खेळता येत नाही.' तेव्हा तुम्ही त्याला सांगता, 'सराव केला तर एक दिवस तूसुद्धा नक्कीच खेळू शकशील.' सराव केल्यावर मुलाचं वक्तव्य बदलतं. आता तो म्हणतो, 'दोन रेषांमध्ये मी आरामशीर खेळू शकतो.' असं कसं शक्य झालं...? कॅरमची सोंगटी कुठेही ठेवली तरी मी ती घेऊ शकतो.''

''खूप गहन गोष्ट सांगितली तुम्ही.'' श्रीनिवासजींच्या चेहऱ्यावर समज मिळल्याचा आनंद झळकत होता.

''अशा प्रकारे जेव्हा तुमचा अभ्यास पूर्ण होईल, मनन पूर्ण होईल तेव्हा सहजपणे प्रत्येक परिस्थितीचा आनंद घेऊ शकाल. आनंदासाठी आपल्याला इतरांवर अवलंबून राहावं लागणार नाही. जी मर्यादा तुमच्यावर घालण्यात आली आहे, ते आव्हान आहे, कसोटी आहे. यासाठी प्रत्येक मर्यादेला कसोटी समजायला शिका. कॅरम बोर्डाचे उदाहरण नेहमी लक्षात ठेवा. वास्तविक तुमच्यासाठीच त्या दोन रेषा आखलेल्या आहेत. परंतु सगळ्या रेषा मिटवून जर तुम्हाला खेळायला सांगितलं तर खेळण्याची मजा येणार नाही. त्यामुळे जीवन-खेळाचे नियम समजून घ्या, त्यांचा योग्य प्रकारे अभ्यास करा आणि सफलतापूर्वक खेळा.''

श्रीनिवासजींना इतकं उत्कृष्ट स्पष्टीकरण पहिल्यांदाच मिळालं होतं. त्यांना आराम करायला सांगून हरक्युलिस आपल्या उत्तरांवर आश्चर्य व्यक्त करतच थोड्या वेळेसाठी झोपला. संध्याकाळी जनरल वॉर्डातील जवळपास सगळेच पेशंट अज्ञात सूत्रामध्ये बद्ध होऊन एकत्र आले आणि हरक्युलिसविषयी चर्चा करू लागले. ज्यांनी ज्यांनी हरक्युलिसची ज्ञान-वाणी ऐकली होती, त्या लोकांनी ती एकमेकांना सांगून त्याच्या प्रज्ञेची दाद दिली होती. आता दुपारी चार वाजता विश्रांतीनंतर रोज सत्य पठणासाठी बसायचं आणि त्याचवेळी हरक्युलिसला आपले प्रश्न विचारायचे हे सर्वांनी मिळून निश्चित केलं. हरक्युलिसने दिलेला 'शोध स्वतःचा' या ग्रंथातील दुःखाच्या कारणांचा अध्याय पुजाऱ्याने वाचला. स्टॅम्पिंग, दुःखाची पुनःपुन्हा मागणी, मान्यता इत्यादीचा अभिप्राय समजून घेऊन तो त्या गोष्टी आपल्या जीवनाशी जोडून पाहू लागला...

..१८..

दुसऱ्या दिवशी ठरल्याप्रमाणे दुपारी विश्रांतीच्या वेळी सर्व जण पुजारी आणि चिकू झोपलेल्या बेड सभोवताली एकत्र जमले. हरक्युलिसने आजाराच्या मूळ कारणांविषयी त्यांना सांगावे, अशी सर्वांनी मिळून त्याला विनंती केली.

हरक्युलिस 'शोध स्वतःचा' ग्रंथ घेऊन आला. त्याने ग्रंथाला प्रणाम करून वाचायला सुरुवात केली... सर्व जण हरक्युलिसचं बोलणं उत्सुकतेने ऐकत होते...

> ''आपले विचारच कशा प्रकारे रोगाच्या उत्पत्तीचं कारण ठरतात हे आज आम्हाला समजलं. आपल्या मनात उठणाऱ्या भावना शरीरामध्ये

रासायनिक बदल घडवून आणतात व रोगांना जन्म देतात.

> ‘‘ईर्षा, क्रोध, भय, चिंता, तणाव, द्वेष इत्यादींनी पीडित असलेल्या व्यक्तीच्या शरीरात अन्नाचे पचन योग्य प्रकारे होत नाही. कपटासारखे विकार पोटाचे रोग निर्माण करतात. अशा मानसिक विकारांच्या प्रकटीकरणामुळे मनुष्याच्या आत्म-सन्मानाला आघात पोहोचण्याची शक्यता असते म्हणून तो इतरांपासून ते लपवून ठेवतो. परंतु या सवयीमुळे त्याचे शरीर रोगग्रस्त आणि कमजोर राहते...
>
> ‘‘हे सगळे विकार रोग वाढविण्यासाठी प्रभावी भूमिका निभावतात. अत्यंत क्रोध आणि चिडचिड यामुळे लिव्हर आणि गॉलब्लॅडरला इजा होते. भीतीमुळे आतडी आणि मूत्राशयाला हानी पोहोचते. तणाव आणि चिंता स्वादुपिंडाच्या ग्रंथींना हानी पोहोचवतात. अधीरता आणि क्षणिक आवेग, हृदय आणि छोट्या आतड्यांना कमकुवत बनवतो. सतत दुःखी राहण्यामुळे फुफ्फुस आणि मोठ्या आतड्याची कार्यक्षमता कमी होते. विचारांमध्ये गुरफटलेल्या लोकांना काही देण्याची इच्छा नसते. त्यांच्या या कंजूसपणाच्या सवयीमुळे त्यांची आतडी मलविसर्जन करण्यामध्ये, त्वचा घाम बाहेर फेकण्यामध्ये आणि फुफ्फुसं योग्य प्रकारे श्वासोच्छ्वास करण्यामध्ये अडथळा निर्माण करतात.’’

सगळे अंतर्मुख होऊन आपापल्या आजारांवर विचार करत होते. आताच जर आजारांवर नियंत्रण ठेवलं नाही, तर भविष्यात काय हाल होणार आहेत, याचं चित्र जणू काही त्यांना स्पष्ट दिसू लागलं होतं. त्यामुळे ते हरक्युलिसचं बोलणं अधिकच तन्मयतेने ऐकू लागले.

आपण अशुभ विचारांच्या आधाराने नाही तर शुभ विचारांच्या साहाय्याने आपले आरोग्य नीट राखू शकतो. अपमान झाला तरी मन छोटं करायचं नाही. नकारात्मक विचार, आजारांना आमंत्रण देत कित्येक आजार प्रकट करत असतात आणि कारण नसताना शरीराला तो त्रास सहन करावा लागतो. त्यामुळे नकारात्मक विचारांना आळवत न बसता सकारात्मक विचारांसाठी ती जागा मोकळी करा.’’

‘‘याचा अर्थ आपलं आरोग्य आपल्या मनाच्या हातात आहे, असं म्हटलं तरी त्यात अतिशयोक्ती ठरणार नाही. असंच ना?’’ अभय समजून घेत म्हणाला.

‘‘हो, अगदी बरोबर,’’ म्हणत हरक्युलिसने वाचन पुढे चालू ठेवलं...

‘‘जे लोक नेहमी घृणा, तिरस्कार आणि द्वेषाचे विचार मनात ठेवतात, त्यांना पोटाच्या आणि हृदयाच्या अनेक तक्रारी असतात. इतकंच नव्हे, तर अशा प्रकारच्या अनेक रोगांना ते आमंत्रण देत असतात. कित्येकदा हार्ट अॅटक, हेट अॅटॅक (तिरस्काराचा हल्ला) किंवा हेड अॅटॅक (विचारांचा हल्ला) होत असतो. चिंताग्रस्त मन माणसाला वेड लावतं. चिंतेचं विष हळूहळू मूळ पकडून मनुष्याला आजारांचे रुग्णालय बनवते. नकारात्मक विचार मनातील सगळा उत्साह ओढून घेतात, त्यामुळे मनुष्य व्याकूळ व निराश राहू लागतो. असा माणूस जगण्याची आशाच सोडून देतो आणि ज्या शरीरात जगण्याची आशाच संपली आहे, त्या मनुष्याला स्वस्थ होण्यासाठी अधिक वेळ लागतो. परंतु ज्या लोकांमध्ये जगण्याची इच्छा तीव्र आहे, प्रबळ आहे, ते लवकर स्वास्थ्य प्राप्त करतात.

‘‘ज्याच्याजवळ लक्ष्य आहे, करण्यासाठी दमदार कार्य आहे, रचनात्मक आणि सृजनात्मक विचार आहेत, त्यांची जगण्याची इच्छा तीव्र असते. ते मोठ्यातील मोठ्या आजाराशी लढून झगडून बाहेर पडतात. आपल्याही मनामध्ये याच आशेची ज्योत तेवती ठेवा. जेवताना या गोष्टीची नेहमी आठवण ठेवा, की मी हे जेवण लक्ष्यप्राप्तीसाठी करत आहे, ज्यामुळे शरीर तंदुरुस्त राहून मला लक्ष्य प्राप्त करण्यासाठी पूर्ण सहयोग मिळेल. असं केल्याने आपण चुकूनही आवश्यकतेपेक्षा जास्त खाणार नाही. नेहमी जिभेवर नियंत्रण ठेवून योग्य आहार, व्यायाम व आवश्यकतेनुसार आराम कराल.

‘‘क्रोध आणि तणावग्रस्त मनामुळे नाड्या आखडलेल्या राहतात. कित्येकदा हा ताण तीन तासांपासून ते तीन दिवसांपर्यंत राहतो. जेव्हा आपण मनामध्ये स्वीकार भावना ठेवता, तेव्हा हा तणाव ताबडतोब कमी होतो. नाहीतर दीर्घकाळापर्यंत झोपेच्या गोळ्या घ्याव्या लागतात. औषधांचा फायदा अवश्य घेऊ शकता. परंतु तणावाचे मूळ कारण समाप्त करायचं आहे, हे मात्र कधीही विसरू नका. मनामध्ये भीती आणि शंकेचे विचार येताच आपली शक्ती क्षीण होते. भीतिदायक विचार आत्मविश्वासाचे शत्रू आहेत. केवळ भीती व शंकांमुळे मनुष्य ती कामं करू शकत नाही जे करण्यासाठी तो पृथ्वीवर आला आहे. आपले मन कायम सकारात्मक, सुखद विचारांनी भारलेले ठेवा. मानसिक स्वास्थ्य मिळवायला सुरुवात

करा आणि लवकरच स्वस्थ मनाचा परिणाम शरीरावर कसा होतो ते पाहा. जगण्याची आशा आणि स्वीकारभाव शुभविचारांना कधीही कमी होऊ देत नाही. या सर्वांचा स्वीकार आणि अंगीकार केला, तर संपूर्ण स्वास्थ्य तुमच्यापासून कधीही दूर जाणार नाही, कोणीही हिरावून घेणार नाही.''

हा अध्याय वाचल्यानंतर सगळ्यांच्याच चेहऱ्यावर प्रसन्नतेचे भाव दिसू लागले. बेड नंबर सहावरच्या गायत्रीदेवीदेखील सर्वांबरोबर बसलेल्या होत्या. गायत्रीदेवी राजघराण्याशी संबंधित, शांत व गंभीर स्वभावाच्या होत्या. शांत राहून हरक्युलिसचे बोलणे त्या ऐकत होत्या. गेल्या दोन-तीन महिन्यांपासून त्यांनी स्वतःविषयी काहीच सांगितलेलं नव्हतं. परंतु जितक्या वेळा सामूहिक विचार सेवा झाली, त्या त्या वेळी आवर्जून हजर होत्या...

थोड्या वेळाने त्या बोलू लागल्या, ''मी राजघराण्याशी संबंधित विवाहित स्त्री आहे. वास्तविक आता पूर्वीसारखा मानसन्मान, ती शान आता राजघराण्याला राहिलेली नाही. आमची आर्थिक स्थितीही आता खडतर होत चालली आहे. त्या वातावरणामध्ये पालनपोषण झालेल्या स्त्रीची मनोव्यथा मला तुम्हाला सांगायची आहे. लहानपणी तणावपूर्ण आयुष्य वाट्याला आले. आम्हा राजघराण्यातील लोकांना जनतेसमोर आपली प्रतिमा, इज्जत, मान-मर्यादा इत्यादी गोष्टींचं प्रयत्नपूर्वक पालन करावं लागतं. त्या दडपणाखाली माणसाचं खरं व्यक्तिमत्त्व हरवून जातं. तो एकप्रकारचं बेगडी, नाटकी आयुष्य जगतो. याच ताणतणावपूर्ण जीवनात मनामध्ये कित्येक गोष्टी दडपून तो अनेक व्याधी स्वतःला लावून घेतो.

''माझ्याबाबतीतही असंच काहीसं घडलेलं आहे. पण आता फार झालं... मला उन्मुक्त जीवन जगायचं आहे. तुमची अमृतवाणी ऐकल्यावर तुम्ही सांगितलेले सगळे मानसिक विकार माझ्यामध्ये ठाण मांडून बसले आहेत, याची जाणीव मला झाली. परिणामस्वरूप, मला वेगवेगळ्या आजारांचा सामना करावा लागत आहे. आपली प्रतिमा मलिन होऊ न देण्याचं अवडंबर करणं वास्तविक हेच शारीरिक व्याधींना निमंत्रण देण्यासारखं आहे. मला आता अनावश्यक गोष्टी लपवून ठेवायच्या नाहीत. कुंठित आयुष्य न जगता, मनमोकळं जगायचं आहे.''

''तुम्ही निःसंकोच होऊन जे बोलत आहात त्यामुळेच तुमच्या उन्मुक्त जीवनाची सुरुवात झाली आहे. शिवाय आपण लिहून मननही करत आहात. तेव्हा मुक्तावस्था

शोध स्वतःचा ❑ १३२

आता तुमच्यापासून दूर नाही. हरक्युलिस सहानुभूती दाखवत म्हणाला.

तेवढ्यात डॉक्टर राउंडला आले. सगळ्यांना एकत्र, हसत-खेळत, गप्पा मारत बसलेले पाहून त्यांना आश्चर्यमिश्रित आनंद झाला. सगळे उठून आपापल्या बेडवर गेले. डॉक्टरांना सर्वांमध्येच सकारात्मक बदल जाणवला. डॉक्टर गेल्यानंतर हरक्युलिसने सर्वांना आपापल्या भावना ओळखण्याचा अभ्यास करायला सांगितला.

सामूहिक पठण आणि हरक्युलिसच्या कथनामुळे एक सकारात्मक गोष्टही घडली होती. रुग्णांचे लक्ष आपल्या आजाराकडे न जाता शोधाकडे वेधलं गेलं, शिफ्ट झालं. आजार अभिशाप न बनता वरदान कसे बनतील, यावर त्यांचं मनन चाललं होतं. जो जनरल वॉर्ड रोग्यांच्या कण्हण्याने आणि रडण्याने कायम कोंदटलेला राहायचा, तोच आता मौन-मननामुळे प्रसन्न होऊन गेला. सर्वत्र आनंदाचं साम्राज्य पसरलं होतं. एकाच गोष्टीचे कितीतरी पैलू असतात, पण आपण केवळ एकाच पैलूवर विचार करून दुःखी होतो, असंही त्यांना जाणवलं.

संध्याकाळी हॉस्पिटलमध्ये सर्व रुग्ण मौनामध्ये बसलेले होते. अंतर्मुख होऊन आपापला शोध घेत होते. काही लोक लिहून तर काही डोळे बंद करून मनन करत होते...

१९

दुसऱ्या दिवशी दुपारी जेव्हा सगळे एकत्र जमले, तेव्हा प्रत्येकाचा चेहरा चमकत होता. सर्वांच्या चेहऱ्यावर एक वेगळंच तेज दिसत होतं. बेड नंबर पाचवरील श्रीमती मनजीत कौर व त्यांची मुलगी मंदिरादेखील तेथे उपस्थित होत्या. श्रीमती मनजीत कौर यांचे ॲपेंडिक्सचे ऑपरेशन झाले होते. त्यांची काळजी घेण्यासाठी त्यांची मुलगी त्यांच्याबरोबर होती. मुलगी थोडी काळजीतच वाटत होती. तिनेच प्रथम बोलायला सुरुवात केली. व्यथित स्वरात ती म्हणाली, ''देवाने माझी प्रत्येक प्रार्थना पूर्ण केली आहे, परंतु आई होण्याची माझी प्रार्थना अजूनपर्यंत त्याने ऐकलेली नाही. त्यामुळेच मी सतत दुःखी असते.''

''तुमची ही प्रार्थनादेखील पूर्ण झाली आहे आणि तुमचं पहिलं बाळही तुम्ही स्वतःच आहात, त्याला नीट सांभाळा. खूप प्रेम द्या आणि संपूर्ण तयार करा, मग बघा काय होतं ते.''

''मला काहीच समजत नाहीये.'' मंदिरा हरक्युलिसकडे प्रश्नात्मक दृष्टीने पाहात म्हणाली.

''या जगाने आपल्याला खूप मान्यता दिलेल्या आहेत. वास्तविक त्या मान्यतांमुळे आपण दुःखी असतो, नाहीतर दुःख आले कुठून, यावर शोध घेऊन त्यापासून लगेच मुक्त होता येते.''

''अपत्य नसल्यामुळे लोक मला खूप टोचून बोलतात. त्यामुळे माझं मन खूप दुखावलं जातं.'' मंदिराने आपलं दुःख व्यक्त केलं.

''ही त्यांची मान्यता आहे. तुम्ही लोकांच्या बोलण्याकडे लक्ष देऊ नका. त्यांच्या मान्यकथेला वाजवीपेक्षा जास्त किंमत देऊ नका. लोक अज्ञानामध्ये काय बोलत नाहीत? प्रत्यक्षात ते घाबरलेले असतात. एखादी रुढी-परंपरा बाजूला सारून चांगले कार्य करत असेल, तर ते त्याला चुकीचं समजू लागतात आणि स्वतःला योग्य सिद्ध करण्यासाठी समोरच्याला टोमणे मारतात. खरंतर ही त्यांची द्विधावस्था आहे, अज्ञान आहे. तुम्हाला माहिती आहे ना? लोक आजारामध्ये चिडचिडे होतात, अगदी त्याचप्रमाणे अज्ञानामुळे ते बडबडूही लागतात. त्यांची बडबड ऐकून तुम्ही त्याच्यावर स्टॅम्पिंग करता आणि त्यालाच सत्य मानता, वास्तविक त्यामुळे दुःख सुरू होतं.

''मूल झाल्यानंतरच आयुष्य सार्थकी लागतं, असं लोक मानतात. कारण ते स्वतःला शरीरच मानत आले आहेत. प्रत्यक्षात तुम्ही जे आहात, त्याला तेव्हाच पूर्णता मिळते, जेव्हा प्रत्यक्षात तो 'स्व'स्थानावर परततो. प्रथम त्या पूर्णतेचा प्रयत्न करा. ज्या लोकांना मुलंबाळं आहेत त्यांच्याबरोबर काय घडत असतं हेही समजून घ्या.''

''मूल होणं म्हणजे पूर्णता प्राप्त करणं नाही, हे मलाही मान्य आहे. आज ज्यांना ज्यांना मुलं आहेत त्यातील काही लोकांना एकटं राहावं लागतं. परंतु लहानपणापासूनच हे प्रोग्रॅमिंग झालेलं आहे, की संतानप्राप्ती म्हणजेच स्त्री-जीवनाचं सार्थक आहे, नाही तर तिचं जीवन व्यर्थ आहे, निरर्थक आहे. ही गोष्ट डोक्यातून जात नाही.'' मंदिराने आपली अडचण सांगितली.

''मनुष्याला आपण पूर्ण नाही असं वाटत राहतं, कारण तो शरीरालाच 'मी' समजतो. तुम्ही शरीरापलीकडे असलेलं सत्य जाणून घ्याल तेव्हा यासारखे प्रश्नच उद्‌भवणार नाहीत. कारण तुम्ही पहिल्यापासूनच पूर्ण आहात. पूर्णतेमधून काहीच काढून घेतलं जाऊ शकत नाही आणि त्यामध्ये काही टाकलंही जाऊ शकत नाही. पूर्ण तर

परिपूर्णच आहे. जगामध्ये ज्या स्त्रियांना मुलं नाहीत, त्या रडतखडत आयुष्य काढतात. परंतु आता तुम्हाला समज ठेवून काम करायचं आहे. केवळ मूल होण्याने पूर्णता येते असं नाही, सत्य काही वेगळंच आहे. आपण यापेक्षा अधिक चांगले जीवन कसे जगू शकतो, असं स्वतःलाच विचारा. मूल नसणं म्हणजे जीवनाच्या सर्व शक्यताच लोप पावतात का? समजा मूल झालंच नाही, तर आयुष्य थांबेल का? नाही ना, जगामध्ये सगळे लोक एकाच पद्धतीचे कार्य करत नाहीत. काही लोक नवीन मार्ग शोधून त्यावर मार्गक्रमण करतात. ते इतरांसाठी निमित्त बनतात. नवीन मार्गांवर चालणाऱ्या लोकांना खुश झालेलं पाहून, इतर लोकांच्या मनात विचार येतो, आपणही असंच जगावं. नवीन मार्गावर चालत असताना अशा प्रकारच्या गोष्टीचा त्रास होणंही बंद होतं. प्रत्येक मनुष्यातील दिव्य शक्यता विकसित होतात.

''एका स्त्रीने जर मुलाला जन्म दिला तरच तिचं जीवन सफल झालं, अशा छोट्या शक्यतांमध्येच आपण खुश राहता. परंतु वास्तव असं आहे, की त्या शरीराचं कार्य वेगळं असतं, तिची भूमिका वेगळी असते. ज्या स्त्रीला मूल नाही ती मातृत्वसुखाला पारखी असते म्हणून समाज तिच्याकडे तिरस्कृत नजरेने बघत असतो. मूल न होणे म्हणजे स्त्री अपूर्ण आहे... तिच्या जीवनात पूर्णत्व नाही... अशा प्रचलित समजुतीने ती स्त्रीही स्वतःला अपूर्ण समजू लागते. तेव्हा तिने स्वतःलाच विचारावं, मूल नसणं ही घटना माझ्यासाठी वरदान आहे, की शाप? मुलासंबंधी आणखी एक मान्यता तोडणे आवश्यक आहे. स्त्रिया विचार करतात, माझ्या उदरातून जन्माला आलेलं मूलच फक्त माझं मूल. तिने ही मान्यता सोडून दिली, तर प्रेम करण्यासाठी जगात कितीतरी लहान मुलं उपलब्ध आहेत ज्यांना तुमच्या प्रेमाची गरज आहे. तुम्ही कोणत्याही बाळाला तुमचं प्रेम देऊ शकता. कोणी अडवलं आहे?

''तुम्ही अगोदर स्वतःचं मूल बना. त्याच्यावर अतोनात प्रेम करायला सुरुवात करा, मग बघा कसा एक नवीन आयाम दिसू लागेल. नाहीतर माझ्या आयुष्यात माझं मूल कधी येणार आणि मला प्रेमाची संधी कधी मिळणार... अशी वाट पाहण्यात बराच काळ निघून जातो. यासाठी आधी स्वतःवर प्रेम करायला सुरुवात करा. स्वतःचे उत्तमप्रकारे पालनपोषण करा. जर मूल हवंच असेल तर दत्तकही घेता येतं. आज विज्ञान प्रगतिपथावर आहे तेव्हा अनेक शक्यता मोकळ्या होत आहेत. नवीन मार्ग निर्मितिपथावर आहेत. परंतु तरीदेखील मूल झालं नाही तर त्यामुळे तुमचं काही खोळंबून राहणार नाही हे लक्षात ठेवा. तुम्हाला तुमचं जीवन हसत खेळत घालवायचं आहे, की दुःखाला कवटाळत, हे तुमचं तुम्हालाच ठरवायचं आहे. लोकांच्या बोलण्याकडे जास्त लक्ष दिलं

तर दुःखाशिवाय काहीच पदरी पडणार नाही. कारण लोक घोड्यावर पण बसू देत नाहीत आणि पायीही चालू देत नाहीत.

''आता मूळस्रोतातून आलेल्या विचारांना अधिक महत्त्व द्यायला सुरुवात करा. सत्यामुळे प्रेम निर्माण होतं म्हणून आपण सत्य विचारांनाच प्राधान्य द्या, सर्वप्रथम त्यांनाच महत्त्व द्या. सत्यावर प्रेम असेल तर मग कोणतीच समस्या उद्‌भवणार नाही. नाहीतर प्रत्येक विचार, प्रत्येक गोष्ट ही समस्या ठरेल. मला मूल नाही असा जेव्हा विचार येईल तेव्हा स्वतःला सांगा, मी आहे ना! असं म्हणून स्वतःचंच कोडकौतुक करा.. स्वतःला चांगलंचुंगलं खायला-प्यायला घाला... असं केलं तर एक नवीन आयाम समोर येईल. त्यामुळे तुम्हाला खूप आनंद मिळेल. तेव्हा तुमच्यासाठी कथित शापदेखील वरदान बनेल. प्रत्येक समस्येला वरदान बनविण्याची कला आत्मसात करा. तुमच्या सान्निध्यात येणारी माणसं केवळ सोनंच नव्हे तर प्रत्यक्ष परीसच बनावीत. असा परीस तुम्हाला बनायचं आहे. केवळ स्वतःचंच विचारपरिवर्तन करायचं नाही तर आपल्या आजूबाजूला असणाऱ्या लोकांचेही विचार बदलायचे आहेत.''

''मी तुमच्या विचारांशी सहमत आहे, परंतु तिला मूल व्हावं असं माझ्या मुलीच्या सासू-सासऱ्यांना आणि इतर नातेवाइकांनाही वाटतं. मुलीबरोबरच तिच्या घरच्यांनाही आनंद मिळावा असंच मलादेखील वाटतं.'' अगदी शेवटी मनजीत कौर यांनी आपली द्विधावस्था सांगितली.

''मूल झाल्यानंतर घरातल्यांना खुशी मिळणार हे निश्चित आहे का? ज्या स्त्रियांना मूल नाही, त्यांचे सासूसासरे खुश नाहीत का?''

''निश्चित नाही सांगता येणार.''

''त्यामुळे आता फक्त दोनच कामं आहेत, एक म्हणजे स्वतःचा शोध घेऊन खुश राहायचं आणि दुसरं म्हणजे सगळं काही ईश्वरावर सोपवून द्यायचं. आपल्या आनंदासाठी 'माझी मुलगी' हे लेबल आडवं आलं आहे. वास्तविक तोच तुमचा त्रास आहे. स्वतःलाच विचारा, मूल झाल्यावर खरोखरच मंदिराचे सासूसासरे नेहमीसाठी खुश राहतील? प्रत्येकाची विचार करण्याची पद्धत भिन्न आहे. तुम्ही जर या विषयाबाबत स्पष्ट असाल तर खुल्या दृष्टिकोनातून तुमची मुलगी आणि तिच्या सासरच्या लोकांबरोबर मोकळेपणाने बोलू शकाल. त्यानंतर जे काही घडेल, त्याचा स्वीकार करा.''

असं म्हणून हरक्युलिस बोलायचं थांबला.

''तुम्ही इतकी अमूल्य समज दिल्याबद्दल तुम्हाला खूप खूप धन्यवाद. आजपर्यंत मूल न होण्याची समस्या आम्ही आमच्या दृष्टिकोनातून पाहत आलो होतो. पण तुम्ही आता आमचे विचार किती विस्तृत केले आहेत.'' मनजीत आणि मंदिरा दोघींच्याही मनात कृतज्ञता दाटून आली.

''आता खूप वेळ झाला आहे. डॉक्टरदेखील राउंडवर आले आहेत. त्यामुळे आपण उद्या आपापले मनन शेअर करूया.'' हरक्युलिस म्हणाला.

सर्वांचे प्रश्न आणि समस्या ऐकून पुजारीदेखील आत्ममग्न झाला. तोही आपल्या गत जीवनाचं अवलोकन करू लागला...

* हरक्युलिसच्या पश्चात्तापामध्ये मी विघ्न आणण्याचा विचार केला होता म्हणून तर माझ्याबाबत ही दुर्घटना घडली नाही ना?
* जर ही दुर्घटना घडली नसती तर हरक्युलिसला मी योग्य प्रकारे ओळखू शकलो असतो का?
* जर ही दुर्घटना घडली नसती तर मी हरक्युलिसच्या प्रबोधनाचा लाभ घेऊ शकलो असतो का?
* हॉस्पिटलमध्ये इतर रुग्णांशी केलेल्या वार्तालापामुळे माझी समज खूपच वाढली आहे.
* मंदिरात येणाऱ्या भक्तांना मी नेहमीच ज्ञानयुक्त गोष्टी सांगत असतो. परंतु स्वतः मात्र कोरा कागदच आहे. त्या ज्ञानाला अनुभवाशी जोडण्यासाठीच कदाचित ही घटना घडली असावी.
* अरेच्च्या, ही दुर्घटना तर माझे ज्ञानचक्षू उघडण्यासाठी निमित्त बनली. मग ही दुर्घटना कुठे राहिली?

कारण जे काही आपल्याबरोबर घडतं, त्याची आपल्याला त्याक्षणी नितांत आवश्यकता असते...

४.. २० ..७

संध्याकाळी डॉक्टरांनी पुजाऱ्याच्या पायाची तपासणी केली आणि अन्य जखमांना मलमपट्टीदेखील. आज सगळे रुग्ण मौनामध्येच होते. डॉक्टरांनी याचे कारण

विचारलं तेव्हा पुजारी म्हणाला, ''मौनातून परतल्यानंतरच मनुष्याला खरी खुशी जाणवू शकते.'' खरंतर डॉक्टरांना हे काही समजलं नाही, परंतु त्यांनी विचार केला, जे काही असेल, सगळे रुग्ण खूप शांत आणि संतुष्ट दिसत आहेत एवढं मात्र खरं.

आपापल्या आजारावर सर्वांचा शोध सुरू होता. आपल्या दुःखद मनोवस्थेतून सर्वांनाच लवकरात लवकर बाहेर पडायचं होतं. तेवढ्यात उद्या संध्याकाळी तुम्हाला डिस्चार्ज मिळेल, असं डॉक्टरांनी पुजाऱ्याला सांगितलं.

हे ऐकताच वातावरणात खुशी आणि दुःख असे संमिश्र भाव निर्माण झाले. उद्यापासून हरक्युलिसची साथ मिळणार नाही, यामुळेच खरंतर सगळे उदास झाले होते. अगदी कितीही वेळ लागला, तरी उद्या दुपारपर्यंत आपापला शोध पूर्ण करून एकमेकांशी त्याविषयी चर्चा करायची, असं सर्वांनी एकमुखाने ठरवलं.

अभय आणि अनुया एकत्र बसून चिकूच्या आजारपणाच्या निमित्ताने आपल्या विचारांचा शोध करू लागले.

अनुपमादीदी, ज्या इतरांना रेकी देऊन स्वास्थ्य प्रदान करत होत्या, त्या स्वतः आजारावर विचार करू लागल्या. मनजीत कौर आणि त्यांची मुलगी मंदिरा आपापसात मूल नसण्याच्या विषयावर मनन करू लागल्या. तिकडे पुजारी, आपल्या कृष्णकृत्यांविषयी आणि कपटपूर्ण वर्तणुकीवर आत्मपरीक्षण करून दुर्घटनेचं कारण शोधण्यात मग्न होता. अनेक वर्षांपासून आध्यात्मिक साधना करत असलेले मिस्टर श्रीनिवासन हरक्युलिसने सांगितलेल्या पद्धतीनुसार अंतिम शोध घेण्यात मग्न झाले होते...

● ● ●

चिकूच्या तब्येतीत आता खूपच सुधारणा झाली होती. आपल्या गोड आवाजात तो म्हणाला, ''हरक्युलिस काका, मला पण माझ्या दुःखाचं कारण सांगायचं आहे.''

''हो, हो सांग ना बेटा.''

''माझे आईबाबा जेव्हा भांडतात तेव्हा मला खूप दुःख होतं, अतिशय वाईट वाटतं. मला, माझ्या आजारी पडण्याचं दुःख नाही तर मी आजारी पडल्यावर आईबाबा किती चिंता करतात, त्याचं दुःख होतं...

''माझ्या हातून काही वस्तू फुटली, तुटली तर आई रागावते, त्याचं मला दुःख होतं.

‘‘परीक्षेमध्ये चांगले मार्क मिळत नाहीत तेव्हा आईबाबा रागावतात, त्याचंही दुःख होतं...’’

हरक्युलिसने प्रेमाने चिकूला कुशीत घेतलं आणि त्याला चॉकलेट दिलं.

बालमुखातून निघालेली निष्कपट वाणी ऐकून आई-वडिलांच्या अशा वागण्यामुळे मुलांना किती दुःख भोगावं लागतं हे सगळ्याना समजलं. पण दुःखद भावना मनुष्यासाठी अतिशय हानिकारक असतात. त्यांच्याविषयी खूप सजग राहायला पाहिजे ही समज आता त्यांना मिळाली होती.

हरक्युलिस फूड पॉयझनिंगच्या निमित्ताने हॉस्पिटलमध्ये भरती झाला होता. कितीतरी लोकांना त्याने ज्ञानदान केल्यामुळे त्याला खूप आनंद झाला होता. या दरम्यान तो स्वतःच्या स्वास्थ्याविषयीदेखील मुळापर्यंत शोध घेऊ शकला होता आणि प्रत्येक गोष्ट ही केवळ चांगल्यासाठीच होत असते ही दृढताही त्याला मिळाली.

हरक्युलिस आत्तापर्यंत विचार करत होता, पुजाऱ्यांनी केलेल्या कार्यामुळे मी माझे प्रायश्चित्त पूर्ण करत आहे. परंतु या हॉस्पिटलमध्ये तर पुजाऱ्यांनी मला पाठवलं नव्हतं. तरीदेखील इथे राहणं मला पुजाऱ्यांनी सोपवलेलं कार्य वाटलं. हे असं कसं... त्याला जाणीव झाली, वास्तवात सगळी कार्य ईश्वरच करत असतो. त्याला आपण वेगवेगळे लेबल लावतो इतकंच. पुजाऱ्याकडून दिलेली कामंदेखील ईश्वरीय योजनेचाच एक भाग आहे, जी माझ्याकडून करून घेतली जात आहेत. जीवनाचा एक नवीन अर्थ हरक्युलिससमोर प्रकट झाला. गायत्रीदेवी आणि श्रीनिवासजी यांचा दृष्टिकोनसुद्धा पूर्णपणे बदलून, त्यात अमूलाग्र परिवर्तन झालं आहे हे त्याला समजलं.

हरक्युलिस आणि पुजारी यांची घरी परतण्याची वेळ जवळ आली होती. सगळे लोक उदास होते. हरक्युलिसने त्यांच्या संपर्कात राहावे अशी त्यांची इच्छा होती. हरक्युलिसने त्यांना टेकडीवरील मंदिराचा पत्ता दिला आणि हॉस्पिटलमधून सुटल्यानंतर त्यांना तेथे येण्याचं आमंत्रणही दिलं. त्याचबरोबर सगळ्यांना हरक्युलिसने ‘शोध स्वतःचा’ या ग्रंथाची एक एक प्रत भेट दिली. अभय आणि अनुयानेदेखील आपापल्या भागातील हॉस्पिटलमध्ये जाऊन तेथील रुग्णांना आवश्यकतेनुसार या ग्रंथातील अध्याय वाचून दाखवण्याचे, लोकांना दुःखमुक्त करण्याचे यथायोग्य प्रयत्न करण्याचं सगळ्यांच्या वतीने हरक्युलिसला वचन दिलं.

सर्वांचा निरोप घेऊन पुजारी आणि हरक्युलिस मंदिरात आले. घर उघडून पाहिलं

तर काही पत्रं येऊन पडली होती. मंदिरात प्रत्येक महिन्याला येणारी दानराशी, लाइट बिल याव्यतिरिक्त पुजाऱ्याच्या नावाने एक पत्र आलं होतं. पुजाऱ्याने ते उघडून पाहताच त्याच्या आनंदाला पारावार राहिला नाही. जवळच्या गावातील एका सुसंस्कृत कुटुंबातून त्याच्या मुलीसाठी स्थळ आलं होतं. अशाप्रकारे पुजारी आपल्या आयुष्यातील प्रत्येक समस्येचं निराकरण होताना पाहात होता...

पुजाऱ्याला बरं होण्यासाठी अजून एका महिन्याचा कालावधी लागेल असं डॉक्टरांनी सांगितलं होतं. या महिनाभरात हरक्युलिसने पुजाऱ्याची तन्मयतेने सेवा केली. कुठलाच हलगर्जीपणा केला नाही. त्याचबरोबर त्याने मंदिरातील पूजा-अर्चनेची जबाबदारीदेखील उचलली. संध्याकाळी आरतीनंतर मंदिरात येणाऱ्या भक्तांच्या समस्या सोडवून, तो त्यांना नेहमी खुश राहण्याचा संदेश देण्याचं कार्यही करू लागला. त्याचबरोबर त्याला हेही जाणवू लागलं, की त्याचं हृदयरूपी कमळ विकसित होऊ लागलं आहे. पूर्णपणे उमलू लागलं आहे आणि त्याचं तेजस्थान म्हणजे हृदयही जागृत झालं आहे. अर्थात ती पोकळी, ते शून्यत्व... जिथे प्रत्येक विचार निष्कपट, निःपक्षपाती उपजतात...

हरक्युलिसला आता प्रतीक्षा होती ती पुजाऱ्याकडून येणाऱ्या पुढच्या आदेशाची आणि राहिलेल्या चार महिन्यांमध्ये चार लोकांना दुःखमुक्त करण्याची...

हरक्युलिसचं पाचवं कार्य

मंदिरातील नित्यकर्म सुरू झाली, परंतु आता त्यामध्ये खूप मोठा फरक पडला होता. गेले काही दिवस पुजारी आत्मग्लानीत आणि द्विधावस्थेत होता. त्याच्या मनात विचारांचे द्वंद्व सतत चालू असायचे. पाय बरा होऊनही तो दुखत असल्याचे निमित्त करून, पुजारी हरक्युलिसला मंदिरातील पूजाअर्चनासहित सगळी कामं सांभाळायला सांगायचा आणि स्वतः मात्र जास्तीत जास्त वेळ एकांतात व्यतीत करायचा.

देवीमातेची पूजाअर्चना, मंदिराची साफसफाई आणि संध्याकाळी भक्तांना मार्गदर्शन हे काम हरक्युलिस अगदी मनापासून करत होता. तिकडे, पुजारी आपल्या काळ्या व्यवसायावर आणि वासना-विकारांमध्ये गुरफटून गेलेल्या मनोवृत्तींवर स्वतःलाच दोष देत विचारांमध्ये मग्न राहात होता. लवकरात लवकर आपले सगळेच अनैतिक धंदे बंद करून, आपली वैचारिक बैठक मजबूत करून खऱ्या आनंदात आणि भक्तीमध्ये लीन व्हायचा त्याने दृढ निश्चय केला.

हरक्युलिस काही दिवसांनी इथून निघून गेल्यानंतर तो आपल्या काळ्या धंद्याच्या सगळ्या खुणा मिटवून टाकेल आणि पुन्हा एकदा जीवनाचा श्रीगणेशा करेल, असा पुजाऱ्याने निर्णय घेतला. या निश्चयामुळे त्याला शांती मिळाली आणि खूप दिवसांनंतर तो शांतपणे झोपूही शकला...

सकाळी एका वेगळ्याच प्रसन्नतेने पुजाऱ्याने मंदिरात प्रवेश केला. एक श्रीमंत इसम

शोध स्वतःचा ❑ १४१

पूजेची थाळी घेऊन येतो आहे, हे त्याने पाहिलं. आत आल्यावर त्याने हरक्युलिसला ती पूजेची थाळी दिली आणि देवीमातेला नैवेद्य दाखविण्याची विनंती केली. पूजेनंतर तो वळणार इतक्यात समोरच त्याला पुजारी दिसले.

‘‘अरे तुम्ही! मला ओळखलंत का?’’

पुजारी त्याच्याकडे एकटक पाहत होता. त्याने थोडा वेळ आठवण्याचा प्रयत्न केला...

‘‘तू परिमल तर नाहीस ना...’’

‘‘हो, तुम्ही अगदी बरोब्बर ओळखलंत. मी परिमल दवे.’’

‘‘तू तर खूपच वेगळा दिसतोस. आधी खूप बारीक होतास...किती वर्षांनी भेटतोय आपण...आता तू कुठे असतोस?’’ पुजाऱ्याने आश्चर्यचकित होत एकाच वेळी अनेक प्रश्न विचारले.

‘‘मी जिथे कुठे होतो, तिथे तुमची सारखी आठवण काढत होतो. वास्तविक तुमच्यामुळेच आज मी समृद्ध जीवन जगत आहे.’’

‘‘सगळी देवीमातेची कृपा आहे.’’ पुजारी म्हणाला.

परिमल याच भागात राहणारा होता. काही वर्षांपूर्वी नियमितपणे तो या मंदिरामध्ये यायचा. शिक्षण झाल्यानंतर मॉरिशसमध्ये जाऊन व्यापार करण्याचा त्याने निर्णय घेतला. परंतु अनोळख्या देशात जाऊन राहण्याची भीती, व्यापारामध्ये सफलता मिळेल की नाही, ही शंका अशा अनेक भावनांनी त्याला घेरलं होतं. पुजाऱ्याने देवीमातेसमोर त्याला धीर देत सांगितलं होतं, ‘देवीमातेविषयीची श्रद्धा आणि भक्तीमध्ये कुठेही अंतर पडू देऊ नकोस, स्वतःवर विश्वास ठेव आणि निष्ठेने व मनापासून काम करायला लाग. तुला सफलता आणि यश नक्की मिळेल आणि सफलता प्राप्त केल्यानंतरही या सगळ्यामागे देवीमातेचा आशीर्वाद आहे, ही गोष्ट कायम स्मरणात ठेव.’ पुजाऱ्याच्या आशीर्वचनाने आणि देवीमातेच्या कृपेने तो आज एक यशस्वी व्यापारी आणि प्रतिष्ठित नागरिकही बनला होता.

‘‘मॉरिशसमध्ये मी एका मंदिराची स्थापना केली आहे, तिथे देवीमातेच्या मूर्तीची प्राणप्रतिष्ठा आपल्या करकमलांनी करावी, अशी माझी इच्छा आहे. त्यासाठीच आमंत्रण द्यायला मी आलो आहे. या मंदिरासाठी दानस्वरूप एक छोटी रक्कम तुम्हाला द्यायची आहे. मॉरिशसमध्ये जाण्यायेण्यासाठी विमान तिकीटं, तिथे राहण्यासाठीचा पासपोर्ट,

व्हिसा या सगळ्यांची जबाबदारी माझ्यावर.'' परिमल म्हणाला.

"तू इतक्या लांबून आलास, बरं वाटलं. आता तू थोडी विश्रांती घे. संध्याकाळी माझा खास शिष्य हरक्युलिसच्या मार्गदर्शनाचा फायदा घे. सकाळी या विषयावर नीट विचारविमर्श करून मग निर्णय घेऊ या.'' प्रसन्न स्वरात पुजारी म्हणाला.

पुजाऱ्याने हरक्युलिसला परिमलच्या राहण्या-खाण्याची नीट व्यवस्था पाहण्याची आज्ञा केली आणि ते आपल्या खोलीकडे निघून गेले. हरक्युलिसच्या व्यक्तिमत्त्वाने आणि विनयशील वागणुकीमुळे परिमल खूप प्रभावित झाला. संध्याकाळी हरक्युलिसने मंदिरात आलेल्या लोकांच्या शंकांचं समाधान केलं, हे पाहून परिमलचा हरक्युलिसबद्दलचा आदर आणखीच वाढला. तिकडे, पुजारी विचार करत होता, 'हीच सुवर्णसंधी पकडायची आहे. हरक्युलिसला परिमलबरोबर पाठवून, शांतपणे मी माझ्या कृष्णकृत्यांच्या सगळ्या खुणा आणि नशा आणणाऱ्या वस्तू नष्ट करून टाकतो. जेणेकरून हरक्युलिसला त्याबद्दल अजिबात समजणार नाही. त्यानंतर मी आत्मगौरवाने, शुद्ध अंतःकरणाने एका नवीन आयुष्याची सुरुवात करून सगळ्यांच्या आदर-सन्मानाला खऱ्या अर्थाने पात्र बनेन.'

दुसऱ्या दिवशी पुजाऱ्याने आपल्या शारीरिक अस्वास्थ्याचे कारण पुढे करून तो मॉरिशसला जाण्यास असमर्थ असल्याचं सांगितलं. माझ्याऐवजी हरक्युलिसला घेऊन जा, असंही सुचवलं. परिमलनेही ते अगदी सहजपणे स्वीकारलं. परिमलने मॉरिशसच्या कार्यक्रमांची रूपरेषादेखील बनवली होती. हरक्युलिस ज्या दिवशी तिथे पोहोचणार त्याच दिवशी मंदिराचे उद्घाटन, प्रसाद भोजन, हरक्युलिसचे भाषण वगैरे होणार होतं. त्यानंतर ३-४ दिवस प्रेक्षणीय स्थळांना भेटी, तिथल्या मान्यवर लोकांच्या गाठीभेटी... लवकरात लवकर सगळ्या गोष्टींची व्यवस्था करण्याचे वचन देऊन परिमल परत गेला. त्याने आपलं वचन पूर्णपणे निभावलं.

काही दिवसांनंतर...

मॉरिशसला जाण्यासाठी हरक्युलिसने पुजाऱ्याची अनुज्ञा घेतली. दुपारी तो निघाला आणि रात्री शहराच्या विमानतळावर पोहोचला. विमान रात्री उशिरा सुटणार होतं. विमानतळावरील गर्दी, झगमगाट, तिथली दुकानं, नवनवीन आविष्कार असं सगळं पाहण्यात हरक्युलिस गुंग झाला होता. आपला बोर्डिंग पास घेऊन सिक्युरिटी चेक-इन करून तो विमान उड्डाणाच्या सूचनेची वाट बघत बसला होता. प्रत्येक ५-१० मिनिटांनी तो एखाद्या विमानाचे उतरणे किंवा उड्डाण, वेगवेगळ्या विमान कंपन्यांच्या

सततच्या उद्घोषणा, स्टाफची धावपळ कुतूहलानं बघत राहिला. तो विचार करत होता, एकीकडे विज्ञानाची प्रगती, वेगवेगळे शोध लागले आहेत आणि दुसरीकडे मनुष्य सुखोपभोग, व्यक्तिगत ईर्षा व महत्त्वाकांक्षा यांच्या आंधळ्या शर्यतीत धावत आहे. जीवनाचं सत्य किती मागे सोडून दिलं आहे त्याने! आंतरिक अनुसंधानाची कोणालाच कशी आवश्यकता वाटत नाही?

ठरलेल्या वेळी बोर्डिंगची सूचना मिळाल्यावर हरक्युलिस विमानात आपल्या सीटवर जाऊन बसला. त्याची सीट खिडकीच्या जवळ होती. त्यामुळे बाहेरचं दृश्य त्याला अगदी सहजतया दिसत होतं. सीट बेल्ट बांधताना त्याने पाहिलं, की एक मध्यमवयीन महिला त्याच्या शेजारच्या सीटवर येऊन बसली आहे. त्यांची नजरानजर होताच त्या महिलेने हसून त्याला हॅलो म्हटलं. हरक्युलिसनेही मान लववून तिला प्रत्युत्तर दिलं. एअरहोस्टेसने सूचना देऊन झाल्यानंतर हरक्युलिसने कोल्ड टॉवेलने चेहरा पुसला. ज्यूस प्यायला आणि विमान उडण्याची वाट पाहत राहिला. थोड्या वेळाने विमानाने टेक ऑफ घेतला आणि थोड्याच वेळात ते गगनाशी स्पर्धा करू लागले. सीट बेल्ट काढण्याची सूचना मिळाल्यावर दोघं सहजपणे वावरू लागले. एकमेकांशी गप्पा सुरू झाल्या. त्या महिलेनेच गप्पांना सुरुवात केली...

''माझं नाव चारुशीला. मी भारतीय आहे, परंतु गेल्या कित्येक वर्षांपासून मॉरिशसमध्ये राहते. एका लग्नासाठी भारतात आले होते. मॉरिशसमध्ये खूप भारतीय कुटुंबं आहेत. ते एकमेकांबरोबर मिळून मिसळून राहतात. वेळोवेळी आम्ही वेगवेगळे कार्यक्रम आयोजित करत असतो. काही दिवसांनी आत्मविकासासंबंधी एक सेमिनार 'विकासपथ–सूत्र' होणार आहे, त्याचं सूत्रसंचालन आणि संयोजनाची जबाबदारी माझी आहे.''

हरक्युलिसनंही स्वतःची ओळख करून दिली आणि मॉरिशसला जाण्याचं उद्दिष्ट सांगितलं.

कदाचित त्या दोघांनाही विशेष थकवा जाणवत नसावा म्हणून त्यांच्यात दीर्घकाळापर्यंत गप्पा चालू राहिल्या. हरक्युलिसच्या बोलण्याने आणि व्यक्तिमत्त्वाने चारुशीला खूपच प्रभावित झाली होती, ही त्यातल्या त्यात महत्त्वाची बाब होती. चारुशीला बोलतच होती...

''सेमिनारमध्ये लोकांच्या वैचारिक स्तरांवरील समस्यांवर मार्गदर्शन करण्यात येणार आहे. त्यांना मानसिकदृष्ट्या सक्षम करण्याचा आणि त्यांच्या विचारांमध्ये

बदल करण्याचा प्रयत्न केला जाईल. या सेमिनारसाठी आंतरराष्ट्रीय स्तराचे प्रख्यात मनोचिकित्सक डॉ. डेव्हिड यांना प्रमुख पाहुणे म्हणून आमंत्रित करण्यात येणार आहे, ते सगळ्यांना मार्गदर्शन करतील.''

गप्पा मारता मारता कधी झोप लागली ते त्या दोघांनाही समजलं नाही...

पहाट होताच हरक्युलिसने बाहेर नजर टाकली. आकाशाचे विस्तीर्ण पटल उजळून निघाले होते आणि त्याखाली ढगांचे पुंजके जणू काही कापूस पिंजून टाकावा असे विखुरलेले होते. खूप वेळ हरक्युलिस अनिमिष नजरेने बाहेरचं दृश्य पाहत राहिला. तेवढ्यांत विमान लँड होणार असल्यामुळे, सीट बेल्ट बांधून सरळ बसण्याची सूचना देण्यात आली. थोड्या वेळाने हरक्युलिसने पाहिलं, पांढरे शुभ्र ढग आता वरच राहिले असून, खालचं दृश्य आता त्याला स्पष्ट दिसू लागलं होतं. डोंगर, झाडी, समुद्र, वळणावळणाच्या नद्या, रस्ते, इमारती, बागबगिचे, भू-प्रदेश सगळं काही साफ साफ दिसत होतं. अचानक त्याला 'शोध स्वतःचा' या ग्रंथातील एक वाक्य आठवलं, कोणत्याही प्रकारचा तर्क काढू नका, हेलिकॉप्टर व्ह्यू ने, सर्वसमावेशक दृष्टीने बघितलं, तर सगळे पैलू एकदम दिसू लागतील. विमानातून खालचं दृश्य एकत्र पाहताना त्याला हसू आलं. चारुशीलाने त्याला हसण्याचं कारण विचारलं. तेव्हा त्याने विहीर आणि हेलिकॉप्टरमधून बघण्याच्या दृष्टिकोनाविषयी सांगितलं. विहिरीत असलेल्या बेडकाला त्याचं जग तेवढंच आहे, असं वाटत असतं. या शिकवणीचे प्रत्यक्ष उदाहरण म्हणून हरक्युलिसने खिडकीकडे बोट दाखवलं. तिथून लांबवर एक रेल्वेगाडी जाताना दिसत होती...

तो म्हणाला, ''रेल्वेगाडी वळणदार रुळांवरून कशी धावत आहे ते पाहा. यामुळे स्टेशनवर असणाऱ्या लोकांच्या नजरेसमोरून काही क्षणांतच ती दिसेनाशी होईल. त्याचप्रमाणे नदीदेखील पर्वतांवरून निघून वळणं घेतघेत पृथ्वीकडे ओढ घेत असते. तिचा प्रत्यक्षातील विस्तार कोणी लक्षात घेत नाही. लोकांच्या नजरेला ती जेवढी दिसते त्यांच्यासाठी तिची लांबी आणि रुंदी तेवढीच असते. परंतु जेव्हा आपण वरून बघतो तेव्हा वास्तव लक्षात येते. जीवनातील सत्यदेखील असंच आहे. आपण आपल्या संकुचित नजरेने जीवनाकडे पाहत असतो. प्रत्यक्षात जीवन तेवढंच नाही, जेवढं आपण पाहतो. ते अमर्याद असतं.''

चारुशीला हरक्युलिसच्या विचारांमुळे अगोदरच प्रभावित झालेली होती. आता हळूहळू ती त्याची प्रशंसाही करू लागली.

“तुम्ही आमच्या सेमिनारमध्ये आपलं जीवनतत्त्वज्ञान सांगण्यासाठी काही वेळ काढू शकता का?” तिने विचारलं.

“का नाही? मला माझ्या कार्यक्रमांमधून वेळ मिळाला, तर मी नक्की येईन.” हरक्युलिस म्हणाला.

विमानतळावर हरक्युलिसने चारुशीलाला प्रयत्नपूर्वक येण्याचं आश्वासन दिलं आणि निरोप घेतला. परिमल आपल्या मित्रांबरोबर हरक्युलिसच्या स्वागतासाठी विमानतळावर आला होता. अतिशय आदरपूर्वक त्यांनी हरक्युलिसला आरामगृहात नेले. थोडी विश्रांती घेतल्यानंतर तो मंदिराकडे निघाला. मंदिराचे उद्घाटन, भक्तांबरोबर गप्पागोष्टी, भोजन-प्रसाद आणि संध्याकाळी ज्ञानार्जन असा भरगच्च कार्यक्रम होता...

..२२..

चारुशीलाला सेमिनारची सगळी व्यवस्था पाहायची असल्यामुळे ती कॉर्पोरेट सेंटरवर जाण्यासाठी निघाली. ज्या ठिकाणी सेमिनार आयोजित करण्यात आले होते ते कॉर्पोरेट सेंटर, विस्तीर्ण जागेत असलेली एक अत्याधुनिक इमारत होती. इमारतीच्या चारही बाजूंना रंगीबेरंगी आणि सुंदर फुलांचे बगिचे होते. प्रवेशद्वारापाशी पोहोचण्यासाठी एका मोठ्या रस्त्यावरून जावं लागत होतं. रस्त्याच्या दुतर्फा वेगवेगळ्या देशांचे राष्ट्रध्वज लावण्यासाठी खांब उभारण्यात आले होते. मुख्य हॉल वातानुकूलित आणि ध्वनिरोधक होता. हॉलमध्ये जवळपास एक हजार लोकांच्या बसण्याची व्यवस्था केलेली होती. स्टेजवर अर्धगोलाकार आकृतीमध्ये टेबल सजवून दोन्ही बाजूंना आकर्षक पुष्परचना केलेली होती. मुख्य हॉलच्या उजवीकडील हॉलमध्ये नाश्ता, भोजन इत्यादींची व्यवस्था केलेली होती, तर डाव्या हॉलमध्ये ग्रुप डिस्कशनची.

चारुशीला आणि नियोजन समितीचे सर्व सदस्य तेथील व्यवस्थेची उजळणी करण्यात गर्क होते. तेवढ्यात संध्याकाळी तिथे येणारे डॉ. डेव्हिड एका छोट्याशा अपघातामुळे येऊ शकणार नाहीत, असा निरोप मिळाला. तो निरोप ऐकल्यावर चारुशीलेवर समस्येचा पहाडच कोसळला. ती एकदम स्तब्ध झाली. आता सेमिनारमध्ये मार्गदर्शन कोण करणार, हा प्रश्न तिच्यासमोर आऽ वासून उभा राहिला. इतक्या आयत्या वेळी प्रमुख पाहुणे म्हणून कोणाला बोलवायचं... सेमिनारची प्रतिष्ठा राहणार की नाही...नक्की काय करावं, ते क्षणभर तिला समजलंच नाही.

अचानक चारुशीलाला हरक्युलिसची आठवण आली. विमान प्रवासा दरम्यान झालेल्या गप्पा, त्याचं प्रसन्न व्यक्तिमत्त्व, त्याचे प्रतिभाशाली विचार इत्यादी गोष्टी

आठवून तिच्या मनात विचार आला, सेमिनारमध्ये मार्गदर्शन करण्यासाठी हरक्युलिस अगदी योग्य व्यक्ती आहे. तिने इतर सदस्यांबरोबर विचारविनिमय केला, पण सगळ्यांनी या विषयासंबंधी निर्णय घेण्याची जबाबदारी चारुशीलावरच सोपवली.

एकदोन सदस्यांसोबत चारुशीला मंदिरस्थानापाशी पोहोचली. तिथे हरक्युलिस आपला ज्ञानसंदेश देत होता. त्या संदेशाच्या चरणसीमेपर्यंत तो पोहोचला होता. ज्या पद्धतीने हरक्युलिसने संदेश-सारांश सांगितला तो ऐकून चारुशीला थक्क झाली. ती आपोआपच नतमस्तक झाली. गर्दी कमी झाल्यानंतर चारुशीलाने हरक्युलिसजवळ जाऊन त्याला नमस्कार केला. गप्पा मारत असताना हरक्युलिसला तिने आपली समस्या सांगितली. आपल्या तीन दिवसांच्या सेमिनारमध्ये प्रमुख पाहुणे म्हणून येण्याची हरक्युलिसला विनंती केली. परंतु परिमलच्या आमंत्रणावरून हरक्युलिस तिथे आला होता आणि सगळी व्यवस्था तसेच कार्यक्रम परिमलने ठरविलेला असल्यामुळे हरक्युलिसने या विषयासंबंधी प्रथम त्याच्याशी चर्चा केली. परिस्थितीचं गांभीर्य लक्षात घेऊन परिमलने हरक्युलिसला सेमिनारला जाण्याची परवानगी दिली. हरक्युलिस येणार या विचारांनी आनंदी आणि आश्वस्त झालेल्या चारुशीलाने दुसऱ्या दिवशी सकाळी अकरा वाजता त्याला न्यायला येत असल्याचं सांगितलं.

प्रवास आणि मंदिराच्या उद्‌घाटनाच्या कार्यक्रमाची दगदग यामुळे हरक्युलिसला झोप लागली. परंतु, थोड्याच वेळात त्याने खाड्कन डोळे उघडले. त्याला खूपच ताजेतवाने वाटत होते. त्याने 'शोध स्वतःचा' ग्रंथाचं वाचन केलं आणि बरोबर अकरा वाजता तयार होऊन चारुशीलाबरोबर कॉर्पोरेट सेंटरला जाण्यासाठी तो निघाला.

सेमिनार ठरलेल्या वेळी सुरू झाला. जवळपास सगळेच आमंत्रित सदस्य त्यासाठी उपस्थित होते. चारुशीलाने सूत्रसंचालन सुरू केलं. हरक्युलिसचा संक्षिप्त परिचय देऊन, चारुशीलाने श्रोत्यांना मार्गदर्शन देण्यासाठी त्याला आमंत्रित केलं.

हरक्युलिसने सुरुवातीला खुश राहण्याच्या आवश्यकतेवर प्रकाश टाकला. खुशीने खुशीचा शोध घेण्याच्या आवश्यकतेवर भर दिला. त्याचबरोबर शोधाचा गहिरा अर्थ, कोणत्याही समस्येवर प्रत्येक बाजूंनी शोधाचे महत्त्व, शोध करण्याची पद्धत, तसेच स्टॅम्पिंग न करणे, मनोकल्पना तयार न करणे याविषयी सविस्तर सांगितलं.

सेमिनारचा विषय विचारांना दिशा देण्यासंबंधी होता. त्यामुळे हरक्युलिसने तो विषय अधिक स्पष्ट समजावा यासाठी एका रुपकाच्या आधारे तो समजावून सांगितला...

''एका गावात सगळे लोक हातांच्या आधारे म्हणजे उलटे चालत होते. त्यांचे

पाय वरती आणि डोकं खाली असायचं. गावातील सगळे लोक तसेच जगत होते. त्यांची कामं कशी होत असतील, याची कल्पना तुम्ही नक्कीच करू शकता. त्यांना प्रत्येक काम करण्यासाठी खूप वेळ लागायचा आणि प्रयासही करावे लागायचे.

‘‘एके दिवशी त्या गावात एक माणूस आला, जो सरळ चालत होता. म्हणजे तो अगदी साधा-सरळ माणूस होता. त्याने गावात सगळ्यांना हाताच्या आधारे चालताना बघितलं. तेव्हा त्या माणसाने विचारलं, ‘तुम्ही असे का चालत आहात? यामुळे तुम्हाला कामं करायला वेळ लागत असेल नाही? शिवाय त्रासही होत असेल, तुमच्या शक्तीचा अधिक व्यय होऊन कामाची गुणवत्ताही कमी होत असेल.

‘‘काम करण्यासाठी लागणारा जास्त वेळ, त्यासाठी होणारा शक्तीचा अपव्यय याची त्या गावातील लोकांना जाणीवच नव्हती. त्यामुळे ते म्हणाले, ‘तू जे सांगत आहेस, ते सिद्ध करून दाखव.’

‘‘तो साधा-सरळ माणूस म्हणाला, ‘ठीक आहे, मी सिद्ध करून दाखवतो. आता सांगा, तुम्ही कोणकोणती कामं करता?’ लोकांनी सांगितलेली सगळी कामं त्याने वेळेत पूर्ण करून दाखवली. सरळ माणसाच्या कामाचा वेग पाहून हा माणूस खरं सांगत आहे यावर गावातल्या लोकांचा विश्वास बसला. गावातील लोक त्याला म्हणाले, ‘आम्हालाही तुमच्या सारखं काम करता यावं, असं प्रशिक्षण द्या.’ त्या गावातील सर्व लोकांना त्याने योग्य प्रशिक्षण देऊन सरळ उभं केलं. गावातील लोक त्याच्यावर बेहद्द खुश झाले. त्या लोकांना उलटं केलं म्हणून गावकऱ्यांनी त्याला धन्यवाद दिले.

‘‘गावातील लोकांची सरळ आणि उलट्याची व्याख्याच अशी होती. ते सरळ होण्यालाच उलटं होणं समजत होते.

‘‘अशा प्रकारे जेव्हा आपल्याला सांगण्यात येतं, की दुःखद विचारांना उलटे करून पाहा तेव्हा प्रत्यक्षात, सरळ करून पाहा, असं सांगायचं असतं. तुम्ही जर असा विचार करत असाल, जग धोकेबाज आहे तर आता असा विचार करा, मी स्वतःच तर धोकेबाज नाही ना? मी स्वतःलाच तर धोका देत नाही ना? अशा प्रकारच्या विचारांना सरळ विचार अर्थात ‘शोध’ म्हणतात. परंतु जो कायम उलटा विचार करतो, त्याला आपलेच विचार योग्य वाटतात.

‘‘आजवर तुम्ही नेहमी इतरांना धोका देऊन स्वतःदेखील धोक्यात जगत आला आहात. तेव्हा तुम्हाला जग धोकेबाज वाटेल, यात शंकाच नाही. तुम्ही लोकांना धोका दिलेला आहे, यावर विचार करून आता तुम्हाला तुमच्या विचारांचा शोध घेऊन खरा

हेर बनायचं आहे. हेराची काम करण्याची पद्धतच अजब असते. त्याची स्वतःची अशी एक खुबी असते. खुनी कोण आहे, कोणी चोरी केली असावी, याचा शोध घेत असताना ज्या माणसाबद्दल त्याला सगळ्यात अधिक संशय असतो त्याला सोडून नेहमी तो इतर लोकांबद्दल विचार करतो. हिंडून फिरून नवीन दिशेने विचार करतो. तुम्हालादेखील नेमकं हेच करायचं आहे.''

हरक्युलिसच्या लेक्चरचा पहिला भाग समाप्त झाल्यानंतर चारुशीलाने ब्रेक झाल्याचं सांगितलं. त्यानंतर 'सर्वांनी कृपया डाव्या हाताच्या ग्रुप डिस्कशन हॉलमध्ये जावे. तिथे फ्रेश होऊन सांगितलेल्या सगळ्या गोष्टींवर मनन-चिंतन, तसेच विचारांचं आदान-प्रदान करावं. नंतर भोजनासाठी या हॉलमध्ये परत यावे,' अशी सूचना दिली.

भोजनानंतर दुसरं सत्र सुरू झालं. मनन-चिंतनानंतर जर कोणाच्या मनात काही प्रश्न असतील, तर ते त्यांनी विचारावे, असं आवाहन हरक्युलिसने सर्व सदस्यांना केलं.

''तुम्ही शोधाविषयी जे सांगितलं ते ऐकून मी खूपच प्रभावित झाले. आता मी दुःख देणाऱ्या पैलूंचा नक्कीच शोध घेईन. पण माझी एक तक्रार आहे, जेव्हा मी एखादं चांगलं काम सुरू करते, तेव्हा अशी काही घटना घडते, की ते काम मध्येच थांबतं. त्यामुळे मला नवीन काम करण्याचा उत्साहच वाटत नाही.'' एका महिलेनं ताबडतोब विचारलं...

''तुमच्याबाबतीत असं घडलंही असेल, परंतु भविष्यातदेखील असंच घडेल हे स्टॅम्पिंग करू नका.'' हरक्युलिस म्हणाला.

''परंतु हे असं खूप वेळा घडलंय...'' ती महिला व्याकूळ स्वरात म्हणाली.

''कोणत्याही घटनेवर स्टॅम्पिंग करणे म्हणजे ती घटना घडण्यासाठी प्रोत्साहन देण्यासारखंच आहे. त्यामुळे आपल्याला तसेच पुरावे मिळत जातात. यासाठी आता आपल्याला उलटी, प्रत्यक्षात सरळ सायकल चालवायची आहे. जेव्हा आपण आपले विचार, अंदाज, मान्यता, कथा यांवर स्टॅम्पिंग करता, त्यांना खरे मानायला लागता तेव्हा ते विचार कित्येक पटींनी दुःखदायक बनतात. स्वतःचं खरं मानण्यामुळे तुमचं लक्ष पुन्हा त्या विचारांकडे केंद्रित होतं. यामुळे तुमचे नकारात्मक विचार आणखीच वाढतात. तुम्ही जर तुमच्या विचारांची चौकशी केली नाही, आणि दिवसभर विचारांवर स्टॅम्पिंग, शिक्कामोर्तब करत राहिलात तर दुःख वाढतच जातं. आता सर्वप्रथम खूप दुःख देणाऱ्या गोष्टींवर शोधाच्या माध्यमातून मनन करा. ती दुःखं, त्या व्यथा नाहीशा होताच सूक्ष्म दुःख देणाऱ्या विचारांची चौकशी करा. अशा प्रकारे सूक्ष्मापासून सूक्ष्मतम विचार,

मान्यकथा यांच्यावर लक्ष केंद्रित करा. दिवसभरात तुम्हाला याचं निरीक्षण करायचं आहे, की असे कोणते विचार आहेत, जे खूप कोलांटउड्या मारत राहतात, त्यांचा शोध घ्यायचा आहे. अशा प्रकारे निरर्थक विचार करण्यामध्ये जो तुमचा वेळ जातोय, शोध घेतल्यानंतर तो वाचेल आणि त्याच ऊर्जेचा वापर रचनात्मक कार्यांसाठी होईल. एक समजूतदार आणि खुश मनुष्यच अशा प्रकारचा विचार करू शकतो, त्यामध्ये केवळ त्याचा फायदा नसतो, तर संपूर्ण समाज, देश आणि विश्वाचा फायदा होतो.''

हरक्युलिसची समजावून सांगण्याची पद्धत त्या स्त्रीला अतिशय आवडली व ती संतुष्ट झाली.

''मीदेखील अशाच विचारांमध्ये गुरफटलेली असते. परंतु आता मला भीती वाटते, की शोध घेता-घेता मी त्या विचारांच्या जाळ्यामध्ये आणखी गुरफटून जाणार नाही ना?'' एका वृद्ध महिलेने विचारलं.

''नाही, असं घडत नाही. मात्र, अगदी याउलट घडतं. निरर्थक विचारांची घोडदौड बंद झाल्यानंतर विचारांच्या कोलांटउड्या कमी होतात, मनाची बडबड बंद होते आणि साक्षीभाव वृद्धिंगत होऊ लागतो. त्यानंतर तुम्ही विचारांची प्रतीक्षा करता. जेव्हा केव्हा तुम्ही विचारांना साक्षी भावनेने पाहता, तेव्हा ते गायब होऊ लागतात. त्या वेळी असं प्रतीत होतं जणू काही सगळं थांबलं आहे, केवळ पाहणं शिल्लक आहे. यातूनच द्रष्टाभाव, साक्षीभाव जागृत होतो. हा साक्षीभावच आपल्याला आंतरिक केंद्राकडे (स्वसाक्षीकडे) घेऊन जातो. असा शोध घेतल्यामुळे विचारांना योग्य दिशा मिळते. नकारात्मक विचार जिथे समाप्त होतात, तिथे शुभविचारांचे आगमन ठरलेलंच ही समज कायम ठेवा. त्याठिकाणी मन शुद्ध असतं. असं शुद्ध मनच निर्विचार अवस्थेकडे घेऊन जातं आणि हीच निर्विचार अवस्था आपल्याला आत्मसाक्षात्काराकडे घेऊन जाते.''

''आम्हाला तर सकारात्मक विचारच करायचे आहेत, परंतु इच्छा नसतानाही मनात कायम नकारात्मक विचार येत राहतात. तेव्हा आम्ही काय करावं?'' असा कित्येक सदस्यांचा प्रश्न होता.

''त्यासाठी प्रत्येक क्षणी सजग राहायला पाहिजे. उद्या आपण या विषयावर सविस्तर बोलू या.'' असं म्हणून हरक्युलिस तेथेच थांबला.

..२३..

आज हरक्युलिस सकारात्मक विचारक बनण्याचं महत्त्व विशद करणार होता...

'सकारात्मक विचारक बनण्यासाठी मनुष्याला नेहमी जागृतावस्थेत राहण्याची आवश्यकता असते. त्याने सगळी कामं जागृत राहूनच करायला पाहिजेत. जागृत याचा अर्थ सजगता. जेव्हा कुणी तुमचं मन दुखावेल किंवा तुमच्या मनाप्रमाणे घटना घडणार नाहीत, तेव्हा तुम्हाला सजग राहण्याची आवश्यकता आहे. अशा वेळेस मनुष्य स्वतःवरील ताबा गमावून बसतो. तो समोरच्याला शिव्या देतो किंवा स्वतःलाच दोष देऊ लागतो. अशा प्रकारे त्याचा नकारात्मक विचारांचा प्रवास सुरू होतो. त्यामुळे आता आपल्याला नकारात्मक विचारांचे सकारात्मक पैलू पाहण्याची कला आत्मसात करायला हवी. असं केल्यामुळे तुम्ही कायम जागृतावस्थेत राहू शकाल.

"लोक कशा प्रकारे आपली जागृतावस्था गमावून बसतात ते अगोदर समजून घेऊ या. टीव्ही आणि वर्तमानपत्र ही याची मुख्य कारणं आहेत. लोक टीव्ही पाहून नवनवीन मान्यता स्वतःमध्ये रुजवतात. कुठे खून, मारामारी, दंगली घडत आहेत, कुठे दरोडा पडत आहे. हे बातम्यांमध्ये पाहून लोकांना वाटतं, जग खूपच वाईट आहे. परंतु प्रत्यक्षात तसं नाहीये. शोध घेतल्यावर तुमच्या लक्षात येईल, की मुळात तुम्हीच वाईट आहात, तुमचं लक्ष केवळ नकारात्मक पैलूंवर केंद्रित झालेलं आहे. जग तर पहिल्यापासून अगदी असंच आहे. धृतराष्ट्र, दुर्योधनासारखे लोकही सुरुवातीपासून आहेत. फरक इतकाच आहे, की आजच्या तारखेला न्यूज चॅनेल्समुळे तुमच्यापर्यंत बातम्या खूप लवकर पोहोचतात. तसं घडणं वास्तविक या जगाच्या विकासाचं लक्षण आहे. योग्य दिशेने शोध घेऊन तुम्ही लोकांबद्दल नवीन दृष्टिकोन अंगीकारला तरच लोक बदलतात. ही मजेदार गोष्टच तुम्ही शिकत नाही, त्यामुळे लोक बदलत नाहीत. लोक वाईट आहेत म्हणून आम्ही दुःखी आहोत, असा प्रथम तुम्ही विचार करत होता. परंतु शोध घेतल्यानंतर तुम्हाला समजेल, त्यांना बघून आपण काही शिकलो नाही, त्यामुळे अजूनही लोक नकारात्मक भूमिकाच निभावत आहेत.

"तुम्ही तुमची भूमिका योग्यप्रकारे शिकलात, तर समोरच्याचा रोल समाप्त होईल. तुम्हाला काही आठवण करून देण्यासाठी कोणी तरी रोज तुमच्या समोर येत असतं, पण तुम्हाला काही केल्या ते आठवत नाही, लक्षात येत नाही. त्यामुळे समोरचा रोज त्याची भूमिका निभावत राहतो. ज्या दिवशी तुम्हाला ती गोष्ट आठवते, तेव्हा त्याचं येणं बंद होतं. त्याची नकारात्मक भूमिका समाप्त होते. याचप्रमाणे निसर्गदेखील वेगवेगळ्या घटनांद्वारे तुम्हाला हे सांगण्याचा आटोकाट प्रयत्न करत असतो आणि पृथ्वीची ही सुंदर व्यवस्था आहे.

"टीव्हीवर चांगल्यावाईट वार्ता ऐकून तुम्ही त्या इतरांना सांगत फिरता.

नकारात्मक विचार ऐकून तुमच्या मनामध्ये भीतीची भावना निर्माण होते. परिणामी, तुम्ही विचार करता, 'माझ्याबाबतीत तर असं घडणार नाही ना... तसं होणार नाही ना... माझ्या मुलांना काही आजार होणार नाहीत ना... त्यांचे अपहरण तर होणार नाही ना... इत्यादी. अशा प्रकारे या गोष्टींचे नकारात्मक परिणाम तुमच्यावर सतत होतात. तुमच्यात जर सजगता नसेल, तर काही वर्षांनंतर तुमची विचारपद्धती पूर्णपणे नकारात्मक बनते. त्यानंतर तुम्ही सगळ्यांकडे शंकेखोरपणे पाहत राहता. सगळ्यांना लाल चष्म्यातून म्हणजे आपल्या मान्यकथांमधूनच पाहता. त्यामुळे लोक तुम्हाला वाईटच दिसतात. अशा परिस्थितीत तुम्ही सुखाने राहू शकाल का?

''या जगातील अशा वाईट लोकांमध्ये आनंदाने, राहणं कसं शक्य आहे, असं तुम्हाला वाटत असेल. कारण मन तुम्हाला त्याचे अनेक पुरावे देत राहणार. जसे, लोक वाईट असतात... नेते भ्रष्टाचारी असतात... राष्ट्राचे संचालक दुष्ट, अकुशल असतात... सगळ्यांचे विचार स्वार्थी झालेले आहेत... प्रत्येक ठिकाणी हिंसा चालू आहे... तेव्हा कोणी खुश कसं राहणार... खरंतर अशा प्रकारचे विचार म्हणजे मनुष्याच्या अज्ञानाचा मूर्तिमंत पुरावाच! परंतु योग्य प्रकारे शोध घेताच तुम्हाला समजेल, तुम्ही तुमच्या मान्यतांच्या चष्म्यांमधून जगाकडे पाहत आहात. बेहोशी असल्यामुळे तुम्ही तुमचं दुःख दूर करण्याचा इलाज शोधत आहात, पण ते सगळे अस्थायी उपचार आहेत, शाश्वत नाहीत. अस्थायी इलाज तुम्हाला दुःखामध्ये खुश ठेवण्याऐवजी तुमचं दुःख आणखीच वाढवतात. समजा एखाद्या नातेवाइकाबरोबर जर तुमचं भांडण झालं, तर तुम्ही त्यांच्याशी बोलत नाही. त्यामुळे तुमचा अस्थायी, तात्पुरता फायदा होतो. परंतु नंतर त्याच्याबरोबर खडाजंगी होते आणि प्रकरण सुरळीत होण्याऐवजी गुंताच होऊन बसतो. वास्तविक, अबोला धरून तुम्ही नवीन युद्धाचीच तयारी करत असता. त्या तयारीसाठी काही दिवस लागतात. आपल्याबरोबर ज्या काही घटना घडत आहेत, त्यामध्ये दुःखी होऊन स्वतःला दुःख द्यायचं, की खुश राहून सगळ्या शुभेच्छांना बळ द्यायचं, याचा शोध घ्यायचा आहे.'

''शोध घेण्यासाठी आम्हाला हिमालयात जावं लागेल का?'' उपस्थितांपैकी एकाने विचारले.

''वास्तविक लोकांमध्ये राहून काही शिकण्यासाठीच आपण पृथ्वीवर आला आहात. जर तुम्ही हिमालयातच जाऊन बसलात आणि परत लोकांमध्ये आला नाहीत, तर पृथ्वीवर येण्याचं प्रयोजनच काय? निसर्गरम्य ठिकाण म्हणून कधीकधी हिमालयात जाऊन येणं ही गोष्ट वेगळी आहे, पण तुम्ही हिमालयातच जाऊन राहिलात, तर संपूर्ण

विकासाच्या शक्यता खुलणार तरी कशा? जेव्हा तुम्ही हिमालयातून परतल्यावर लोकांमध्ये वावरता, तेव्हाच तुम्हाला स्वतःच्या अंतरंगात शोध घेण्याची संधी मिळते. शोध घेतल्यानंतर प्रत्येक घटनेकडे नवीन दृष्टीने बघण्याची शक्यता असते. जर कोणी तुम्हाला काही वाईट बोललं किंवा तुमचा आदर केला नाही, तर त्या गोष्टीकडेदेखील तुम्ही नव्या पद्धतीने बघाल. निसर्गाच्या सुंदर व्यवस्थेला जर तुम्ही योग्य दृष्टिकोनातून पाहिलं, तर आधी कुरूप वाटत असलेली प्रत्येक गोष्ट आता सुंदर वाटू लागेल. अशाप्रकारे जर तुम्ही स्वतःचा मेकअप केला तर समोरची प्रत्येक गोष्ट सुंदर वाटू लागेल. मेकअप म्हणजे पावडर किंवा क्रीम लावणे असा शब्दशः अर्थ घ्यायचा नाही. मेकअपचा अर्थ आहे, मननाद्वारे शोध घेऊन, जागृतावस्थेत राहून समज वाढविणे. आता तुम्ही हे ऐकत आहात याचाच अर्थ तुम्ही आपला मेकअप करत आहात.''

"तुम्ही आत्ताच सांगितलं, की सकारात्मक विचारक बनण्यासाठी नेहमी जागृतावस्थेमध्ये राहून स्वतःचा मेकअप करायचा आहे. हे मला खूप आवडलं, परंतु एखाद्या मनाविरुद्ध घडलेल्या घटनेमुळे मन बंड करून उठतं, त्या वेळी मी जागृतावस्थेत राहूच शकत नाही. अशा वेळी काय करायचं?'' एका कोपऱ्यातून आवाज आला.

"हा अडथळा दूर करण्यासाठी अगोदर नावडीचे रूपांतर आवडीमध्ये करा. कोणत्याही घटनेचे रूपांतर आवडीमध्ये करणे याचा अर्थ तुमच्यामधील अडथळा किंवा प्रतिकार समाप्त करणे. एक गोष्ट नेहमी लक्षात ठेवा, की तुमच्याबाबतीत जे घडत असतं, त्याची तुम्हाला त्याक्षणी नितांत गरज असते. ही समज प्रतिकार समाप्त करण्यासाठी मदत करते. त्यामुळे तुमचं लक्ष तुम्हाला जे हवं आहे ते आकर्षित करण्याकडे जातं. जर तिरस्कार करून तुम्ही नकारात्मक भावनांबरोबर लढतच राहिलात, तर तुम्हाला त्यांच्याबरोबर बॉक्सिंग रिंगमध्ये राहावं लागेल. त्यामुळे वर्तमानातील तिरस्कार सोडून सकारात्मकतेचं बीज पेरून बघा. त्यापुढचं दृश्य काय असणार आहे ते! नाहीतर तुम्ही उगाचच नकारात्मक गोष्टींचे चिंतन करून आयुष्यभर चुकीच्या, वाईट गोष्टींनाच जीवनामध्ये आकर्षित करत राहता. विचार करून बघा, तुम्हाला कोणते लोक जास्त आठवतात? मित्र की शत्रू?''

"शत्रू.'' समोर बसलेल्या महिलेने उत्तर दिलं.

"अगदी खरं बोललात. ज्यांच्याबरोबर तुमचे चांगले नातेसंबंध आहेत, ते लोक तुम्हाला कमी आठवतात आणि ज्यांच्याविषयी द्वेष आहे त्यांची सतत आठवण येत असते. तुम्हाला तुमचा शत्रूही आवडायला लागला, तर तुम्ही लवकरात लवकर नकारात्मक भावनांपासून मुक्त व्हाल. त्यांच्याविषयी तिरस्काराची भावना मनात

ठेवली, तर नकारात्मक भावनेसोबत चिकटून राहाल. माणसाचं मन असंच आहे. तुटलेल्या दातावरच जीभ सारखी जात राहते. मला एक दात नाही ही गोष्ट स्वीकार केली, तर त्याविषयी तुम्हाला जास्त विचार करण्याची आवश्यकता भासत नाही. एखादी आवडीची गोष्ट करणे म्हणजे जे जसं आहे तसा त्याचा स्वीकार करणे. (as it is) असा स्वीकार करताच त्याविषयी कोणताच तिरस्कार राहात नाही, कोणतंही दुःख होत नाही. एखाद्या विषयी जर मनात द्वेष असेल, तर वारंवार लक्ष त्याच्याकडेच जातं. कोणतीही घटना स्वीकारणे याचा अर्थ असा नाही, की तुम्ही तुमच्या समस्येवर किंवा आजारावर इलाज शोधायचा नाही, डॉक्टरांकडे जायचं नाही. केवळ आजारपणाला जो अटकाव केलेला आहे तो काढून टाकायचा एवढंच. म्हणजे तो सहजतेने विलीन होऊन जाईल.''

''माझं मन वारंवार भविष्यामध्ये झेप घेत असतं. त्यामुळे जागृतावस्थेत राहण्याची शक्यताच नसते.'' एका स्त्रीने गंभीरतापूर्वक विचारलं.

''जे घडत आहे ते तुम्हाला शिफ्टिंग देईल. जागृत करेल. पण जे घडलंच नाही, ते शिफ्टिंग कसं देणार? ते तर कल्पनेत आहे. कल्पनाविलास कधीही स्थिरता (स्टॅबिलायझेशन) देत नाही. जे घडत असतं ते स्थिरता देतं. तिरस्कारामुळे जर तुमच्यामध्ये नकारात्मक भाव जागृत झाले आणि तुम्ही त्याचा विरोध केला, तर तिरस्कार तुम्हाला अधिक आकर्षित करेल. ज्या गोष्टीला तुम्ही टोकता, ती तशीच टिकून राहते हा निसर्गाचा नियमच आहे. कोणी शिवी दिली तर शिवी ही तुमची त्या वेळची आवश्यकता आहे, असा विचार करा. त्या वेळेस तुम्हाला शिवी देणाऱ्या माणसाबद्दल विचार करायचा नाही, तर तुमच्या जीवनामध्ये प्रेमाला आकर्षित करायचं आहे. माझं जीवन अथांग प्रेमसागर बनावं... जीवनात सदैव आनंदाचा वर्षाव व्हावा... अशी प्रार्थना करून तुम्ही हे विश्वासरूपी बीजारोपण करू शकता...''

तेवढ्यात चारुशीलाने स्टेजवर येऊन भोजनाची सुट्टी झाल्याचं जाहीर केलं. त्याचबरोबर सगळ्यांनी भोजन करून, फ्रेश होऊन परत यायला सांगितलं.

२४

भोजन झाल्यानंतर शंकासमाधानासाठी लोकांनी हरक्युलिसला आपले प्रश्न लिहून दिले. ते वाचल्यानंतर लोक आपल्या मान्यता आणि चुकीच्या विचारांमध्ये किती फसलेले आहेत, त्यातून त्यांना बाहेर काढणं मुश्किल आहे, याची जाणीव हरक्युलिसला झाली. त्यामुळे आता हरक्युलिसने विचारांच्या उद्‌गमस्थानावर प्रकाश

टाकण्याचा आणि त्यांचा शोध घेऊन विचारांच्या जाळ्यातून बाहेर कसं पडावं, यासाठी मार्गदर्शन सुरू केलं...

''मनुष्य खूप भोळा आहे. तो आपल्याच मायेमध्ये अडकल्यामुळे स्वतःला बघू शकत नाही, म्हणून त्याला भोळा म्हणतात. एखाद्याने जर तीनचार टेपरेकॉर्डर घेऊन प्रत्येकामध्ये वेगवेगळे डायलॉग रेकॉर्ड केले आणि सगळे टेपरेकॉर्डर एकाच वेळी चालू केले, तर खूप लोक एकमेकांशी बोलत आहेत, असं वाटतं. जणू काही एक प्रश्न विचारत आहे आणि दुसरा त्याचं उत्तर देत आहे. आतमध्ये खूप लोक आहेत असाच विचार खोलीबाहेर असणारे करतील. परंतु आत जाताच तेथे जास्त लोक नसून अनेक टेपरेकॉर्डर चालू आहेत हे त्याला समजतं. अगदी अशाच प्रकारे मनाच्या गाभ्यात डोकावून पाहताच दुःख नसल्याचं जाणवतं.

''मनुष्यदेखील आपल्या विचारांनी असाच त्रस्त होतो आणि त्या विचारांना बघण्याचा प्रयत्न करतो. तेव्हा हे विचारच दुःख देत आहेत, याची जाणीव त्याला होते. परंतु शोधाद्वारे स्वतःच्या अंतरंगात डोकावून बघताच कोणतंही दुःख गवसत नाही. आपण विचारांना 'मी' मानून चालतो म्हणून जास्त दुःख होतं. प्रत्यक्षात विचार तर सोर्समधूनच (परम मौनातून) येत असतात. कोळी आपल्याच तोंडातून जाळे काढून म्हणत असेल, 'आता मी फसलो आहे, बाहेर कसा निघू' तेव्हा त्याला सांगितलं जाईल, 'जे बाहेर काढलं आहे, ते पुन्हा आतमध्ये घे' तेव्हाच जाळं नष्ट होईल. प्रत्यक्षात जाळं नव्हतंच. परंतु तुमच्या मान्यकथेमुळे ते दिसलं एवढंच.

अशा प्रकारे प्रत्येक माणूस आपापल्या मान्यकथांनुसार जीवनात जाळी विणत राहतो. 'असं घडत आहे... अमुक व्हायला नको... फारच विपरीत घडत आहे... ते व्हायला नको... ईश्वराने जगाची निर्मिती का केली... केली नसती तर किती चांगलं झालं असतं...अशा प्रकारे तो दुःख उगाळत राहतो आणि गंमत म्हणजे नियतीनं आजपर्यंत दुःखाची निर्मितीच केलेली नाही. किती हास्यास्पद गोष्ट आहेना ही! दुःखामध्ये मनुष्य स्वतःला विसरून विचारांच्या जाळ्यामध्ये गुरफटला जातो. खरंतर त्याने दुःखाला मूळ स्रोत समजायला हवं होतं. खरा आनंद मिळवण्यासाठी दुःखाची निर्मिती झालेली आहे. जगाची निर्मितीसुद्धा आनंदप्राप्तीसाठीच झाली आहे. पण आपण दुःखात जगतो ही गोष्ट वेगळी. कारण मनुष्य खऱ्या आनंदाला विसरून बाह्य सुखांना महत्त्वपूर्ण मानतो. दुःख झाल्यावर माणसाला लोकांकडून जी सहानुभूती मिळते तीच त्याच्यासाठी महत्त्वपूर्ण ठरते, प्रिय वाटते त्यामुळे दुःखद घटनेद्वारे जो खरा आनंद त्याला मिळणार होता, तो मिळत नाही.

‘‘सत्यशोधकाच्या मनात जेव्हा दुःखाचे विचार येतात, तेव्हा त्यावर मनन करून तो अशी उत्तरं शोधतो जेणेकरून दुसऱ्यांदा तसे विचार आले तर दुःखद भावना प्रकटणार नाही. सामान्य माणसाच्या मनात दुःखाचे विचार आल्यानंतर तो विचार करतो, ‘हे दुःख माझ्याच वाट्याला का आलं आहे...? याला कोण कारणीभूत आहे...? मी इतका दुर्भागी कसा...’ तो ताबडतोब कोणावर ना कोणावर तरी त्याचे दोषारोपण करतो. आपल्या जबाबदारीपासून पलायन करून निःश्वास टाकतो. ‘जेव्हा अमुक माझा नातेवाईक सुधारेल... दुःखद कारणं संपतील, तेव्हाच मी खुश होईन’, असंच त्याला नेहमी वाटत राहातं.’’

‘‘शोधकाप्रमाणे जगण्यासाठी आम्हाला काय करावं लागेल? कृपया याविषयी मार्गदर्शन करावे.’’ एका तरुणाने विचारलेला हा प्रश्न शोधाला पुढे नेणारा ठरला.

‘‘शोधकाने ताबडतोब दुःख देणाऱ्या गोष्टींवर मुळापर्यंत जाऊन मनन केलं पाहिजे, त्या लिखित स्वरूपात आणून त्यापासून निर्माण होणाऱ्या दुःखद भावना समाप्त केल्या पाहिजेत. अशा प्रकारे कसून शोध घेतल्याने त्यातून केवळ सत्याविषयीच्या भावना निर्माण होतील. असत्याचे विचार जर मनुष्यामध्ये कोणत्याही भावना जन्माला घालू शकले नाहीत तर माणसाचं जीवन किती सुंदर बनेल!

‘‘सकाळपासून रात्रीपर्यंत मनुष्याच्या मनात काही सत्याचे तर काही असत्याचे विचार येत राहतात. सत्याचे विचार आपल्यामध्ये आनंदाचे भाव प्रकट करतात, तर असत्याचे विचार दुःखद भावना निर्माण करतात. यासाठी असत्य विचारांना आकाशात फिरणाऱ्या ढगांप्रमाणे बघण्याची आवश्यकता असते. म्हणजे त्या विचारांमुळे आपल्यावर काहीच परिणाम होऊ नये. जर ते असतानाही तुम्ही आनंद घेतला, तुमची चलबिचल झाली नाही तर समजायचं, की तुम्ही योग्य मार्गावर आहात. जेव्हा तुम्ही दुःखद विचारांकडे तिसऱ्या डोळ्याने (हेलिकॉप्टर व्ह्यूने) बघता तेव्हा त्यांची ताकद नष्ट होते. काम, कामिनी आणि कंचनच्या विचारांना तिसऱ्या डोळ्याने पाहिले असता त्यांचा प्रभाव समाप्त होतो.

‘‘ज्या ज्या मान्यता तुमच्यामध्ये ठाण मांडून बसलेल्या आहेत, त्या लिहून, दिवसभर मनन करून त्यावर शोध घ्या. असं शिबिर कमीत कमी आपल्या जन्मदिवशी तरी नक्की करा. आपल्या प्रत्येक मान्यतेवर मनन केलं तर नकारात्मक विचारांची शक्ती नाहीशी होते. कुणी माझ्यावर प्रेम करत नाही असा विचार आला तर तो लिहून त्यावर शोध घ्या. खरंच असं आहे का? शोध घेतल्यावर तुम्हाला समजेल, वास्तविक तुमचं

स्वतःवरच प्रेम नाही. तुम्ही जर स्वतःवर प्रेम केलं असतं, तर लोक माझ्यावर प्रेम का करत नाहीत या चिंतेने दुःखी झाला असता का? वर्षानुवर्षे एकच पठडीतील चुकीची ओळ गुणगुणत राहता...आणि जे सत्य नाही, त्याच्या हातात हात घालून आयुष्यभर फिरत राहता...तुम्ही जर स्वतःवर प्रेम केलं असतं तर कदाचित असं वागला नसता...

"जो माणूस स्वतःवर प्रेम करतो, तो कधी फाटके कपडे घालत नाही. कारण लोकांनी त्याला हसावं अशी त्याची इच्छा नसते. त्याचप्रमाणे कुठे तुमचे विचारही असेच फाटके, बुरसटलेले तर नाहीत ना या गोष्टीचाही शोध घ्या. तुम्ही स्वतःवर निस्सीम प्रेम केलं, तर फाटक्या विचारांची संगत कधी धरणार नाही. तुम्हाला प्रेम घ्यायचं नाही तर द्यायचं आहे. कारण प्रेमाचा अथांग, अमर्याद झरा तुमच्याजवळ झुळुझुळु वाहात आहे. यासाठी जीवनात तुम्हाला निरंतर प्रेम वाटत राहायचं आहे. इतक्या असीम प्रेमाचे तुम्ही धनी आहात तेव्हा त्याचं करणार तरी काय?"

"लहानपणी माझ्या आईने माझ्यावर प्रेम केलं असतं, माझ्या शिक्षकांनी माझ्याकडे लक्ष दिलं असतं, तर आज मी नक्कीच काहीतरी वेगळी असते. मला नेहमी या गोष्टीचा त्रास होतो." एक महिला त्रासिक स्वरात म्हणाली.

"असे विचार मनात ठेवून तुम्ही भूतकाळात जगत आहात, चुकीचे वागत आहात आणि हे तुमच्या लक्षातही येत नाही. जेव्हा तुम्ही योग्य मनन कराल, तेव्हा प्रत्यक्षात अशा गोष्टी निरर्थक आहेत या रहस्याचा उलगडा होईल. ज्या ओळी मी आजपर्यंत मनात घोळवत ठेवल्या होत्या, त्यांनी माझ्यावर प्रेम का करावं? मी भिकारी आहे का? माझ्याजवळ काही नाही? आणि मला प्रेम हवंय तरी कशाला? अशा प्रकारे स्वतःलाच प्रश्न विचारून शोध घ्या. नाहीतर आयुष्यभर तीच ती कॅसेट वाजवत राहून स्वतःबरोबर इतरांचंही आयुष्य कंटाळवाणं कराल. आईवडिलांचा मृत्यू झाला तरी मुलांच्या मनात विचारांच्या रूपाने ते जिवंतच असतात. परंतु आता त्यांना पुढची यात्रा करू द्या आणि तुम्हीही या जीवनरूपी प्रवासाचा आनंद लुटा. मनात म्हणा, 'तुम्ही मुक्त आहात आणि आम्ही देखील मुक्त आहोत.' कोणाला बांधून ठेवायचं कारणच काय? जो येतोय त्याला येऊ द्या. जो जातोय त्याला आनंदाने जाऊ द्या.

"डायरी लिहिण्यात कधीही बेपर्वाई करू नका. दुःख आणि अडचणी कायम माणसाच्या डोक्यामध्ये जिवंत असतात. त्यामुळे त्यांना डोक्यातून काढून कागदावर उतरवणं, लिहिणं खूप आवश्यक आहे. डायरी लिहिणे ही आत्मविकासासाठी खूप चांगली सवय आहे. आत्मोन्नतीसाठी ठरविलेले कार्य व अडथळे दूर करण्यासाठी दृढ संकल्प करून तो डायरीमध्ये लिहा."

शोध स्वतःचा ❑ १५७

हे ऐकल्यानंतर सगळ्यांचे चेहरे आनंदाने फुलून गेले. श्रोत्यांनी केलेल्या टाळ्यांच्या कडकडाटाने हॉल दुमदुमून गेला. प्रत्येकालाच आपल्या चुकांची जाणीव होऊ लागली होती. सगळे सखोल मननामध्ये बुडून गेले. हरक्युलिसने सगळ्यांनाच आपापला शोध डायरीमध्ये लिहायला सांगितला. त्याचप्रमाणे दररोज डायरी लिहिण्याचे महत्त्व समजावून सांगितलं.

तो दिवस संपल्यानंतर गंभीरतापूर्वक मनन करत सगळे हॉलच्या बाहेर आले. चारुशीलादेखील हरक्युलिसच्या ज्ञानपूर्ण विचारांमुळे अंतर्मुख झाली होती. आदरभावाने विनम्र होत चारुशीलाने हरक्युलिसला त्याच्या निवासस्थानावर पोहोचवले.

आता सेमिनारचा केवळ एकच दिवस शिल्लक होता. रात्री चारुशीलाच्या मनात विचार आला. 'अजून दोन-तीन दिवस सेमिनार चाललं असतं तर!... तर कितीतरी नवीन गोष्टी हरक्युलिसकडून तिला शिकायला मिळाल्या असत्या...'

• • •

आज हरक्युलिस 'विचारांचा व्यायाम' या अत्यंत महत्त्वपूर्ण विषयावर सर्वांना मार्गदर्शन देणार होता.

"शरीराच्या स्वास्थ्यासाठी योगासनं, प्राणायाम केले जातात. परंतु विचारांच्या व्यायामाकडे, विचारायामाकडे लोकांचं कधी लक्षच जात नाही. ज्याप्रमाणे मनुष्यशरीरात श्वासोच्छ्वास आपोआप होत असतो, त्याचप्रमाणे विचार देखील आपोआपच येत-जात असतात. ज्या गोष्टी आपोआपच येत-जात राहतात, त्यावर माणूस कधी काम करत नाही. त्यामुळे तुम्ही कशासाठी आला आहात, असं विचारांना विचारण्याचं धाडस तो कधी करत नाही, ना कधी आपल्या विचारांवर मनन. विचारांबरोबर मन बेलगाम घोड्याप्रमाणे उधळलेलं असतं. माणसाचे विचार त्याला जे सांगतात, त्यालाच तो खरं मानतो, यालाच स्टॅम्पिंग करणं म्हटलं आहे.

"विचारांच्या व्यायामामध्ये विचारांचं शीर्षासन केलं जातं. शरीराप्रमाणे विचारांनादेखील उलटं केलं तर काय निष्पन्न होणार, यातून कोणतं स्वास्थ्य मिळणार, असं प्रथम आपल्याला वाटेल.

"परंतु विचारांचा व्यायाम केल्यानंतरच तुम्हाला सम्यक, संतुलित अवस्था प्राप्त होऊ शकते आणि मनाची बडबड बंद केल्याशिवाय ही अवस्थाही येत नाही. विचारांच्या व्यायामावर आजवर कुणी आपल्याकडून अभ्यास करून घेतला नाही. तुम्हाला पैसा

कमवायचा असेल, घरात काही नवीन वस्तू खरेदी करायच्या असतील किंवा काही संशोधन करायचं असेल तेव्हा तुम्ही विचारांचा भरपूर व्यायाम करता, त्यांना खूप ताण देता. परंतु विचारांचा व्यायाम केला तर दुःखमुक्त होऊ शकतो याकडे मात्र तुमचं लक्ष जात नाही. नव्हे, या गोष्टींचं भानही नसतं. ज्यावेळी मनुष्य आपल्या शरीराला मी मानू लागतो, त्यावेळी तो आपल्या शरीरामध्ये निर्माण होणाऱ्या विचारांनाच सत्य मानू लागतो. माझ्या शरीरात जो विचार निर्माण झाला आहे तो योग्यच असणार, असं त्याचं मोजमाप असतं. प्रत्यक्षात तुम्ही जेव्हा माझंच खरं ही भावना सोडता तेव्हाच खुश राहू शकता. अहंकाराला वाटतं, माझ्या शरीरात जो विचार आला आहे तोच योग्य आहे. परंतु सत्याचं ज्ञान तुम्हाला असेल तर तुम्ही केवळ स्वतःच्या शरीरालाच मी मानणार नाही. तेव्हा तुमच्या शरीरामध्ये निर्माण होणारे विचारच योग्य आहेत ही मान्यता नष्ट होईल. त्यानंतरच विचारांना योग्य किंवा अयोग्य असं लेबल न लावता, खऱ्या अर्थाने शोध घेणं सुरू होईल आणि त्यावेळी तुम्ही सत्यालाच महत्त्व द्याल, भले त्याचे श्रेय कोणालाही मिळो.

''जे विचार मनामध्ये निर्माण झाले आहेत ते काय सांगत आहेत हे जाणून घेणं महत्त्वपूर्ण आहे. तुमच्या मनात जेव्हा विचार निर्माण होतात, तेव्हा ते विचारांना जाणणाऱ्याची माहिती तर देतातच शिवाय काही संकेतही देत असतात. शरीरामध्ये एखादा विचार आला तर तो कोणत्या मान्यतेमुळे आहे... या क्षणी त्याची आवश्यकता काय... अशा प्रकारे आपल्या विचारांवर शोध घेऊन समोरचा माणूस आरसा बनून माझा मेकअप म्हणजे आत्मपरीक्षण, आत्मपरिवर्तन करण्याकडे इशारा देत आहे हे तुम्ही समजून घ्याल. पण मी माझा मेकअप करतो आहे का?... वास्तविक स्वतःचा मेकअप केल्यानेच तुमच्यामध्ये बदल घडणार आहे. आरसा नेहमी दुसऱ्यांविषयीच सत्य दर्शवतो. परंतु स्वतःची पाठ (मागील बाजू) मात्र तो पाहू शकत नाही. मनुष्यदेखील स्वतःशिवाय इतर गोष्टी माहिती करून घेण्यातच गुंतलेला असतो. इतरांच्या गोष्टीतच त्याला रुची असते. इतकी वर्षे तुम्ही दुसऱ्यांचा मेकअप करत आलात आणि त्याचा परिणामदेखील बघितला. इतरांना सुधारण्याच्या नादात तुमच्यामध्ये काही बदल घडला नाही किंवा जो काही थोडाफार बदल झाला तोही नाहीसा झाला. माझं आयुष्य मजेत चाललं आहे याच भ्रमात तुम्ही वावरत राहता. परंतु एखादी मनाविरुद्ध किंवा विपरीत छोटीशी गोष्ट जरी घडली तरी तुम्ही लगेच नाराज होता. प्रत्येक विचाराबरोबर जेव्हा तुम्ही स्वतःचा मेकअप कराल, तेव्हा तुमच्या लक्षात येईल, आता विचारांचा गुंता सोडवण्याचं योग्य साधन मला गवसलं आहे.''

आपलं बोलणं थांबवत सगळ्या समूहाकडे नजर टाकत हरक्युलिस म्हणाला, ''कोणाला काही शंका असेल तर विचारा.''

''माझ्या मनातील विचार मला कायमच अस्वस्थ करतात, गोंधळात टाकतात. यातून बाहेर पडण्यासाठी कोणता व्यायाम मी मनाला द्यावा?'' पहिल्याच रांगेतील महिला म्हणाली.

''गोंधळणे याचा अर्थ कोणत्याही विषयावर दोन प्रकारचे विचार एकाच वेळी मनात चालू असणे. जोपर्यंत एकाच विषयावर तुमच्या मनात दोन प्रकारचे विचार येत राहतील, तोपर्यंत तुमच्या मनात द्विधावस्था, गोंधळ कायम राहील. दोनच्या धोक्यातून, द्वैतातून बाहेर पडून एकावर या हे सांगण्यासाठीच जणू दुःख तुमच्या आयुष्यात येत असतं. जेव्हा केव्हा गोंधळ वाटेल, तेव्हा तो विचार लिहून त्यावर मनन करा. पण जोवर या गोष्टीवर अचूक उत्तर, युरेका इफेक्ट मिळत नाही, मला शिफ्टिंग मिळत नाही तोवर मी मनन करणार नाही असा विचार मात्र कधीही करू नका.

''ज्या ज्या वेळी अशी संभ्रमित अवस्था तुमच्या आयुष्यात येईल, तेव्हा समजेचा, प्रज्ञेचा वापर अवश्य करा. नाही तर तो गोंधळ तुम्हाला जास्तीचे आणखी दोन-चार विचार देऊन तुमची मनोवस्था अधिकच बिकट करेल. आयुष्य तुम्हाला प्रत्येक परिस्थितीत संपूर्णपणे खुलवायला मदत करत असतं. जिथे जो अनुभव मिळत आहे, तिथे तो घेण्यासाठी तुम्ही केवळ उपस्थित राहा. बस्स...तुमच्या विचारांच्या निरगाठी आपोआप सुटत जातील.''

..२५..

''मी दिवसभर उलटसुलट विचारांनी घेरलेली असते. यासाठी मी काय करावं?'' एका महिलेने त्रासिक स्वरात विचारलं.

''हे तर स्वाभाविक आहे. विचार यायलाच नकोत अशी अट ठेवण्याची आवश्यकता नाही. तुम्ही सजग व्हावं यासाठीच केवळ विचार येतात. तुम्ही आजूबाजूला लोकांना जसं वावरताना बघता, त्यासंबधीचे विचार तुमच्या मनामध्ये येतात. समजा रात्री तुम्हाला तुम्ही नोकरी शोधत आहात असं स्वप्न पडलं तर सकाळी उठून तुम्ही असं म्हणता का, मला असं स्वप्न का पडलं... असं स्वप्न पडायलाच नको होतं.'' हरक्युलिसने विचारलं.

''नाही. उलट आम्हाला वाटतं, ते स्वप्नच होतं, त्यामध्ये जास्त अडकण्याची गरजच काय?'' ती महिला म्हणाली.

''अगदी याप्रमाणेच विचारांकडे बघायचं आहे. एक विचार गेला... एक ढग निघून गेला. दुसरा आला... तोही गेला.''

''धन्यवाद.'' ती महिला कृतज्ञतापूर्वक म्हणाली.

''माझ्या मनात तर नेहमीच विचारांची जळमटं लागलेली असतात. त्यामुळे मी खूप हैराण असते. या विचारांपासून मुक्तता मिळवू तरी कशी? काहीच समजत नाही. डॉक्टर म्हणतात खूप विचारांमुळे तुमचा रक्तदाब कमी होत नाहीये.'' दुसऱ्या एका महिलेनं आपली अडचण सांगितली.

''तुम्ही अशा एका आरशात बघत आहात ज्याच्या चारही बाजूंना सुंदर नक्षी आहे. तुम्ही ती नक्षी दररोज पाहून त्रस्त व्हाल का? नाही ना, कारण तुम्हाला माहिती असतं जरी ती नक्षी असली तरी तुम्हाला त्यामुळे काही फरक पडणार नाही. त्याचप्रमाणे शरीर तुमचा आरसा आहे आणि त्यामध्ये उठणारे विचार म्हणजे या आरशावरील नक्षीकाम असं समजायचं. जेव्हा तुमचं शरीर आरशाचे काम बंद करेल तेव्हा तुम्ही ही तक्रार करू शकता, की आता शरीराने आरशाचे काम बंद केले. परंतु शरीर तर असं कधीच करत नाही. अगदी हॉस्पिटलमध्येदेखील ते आरशाचं काम करतच राहतं.

''अशाप्रकारे घेतलेल्या शोधामुळे नको असलेल्या विचारांबरोबरची लढाई आणि प्रतिकार दोन्हीही संपून जाईल. तरीदेखील मन कधी विचारांमागे धावू लागलं तर लगेच म्हणा, ठीक आहे...आता मला आठवण झालीच आहे तर मी माझ्या मूळस्रोतावर जातो. आता स्वतःलाच विचारा, मला जे विचार येत आहेत ते नक्की कुठून? असं स्वतःला विचारताच लक्षात येईल, तुमच्याबरोबर काहीच घडत नसून तुमच्यासाठी घडत आहे. म्हणजे तुमच्या समोर स्क्रीनवर (आरशावर) विचार चालले आहेत. ते विचार तुम्हाला दिसत आहेत याचाच अर्थ तुमच्याजवळ सजगता आहे. जेव्हा तुम्ही दृश्य पाहता तेव्हा तुम्हाला डोळे आहेत या गोष्टीचा पुरावा मिळतो. ज्याप्रमाणे दृश्य जाणून घेणारा दृश्य नसतो, सुगंध जाणून घेणारा सुगंध नसतो त्याचप्रमाणे विचार समजून घेणारा विचार नसतोच. तेव्हा या सर्व गोष्टी कोण जाणून घेत आहे हे ज्यावेळी आपल्याला समजेल त्याचवेळी विचारांचा प्रतिरोध बंद होईल.''

''हो. विचारांचं काहूर माजलेलं असणं म्हणजे काहीतरी चुकीचं, विपरीत घडत असतं ही मान्यता माझ्यामध्ये कुठे ना कुठे ठाण मांडून बसली आहे खरी. पण आता तुम्ही जे सांगता आहात त्यामुळे ती मान्यता नाहीशी होत आहे.'' ती महिला म्हणाली.

''खूपच छान. प्रत्यक्षात मनुष्य आपल्या आयुष्यात बुद्धीचा पुरेपूर वापर करत

नाही. तो खूप कमी विचार करतो. ज्याप्रमाणे आकाशात सकाळपासून रात्रीपर्यंत खूप काही दिसत असतं. आकाश निरभ्र असतं, तेव्हा तुम्ही त्याला नॉर्मल समजता. कधीकधी ढग येतात-जातात पण त्यामुळे तुम्हाला अडथळा होत नाही. त्याचप्रमाणे विचार देखील येत-जात राहतात. ते अडथळा बनू नयेत, त्यांचा लाभ घेतला जावा. प्रथम विचारांना अशा प्रकारे दिशा द्या, की मी जो अनुभव घेत आहे, प्रत्यक्षात मी जो आहे, केवळ त्याबद्दलच तू मला सांग. इतर काहीही नको. काही बोलायची इच्छा असेलच तर विचारा, 'मी कोण आहे?' असं विचारताच विचार त्या दिशेने प्रवाहित होतील आणि तुमचे दास बनतील. जोपर्यंत तुम्ही त्यांच्याकडून काम करून घेत नाही, तोपर्यंत ते व्यर्थ असतात.''

''विचारांना आपला दास कसा बनवायचा, त्याविषयी मागदर्शन करा.'' एक सदस्य म्हणाला.

''तुमच्या नोकराला जर तुम्ही काम दिलंच नाही तर तो काय करेल? नक्कीच तो तुमच्या कामात काही तरी ढवळाढवळ करेल. रिकामं मन तुमच्यासाठी समस्याच निर्माण करतं. एखादी महत्त्वाची फाईल उचलून कुठेतरी ठेवून देईल. मग आपण ती शोधत राहाल. त्यामुळे त्याला रिकामं न ठेवता, काही ना काही काम अवश्य द्या. अशा प्रकारे विचारांनादेखील योग्य दिशा द्या. अन्यथा तुम्ही निरर्थक भटकत राहून त्रस्त व्हाल. आपला श्वासोच्छ्वास आपोआप होत असतो. त्यापासून आपल्याला काही त्रास होतो का? नाही, विचारदेखील अगदी असेच आपोआपच चालू असतात. परंतु त्यापासून मात्र तुम्हाला त्रास होतो. कारण आपोआप चालणाऱ्या विचारांना जाणून, 'हा विचार मी करत आहे असं वाटतं.' प्रत्यक्षात तुम्ही जे आहात, त्याबद्दल विचार करायला काही हरकत नाही. तथापि आपण स्वतःबद्दल जाणावं यासाठीच विचारांची निर्मिती झाली आहे. पण जोपर्यंत आपण आपल्या खऱ्या स्वरूपाबद्दल जाणून घेणार नाही, तोपर्यंत मन दुसरं करणार तरी काय? मशीन तर चालू राहिलं पाहिजे ना. नाहीतर त्याला गंज चढतो. तुमच्या मशीनरूपी शरीरामध्ये जर विचारच आले नाहीत आणि एके दिवशी अचानक, 'आता मला माझ्याबद्दल जाणून घ्यायचं आहे' असं तुम्हाला वाटलं, तर मनरूपी मशीन योग्य प्रकारे चालत नाही हे लक्षात येईल. दिवसभर विचार चालू राहिले तर मशीन त्याचं काम योग्य प्रकारे करत आहे, त्याची योग्य निगा राखली जात आहे असं समजावं. मशीन चालू राहिलं तरच नीट राहणार. बंद पडलेलं असेल तर आवश्यकता असेल तेव्हा चालणार नाही. मग मेकॅनिकला बोलावून तेलपाणी करावं लागेल. त्यापेक्षा तुमचं मशीन (शरीर) आपोआपच चालत राहावं, ते चालवण्यासाठी

कोणत्याही प्रकारचा त्रास होऊ नये, हे श्रेयस्कर. वास्तविक तुम्हाला खऱ्या स्वरूपाची ओळख व्हावी यासाठी हे मशीन कार्यरत असतं. अशा मशीनबरोबर भांडण्यात काय अर्थ, केवळ आपली जबाबदारी समजून घ्यावी, इतकाच त्याचा उपयोग.'' हरक्युलिस म्हणाला.

''माझ्या कामामध्ये मला दररोज नवनवीन तंत्रज्ञान आत्मसात करावं लागतं, जे मला खूप कठीण वाटतं. हा विचार मला खूप त्रस्त करतो. बदलणारी परिस्थिती स्वीकारण्यात मी कमकुवत आहे. तेव्हा या विचारांचा शोध कशा प्रकारे घ्यायचा?'' शेवटी एका सॉफ्टवेअर इंजिनिअरने विचारलं.

''बदलणाऱ्या परिस्थितीचा मी स्वीकार करू शकत नाही, हा विचारच तुमच्या प्रगतीच्या आड येत आहे. तुम्ही तुमचा विचार बदलला तर निश्चितच तुमच्या समस्येपासून मुक्ती मिळेल. विचारांचं बंधन म्हणजे, 'मी अमुक अमुकच करू शकतो... माझी क्षमता, माझी मर्यादा इतकीच आहे... यापेक्षा मी जास्त करू शकत नाही... मी दिसायला चारचौघांपेक्षा खूप सामान्य आहे... माझा आत्मविश्वास इतरांपेक्षा कमी आहे... माझ्या ओळखीपाळखी तितक्या नाहीत... जितक्या इतरांच्या आहेत...' असे विचार करून तुम्ही संपूर्ण अभिव्यक्ती करू शकत नाही. विचारांची शक्ती जागृत करताच असंभव वाटणारी कामंही माणसाला करता येतात. तुमची योग्यता, तुमच्या विचारांच्या कित्येक पटींनी अधिक आहे.

''एका माणसावर संमोहनाचा प्रयोग केला. सर्वप्रथम त्याला विचारलं, 'तू किती किलो वजन उचलू शकतोस?' तो म्हणाला, 'तीस किलो उचलू शकतो.' त्यानंतर त्याला संमोहित केलं गेलं. त्या अवस्थेमध्ये त्याने आत्मसूचनांमुळे पन्नास किलो वजन उचलून दाखवलं. हे आश्चर्यच नव्हे का? त्यावेळी व्हिडिओ शूटिंग करून त्याला ती फिल्म दाखवली गेली ज्यामध्ये त्याने पन्नास किलो वजन उचललं होतं, हे पाहून त्याचा आत्मविश्वास आणखीच वाढला. त्याची सीमित विचारांची रेषा पुसली गेली. मनुष्याच्या विचारांमध्येदेखील खूप सीमा असतात. त्या सीमा तोडण्यासाठी असे छोटेछोटे प्रयोग हमखास केले पाहिजेत. प्रत्येक प्रयोगातून आत्मविश्वास वाढतच जातो. माणसाच्या विचारांच्या सीमा तुटत जातात. असीम होतात.''

एवढं बोलून हरक्युलिस थांबला. त्यानंतर चारुशीलाने काही सूचना दिल्या आणि सेमिनार समाप्तीची घोषणा केली. सगळ्या सहभागींची मनोवस्था संपूर्णपणे बदललेली होती. कोणालाच कोणाबद्दल तक्रार शिल्लक राहिली नव्हती. प्रत्येक सदस्य आपल्या

चुका, स्वभावदोष आणि वृत्तींचा शोध घेत होता. तुमचा शोध जर योग्य प्रकारे झाला आणि तुम्ही स्वतःच बदललात तर संपूर्ण विश्व बदलतं. असंच स्वप्न सगळे बघू लागले.

नेहमीप्रमाणे हरक्युलिसने 'शोध स्वतःचा' या ग्रंथाच्या काही प्रती बरोबर आणल्या होत्या. त्याने त्या संयोजकांकडे दिल्या. सहभागींची संख्या बरीच असल्यामुळे या पुस्तकाच्या आणखी प्रती हव्या असतील तर मागवून द्याव्यात अशी त्याने संयोजकांना विनंती केली.

• • •

चारुशीला, संयोजकांचा आणि सहभागींचा निरोप घेऊन हरक्युलिस परिमलकडे गेला. परिमलने ठरविल्याप्रमाणे सगळे कार्यक्रम पार पाडून हरक्युलिस भारतात परतण्यासाठी निघाला. परिमलने मोठ्या श्रद्धाभावनेने हरक्युलिसला विमानतळावर निरोप दिला. विमानाने झेप घेताच हरक्युलिसचं मनरूपी विमानदेखील उंच उंच उड्डाण घेऊ लागलं. सेमिनारच्या निमित्ताने त्याच्या विचारांचा शोध पूर्ण झालेला आहे हे त्याच्या लक्षात आलं. त्याला आपल्या मुखातून बाहेर पडणाऱ्या प्रत्येक शब्दाचं आश्चर्य वाटत होतं. मनातून उपजणारे धन्यवादाचे भाव त्याला आनंद देत होते. अगोदर तो आपल्या विचारांमध्येच गुरफटलेला असायचा, आसक्त असायचा. उच्च दृष्टिकोनातून तो कधी विचारांकडे पाहू शकला नव्हता. त्याला जर हेलिकॉप्टर व्ह्यू, उच्च दृष्टिकोनाची कला अवगत असती, तर इतक्या अडचणींना सामोरं जावं लागलं नसतं, याची त्याला जाण आली. अचानक त्याला ती काळी रात्र आठवली. जेव्हा तो आपल्या विचारांच्या कोलाहलातच सुसाट वेगाने गाडी चालवत एका महिलेच्या मृत्यूचं कारण बनला होता आणि संभाव्य धोक्यापासून स्वतःची सुटका करून घेण्यासाठी तोंड लपवून पळून गेला होता. केवळ देवीमातेचा आशीर्वाद होता म्हणून सुदैवाने तो वाचला. विविध विषयावर शोध घेत तो आता आपल्या सर्व दुःखांपासून आणि मान्यकथांपासून मुक्त होत होता. गेल्या दोन महिन्यांत त्याला मायग्रेनचा ॲटॅकही आला नव्हता. इतकंच काय पण तो आपला हा आजारही विसरला होता. अचानक त्याला युरेका इफेक्ट झाला, अरेच्च्या मायग्रेनच्या आठवणींना ताजे टवटवीत बनवून विचारांद्वारे त्यांना पुनःपुन्हा आपण स्वतःच आमंत्रण देत होतो, ही गोष्टही प्रकर्षानं जाणवली.

शरद पौर्णिमेची रात्र होती. हरक्युलिस आपली यात्रा सफलतापूर्वक पूर्ण करून देवीच्या मंदिरात पोहोचला. परंतु या कालावधीत पुजाऱ्याने आत्ममंथन करून गरज

नसताना तो अपराधबोधाची शिकार बनला आहे, हे जाणून घेतलं. लोक हरक्युलिसजवळ आपल्या पापकर्मांची कबुली देत होते आणि हरक्युलिस त्या कर्मांना नैसर्गिक घटनेच्या रूपात पाहत, त्यांच्यावर इलाज सांगत होता. ते पाहून पुजाऱ्याच्या मनावरचा भार हलका झाला. त्याने निश्चय केला, आता आपल्या अनैतिक धंद्यांविषयी हरक्युलिसला निःसंकोचपणे सगळं काही सांगून टाकावं आणि अपराधबोधातून एकदाचं मुक्त व्हावं. केवळ या विचारानेदेखील त्याला खूप हलकं हलकं वाटू लागलं. आता शुद्धाचरणाची इच्छा त्याच्याही मनात जागृत होऊन उत्कंठतेने तो हरक्युलिसची वाट पाहू लागला...

हरक्युलिस मंदिरात पोहोचताच पुजाऱ्याने मोठ्या प्रेमपूर्वक त्याला आलिंगन देत, त्याचं स्वागत केलं. खाणं-पिणं उरकून मंदिराच्या प्रांगणात पुजाऱ्याबरोबर पायऱ्यांवर बसून आपल्या यात्रेविषयी सांगू लागला. परिमलच्या मंदिरात मूर्ती-स्थापनेचा समारंभ... चारुशीलाचे सेमिनार... अशा गप्पांमध्ये दोघेही रंगून गेले होते. आजूबाजूचं भानही त्यांना नव्हतं. आज पहिल्यांदा मोकळेपणाने, खऱ्या आनंदाने पुजारी हरक्युलिसबरोबर गप्पा मारत होता. पौर्णिमेच्या चंद्राची शीतलता वातावरणात सर्वदूर पसरली होती. मंदिरातील विद्युत दीपमाळा चालू-बंद होत होत्या. मंदिराच्या पटांगणात तेलाच्या दिव्यांची नयनरम्य सजावट करण्यात आली होती. मंदिरातील गर्दी कमी झाल्यानंतर पुजाऱ्याला हरक्युलिसबरोबर विचारविनिमय करायचा होता. पुजाऱ्याच्या या नवीन प्रतिसादामुळे हरक्युलिसला आपला थकवाही जाणवत नव्हता. रात्री उशिरापर्यंत विचारांचं आदानप्रदान चालू होतं. मधूनमधून विचारमग्न असलेले दोघंही स्तब्ध होऊन मौनात जात होते. त्यानंतर एखाद्या नवीन विचाराच्या साहाय्याने पुन्हा गप्पा सुरू होत होत्या. दोघेही एकमेकांवर स्तुतिसुमनांचा वर्षाव करत होते. अशा प्रकारे दोघांचाही एकमेकांविषयीचा आदरभाव वाढत होता. या सगळ्या आदानप्रदानामध्ये पहाट कधी झाली ते समजलंच नाही. एकीकडे पौर्णिमेचा चंद्र अस्ताला चालला होता, तर दुसरीकडे सूर्योदय होत होता. मनाला वेड लावणारं हे विलोभनीय दृश्य दोघंही डोळ्यांत साठवून घेत होते. दोघांची अनुभूती एकच होती... नकारात्मक भावना, दुःख, मान्यतांचं विसर्जन आणि सकारात्मक भावना, आनंद आणि सत्याचं सृजनत्व...सर्वत्र आनंदाची बरसात झाली आहे, असंच भासत होतं.

हरक्युलिसचं सहावं कार्य

सकाळी नित्य पूजेनंतर हरक्युलिस पुजाऱ्याचे पत्र वाचू लागला. त्यामध्ये पुजाऱ्यानी स्वतःचं अंतरंग उलगडलं होतं. कपटमुक्त होऊन त्याने आपल्या सर्व मान्यता, स्टॅम्पिंग, विचार, सद्‌गुण-दुर्गुण, भीती इत्यादींविषयी विस्तारपूर्वक लिहिलं होतं. आपल्या अफू-गांजाच्या धंद्याविषयी अथपासून इतिपर्यंत लिहून, या सगळ्यांतून बाहेर पडण्याचा निश्चय व्यक्त केला होता. पत्र वाचल्यावर पुजाऱ्याचं हृदयपरिवर्तन झालेलं पाहून हरक्युलिसला अतिशय आनंद झाला. पुजाऱ्याचं मन शांत, निर्मळ आणि निष्कपट होऊ लागलं आहे, हे हरक्युलिससाठी एखाद्या पुरस्काराहून कमी नव्हतं, बक्षिसाइतकंच मौल्यवान होतं. अरे! हाच तर माझा नववा खेळाडू आहे! हरक्युलिसच्या आतील दिव्य आवाजाने त्याला संकेत दिला. खरोखरंच हरक्युलिसला आता पश्चात्ताप होत होता.

इकडे, पुजाऱ्यालादेखील हरक्युलिससमोर कपटमुक्त झाल्यामुळे खूप हलकं हलकं वाटत होतं. जणूकाही अंतरंगातली सगळी विषवल्ली जळून खाक झाली होती. प्रथमच ते निष्कपट होण्याचा स्वाद चाखत होते. अशा प्रफुल्लित अवस्थेमध्ये काही नवीन विचारांनी मनात प्रवेश केला आणि त्याच्या चेहऱ्यावर हास्य प्रकटलं. विचार करतकरतच ते मंदिरामध्ये पोहोचले. पुजाऱ्याच्या हसतमुख चेहऱ्याकडे पाहत हरक्युलिसने विचारलं,

"मनातल्या मनात कोणत्या गोष्टीवर हसत आहात तुम्ही?"

"काही नाही."

"मनामध्ये आता 'काही नाही' म्हणून तर खुश नाहीत ना?"

"हो, अगदी बरोबर." पत्राविषयी प्रत्यक्ष न बोलताही दोघांना बोलण्याचं मर्म समजत होतं.

"देवीमातेच्या आज्ञेनुसार मी आपल्या उद्देशात सफल होत आहे. आता पुढचा कोणता आदेश तुम्ही देणार आहात, याची मला अत्याधिक उत्सुकता आहे." हरक्युलिस पुढे म्हणाला.

"मी तुझी प्रतीक्षा समाप्त करतो. तू मॉरिशसला गेल्यानंतर माझ्या मुलीसाठी विवाहाचा प्रस्ताव घेऊन मुलाचे वडील आले होते. लग्नाची बोलणी यशस्वी झाली. पंधरा दिवसांनंतर लग्नाची तारीख काढली आहे. या लग्नासाठी तुझी उपस्थिती अत्यंत आवश्यक आहे. हाच तुझ्यासाठी पुढचा आदेश आहे."

पुजाऱ्याचा हा नवीन आगळा-वेगळा आदेश ऐकून हरक्युलिस थोडासा गोंधळला. या घटनेतदेखील काही ना काही चांगलाच हेतू दडलेला असेल, असा विचार करून तो लग्नाला जाण्यासाठी तयार झाला.

मंदिरात नियमितपणे येणाऱ्या एका भक्तावर रोजच्या पूजेची जबाबदारी सोपवून हरक्युलिस गावाकडे निघाला. घरी पोहोचताच पुजाऱ्याने आपली पत्नी रुक्मिणी, मुलगी, छोटा भाऊ लक्ष्मण आणि त्याची पत्नी ऊर्मिला यांच्याशी हरक्युलिसचा परिचय करून दिला. हरक्युलिसच्या विद्वत्तेबद्दल आणि शिकविण्याच्या हातोटीबद्दलही गुणगान केलं. दोन दिवसांनंतर माया आणि महेशदेखील आले. हरक्युलिसला भेटून दोघांना अत्यानंद झाला.

प्रतीक्षेचा काळ संपला आणि लग्नाचा दिवस जवळ आला. लग्नाच्या एक दिवस आधीच वऱ्हाड आलं होतं. संध्याकाळी सगळे धार्मिक विधी, रीति-रिवाज सुरू झाले. संपूर्ण कार्यक्रम प्रसन्न वातावरणामध्ये पार पडला. पुजाऱ्याने वऱ्हाडी मंडळींच्या आदरातिथ्यात काहीच उणीव ठेवली नव्हती. त्यांच्या सगळ्या सुखसुविधांकडे काळजीपूर्वक लक्ष दिलं होतं. लग्नाच्या दिवशी धार्मिक विधींच्या दरम्यान थोडाफार नाराजीचा सूर उमटत आहे, असं हरक्युलिसच्या लक्षात आलं. पुजारी आणि रुक्मिणीचा चेहरा चिंताक्रांत होता. लोकांमध्ये कुजबूज सुरू झाली. पुजाऱ्याने परिस्थिती कशीबशी

निभावून नेली आणि कोणत्याही भांडणतंट्याशिवाय मुलीची पाठवणूक केली.

एक-दोन दिवसांत सगळे नातेवाईक आपापल्या घरी गेले. पुढचे दोन-तीन दिवस पुजारी हिशेबात व्यस्त होता. हरक्युलिसने त्याची सर्वतोपरी मदत केली.

आता घरामध्ये केवळ पुजारी, रुक्मिणी, लक्ष्मण, ऊर्मिला, माया आणि महेशच होते. दुपारी सर्व जण लग्नात घडलेल्या घटनांविषयी चर्चा करू लागले. रुक्मिणी दुःखी आणि उदास वाटत होती. एक तर मुलीचा विरह अणि दुसरं म्हणजे वरपक्षाची नाराजी.

"काही झालं तरी मुलाकडच्यांचं वागणं काही बरोबर नाही. एक तर आपण कोणत्याच गोष्टीमध्ये कमी ठेवली नाही. तरीदेखील ते प्रत्येक गोष्टीत काही ना काही खोट काढतच राहिले." परिस्थितीचा अंदाज घेत ऊर्मिला म्हणाली.

"लग्नामध्ये तर अशा छोट्यामोठ्या गोष्टी घडतच असतात. तू एवढं मनाला का लावून घेतेस." समजुतीच्या स्वरात लक्ष्मण म्हणाला.

"हे काय बोलणं झालं? समोरचा कसाही वागेल आणि छोटीमोठी गोष्ट म्हणून आपण त्याच्या वागण्याचं समर्थन करून त्यावर मुलामा चढवायचा. हा कोणता न्याय आहे? मी आजपर्यंत अशी तुसडी माणसं पाहिली नाहीत." रुक्मिणी संतापून म्हणाली.

"घडलंय तरी काय?" परिस्थितीचं गांभीर्य लक्षात घेत हरक्युलिसने विचारलं.

"लग्नामध्ये देण्याघेण्यासंबंधी नाराजी, राहण्याच्या व्यवस्थेवर टीका, रीतिरिवाजांमध्ये थोडाफार फरक असल्यामुळे वितंडवादाची स्थिती निर्माण झाली होती. त्यामुळे सगळेच नाराज झाले." घडलेल्या गोष्टीचा खुलासा करत लक्ष्मण म्हणाला.

" तुम्ही एक एक करून तुमच्या नाराजीचं कारण सांगू शकता?" हरक्युलिसने सहानुभूतीपूर्वक विचारलं.

रुक्मिणी तर जणूकाही बोलायला उतावीळच झाली होती. हरक्युलिसचा इशारा मिळताच अधीर होऊन तिने ताबडतोब बोलायला सुरुवात केली...

"लग्नामध्ये वरपक्षाचे ब्राह्मण आणि आमच्याकडील ब्राह्मणांचं एकमत होत नव्हतं. आमच्या ब्राह्मणांनी सांगितल्याप्रमाणे पूजेचं सर्व साहित्य आम्ही मागवून ठेवलं होतं. परंतु वरपक्षाच्या ब्राह्मणांच्या दृष्टीने ती पूजासामग्री पुरेशी नव्हती. त्यामुळे वरपक्षाच्या ब्राह्मणांनी, 'पुजाऱ्यांचं घराणं असूनही असं अज्ञान!' असा टोमणा मारला. आम्हाला अज्ञानी संबोधून त्यांनी आमचा घोर अपमान केला. व्याहीदेखील त्यांच्या

बोलण्याचीच री ओढू लागले. मी माझ्या मुलीच्या लग्नाची काय काय स्वप्न पाहिली होती... विहिणीबरोबर प्रेमाचं नातं असेल... खूप प्रेमाने राहू आम्ही... पण कसलं काय... स्वप्न, स्वप्नच राहिलं...''

''आम्ही लग्नामध्ये एवढे किमती दागिने आणि कपडे देऊनही वरपक्षाकडील लोकांना त्यांची किंमत शून्य वाटली. ते स्वतःला काय समजतात माहिती नाही. पण हे चुकीचं नाही का? मला तर वाटतं, ते ठरवूनच आले असावेत, मुलीकडच्यांना कसा त्रास द्यायचा.'' तेवढ्यात ऊर्मिलाही पुढं सरसावली.

''वरपक्षाचे लोक खूपच अळमटळम करणारे वाटले. त्यांना वेळेची काही किंमतच दिसत नव्हती. मला त्यांचा तो आरामात वागण्याचा स्वभाव अजिबात आवडला नाही.'' मध्येच पुजारी म्हणाला.

''वऱ्हाडीदेखील सांगितल्यापेक्षा जास्त होते. त्यामुळे आयत्यावेळी त्यांची व्यवस्था करणं जिकिरीचं झालं.'' माया म्हणाली.

अशा प्रकारे प्रत्येकाची काही ना काही तक्रार होतीच. हरक्युलिसने सगळ्यांचं बोलणं लक्षपूर्वक ऐकलं. या तक्रारींदरम्यान अचानक पुजाऱ्याला 'शोध स्वतःचा' या ग्रंथाचं स्मरण झालं. त्यांनी सर्वांना ताबडतोब शांत व्हायला सांगितलं, हरक्युलिसच्या शोधरूपी औषधाविषयी सांगून, 'तुमच्या तक्रारींद्वारा निर्मित दुःखांपासून तुम्हाला मुक्त व्हायचं आहे का?' असं विचारलं.

सर्वांनी एकदमच होकार दिला.

''तर मग ठीक आहे, आता आपण हरक्युलिसची ज्ञानवाणी दररोज ऐकूया.'' पुजारी म्हणाला.

हा प्रस्ताव ऐकून माया आणि महेश खूपच खुश झाले. रुक्मिणी आणि ऊर्मिला दोघी एकमेकींच्या तोंडाकडे पाहत राहिल्या. त्यांची एकमेकींशी नजरानजर होताच चर्चा सुरू झाली. माहिती नाही हा कोण आहे... आपल्याला बोअर झालं तर... आम्हाला व्यवहार समजतो... हा काय आम्हाला शिकवणार...परंतु घरातील प्रमुख सदस्यांपुढे काही बोलण्याचं धाडस त्यांच्यात नव्हतं. लक्ष्मणचा विचारदेखील यापेक्षा वेगळा नव्हता. नाराजीनेच त्याने सगळ्यांच्या होकारात होकार मिळवला. रोज संध्याकाळी दिवेलागणीच्यावेळी एकत्र बसण्याचा निर्णय एकमताने घेतला गेला. नंतर सगळे जण आपापल्या कामाला लागले.

ओसरीवर केवळ पुजारी आणि हरक्युलिसच होते. पुजाऱ्यांनी हरक्युलिसला आणखी काही दिवस थांबून घरातील सर्व सदस्यांना प्रबोधन करण्याची विनंती केली. हरक्युलिसनेही ती सहर्ष मान्य केली. संध्याकाळी सात वाजता सगळं कुटुंब ओसरीवर जमलं.

"तुम्ही सगळेच चांगल्या हेतूने इथे एकत्र जमले आहात. कारण नेहमी खुश राहण्याची इच्छा खूप कमी लोकांमध्ये असते. त्यामुळे तुमच्या सगळ्यांचं मनःपूर्वक अभिनंदन. रोजच्या जीवनात अभ्यास करून निश्चितपणे तुम्हाला यशस्वी होता यावं, यासाठी रोज संध्याकाळी मी काही वचनं सांगणार आहे.

"माणसाच्या जीवनात दररोज काही ना काही सुखद वा दुःखद घटना घडत असतात. प्रत्येक परिस्थितीमध्ये अकंप राहण्याची कला शिकण्यासाठीच मनुष्य पृथ्वीवर आला आहे. अकंप राहून तो स्वतःचं, तसंच इतरांचंही भलं करू शकतो. अन्यथा तो परिस्थिती अधिकच बिकट बनवतो. तुम्ही सर्व जण लग्नामध्ये झालेल्या छोट्यामोठ्या गडबडींमुळे नाराज आहात, परंतु या गोष्टीचा खोदून खोदून शोध घेतला, तर या परिस्थितीतून निश्चितच बाहेर पडू शकाल. तुमच्या दुःखांची सगळी कारणं प्रकाशात येऊ शकतील.''

"आपल्या दुःखाचं कारण नेहमीच समोरच्या माणसावर किंवा कधी परिस्थितीवरही निर्भर असतं, हे आम्हाला माहीत आहे. मग आम्हाला अशा कोणत्या गोष्टीचा शोध घ्यायचा आहे?" रुक्मिणीने विचारलं.

"तुम्हाला घ्यायचा आहे, 'स्वतःचा शोध', तुमच्या स्वभावाचा शोध. तुम्ही कधी दुःखी राहता, कधी खुश होता, ती परिस्थिती, ती कारणं शोधून काढायची आहेत. मनुष्य स्वतःला योग्य समजून आपल्या दुःखासाठी नेहमीच इतरांना जबाबदार धरतो. आपल्यात असलेल्या मान्यता आणि धारणांमुळे तो शोधाला पूर्णविराम देतो. त्यामुळे मान्यता, पूर्वग्रहांना बाजूला ठेवून शोधाची सुरुवात करा.''

"शोध करताना मनुष्याचा अहंकार नेहमीच आड येत असतो. इतरांसमोर आपल्या चेहऱ्यावरचा मुखवटा काढून खरा चेहरा दाखवण्याची त्याची इच्छा नसते. स्वतःचा खरा चेहरा स्वतःपासूनही लपवून ठेवण्याचा त्याचा प्रयत्न असतो. यासाठी शोधाचे नियम बनवले गेले आहेत. उद्या आपण या नियमांविषयी चर्चा करूया.''
हरक्युलिसचं बोलणं ऐकून पुजारी, माया आणि महेशची जणूकाही उजळणीच होत होती. इतर लोक त्याचं बोलणं समजून घेण्याचा प्रयत्न करत होते.

शोध स्वतःचा □ १७०

''याचा अर्थ आमच्या तक्रारी चुकीच्या आहेत?'' रुक्मिणीने आश्चर्याने विचारलं.

उत्तरादाखल हरक्युलिसने सर्वांना 'शोध स्वतःचा' या ग्रंथाची एक एक प्रत दिली आणि त्याचा पहिला अध्याय उद्यापर्यंत वाचून यायला सांगितला.

तेवढ्यात एक महिला, 'वहिनी, वहिनी' अशा हाका मारत ओसरीकडे येत होती. परंतु सर्वांना एकत्र बसलेलं पाहून थबकली.

''ये ग तुळसा. अगदी योग्य वेळी आलीस बघ. तूदेखील आमच्याबरोबर बस.'' रुक्मिणीने तिला बोलावलं. लग्नामध्ये तुळशीने घरातील सदस्यांप्रमाणे प्रत्येक कामात हातभार लावला होता, हे सगळ्यांनाच माहिती होतं.

''ही आमची भाडेकरू आहे, परंतु आमच्या कुटुंबामध्ये इतकी मिळून मिसळून गेली आहे, जणूकाही आमच्या कुटुंबातील एक सदस्यच. तुळशी गावातील शाळेत शिक्षिका आहे.'' रुक्मिणी हरक्युलिसला तुळसाची ओळख करून देत म्हणाली.

उत्तरादाखल तुळशी 'नमस्ते' म्हणाली. उद्या याच वेळी भेटायचं, असं ठरवून सभा बरखास्त झाली. घरातल्या महिला तिथेच बसून राहिल्या. पुरुष उठून निघून गेले.

रुक्मिणीच्या हातातील 'शोध स्वतःचा' या ग्रंथांची पाने तुळशीने मोठ्या उत्सुकतेने उलटली. तेवढ्यात रुक्मिणीने आत्तापर्यंतच्या गप्पांचा वृत्तान्त तिला सांगितला आणि रोज संध्याकाळी येण्याचं आमंत्रणही दिलं.

''आपण एकत्रच पहिला अध्याय वाचला, तर...'' ऊर्मिला म्हणाली.

शुभस्य शीघ्रम म्हणत तुळशीने पहिला अध्याय वाचायला सुरुवात केली. पठण झाल्यानंतर स्टॅम्पिंग, मान्यतांविषयी माहिती करून घेत सगळ्यांनी मनन केलं आणि आपापल्या कामाला लागले...

• • •

दुसऱ्या दिवशी ठरलेल्या वेळेनुसार सर्व जण एकत्र आले. प्रत्येक जण आपापली कामं आटोपून आले होते.

''आपला अंदाज चुकीचा होता. हरक्युलिसची वाणी आणि त्यांनी दिलेल्या पुस्तकांमध्ये नक्कीच काहीतरी तथ्य आहे. वाचून मला खूपच चांगलं वाटलं.'' रुक्मिणी हळू आवाजात ऊर्मिलाला म्हणाली.

ऊर्मिलाने समर्थनार्थ मान हलवली. तेवढ्यात हरक्युलिसदेखील आला.

''पहिला अध्याय वाचून आता आमची पुढे ऐकण्याची थोडीफार तयारी झाली आहे. त्यामुळे आता आपण प्रबोधन सुरू करावं.'' लक्ष्मण हसत म्हणाला.

हरक्युलिसने सुरुवात केली, ''शोध घेताना काही नियमांचं पालन करणं आवश्यक आहे. आपल्या स्वतःबरोबर कपटमुक्त होऊन इमानदारीने संवाद साधायचा आणि आपल्या मान्यता ओळखायच्या, हा शोधाचा पहिला नियम आहे. जसे, एखादा माझं ऐकत नाही... मला वाईट वाटलं...चारचौघांत माझा अपमान झाला... अमुक झालं असतं, तर किती छान झालं असतं...अशा प्रकारचे जे काही विचार लग्नाच्या वेळी मनात उठले असतील, आधी त्यांच्यावर लक्ष द्या.''

''त्यातील काही तर आम्ही कालच तुम्हाला सांगितले.'' ऊर्मिला म्हणाली.

''हो, पण त्यावर आणखी खोलवर काम होणं आवश्यक आहे. अशा प्रकारचे विचार जर दुःख देत असतील, तर आयुष्यभर तुम्हाला दुःखातच राहायचं आहे का?'' हरक्युलिसनं विचारलं.

''अजिबात नाही.''

''तर मग तुम्हाला तुमचा दृष्टिकोन बदलण्याची नितांत आवश्यकता आहे. तुम्ही जसा विचार केला होता, तसं घडलं नसल्यामुळेच आपण शोध घेत आहोत. यासाठी तुमच्या विचारांकडे प्रथम वेगवेगळ्या दृष्टिकोनातून पाहा. जर सर्वकाही मनासारखं घडलं असतं, तर कदाचित आपण रोज अशी सभा घेतली नसती. स्वतःचा शोध घेतला नसता.'' हरक्युलिस म्हणाला.

''हो, आता आम्ही कमीत कमी शोधासाठी तरी तयार आहोत'' सर्वजण एकमताने म्हणाले.

''जर तुम्हाला कोणी कामचोर म्हटलं तर तुमचा त्याच्यावर विश्वास बसणार नाही कारण तुम्ही स्वतःला एक जबाबदार नागरिक समजता. तुम्ही विचार करता, 'मी तर सकाळी लवकर उठतो... फिरायला जातो... दिवसभर इमानेइतबारे नोकरी करतो... अशा प्रकारे तुम्ही कामचुकार नसल्याचे अनेक पुरावे सादर करता. याखेरीज अशी अनेक कामं आहेत, जे इतर लोक करू शकतात, परंतु तुम्ही नाही. जे काम तुम्ही करू शकत नाही त्या कामांविषयी वास्तविक कामचुकारच असता ना? इतकंच नाही, तर ती न करण्याची अनेक कारणं, बहाणे तुम्ही शोधत राहता.''

शोध स्वतःचा ❑ १७२

''आता कुठे थोडं थोडं माझ्या लक्षात येतंय'' वरपक्षाच्या ब्राह्मणाने आम्हाला अज्ञानी म्हटल्यावर मला वाटलं, गंगा उलटी कशी वाहू शकते? आम्ही आणि अज्ञानी? घरातील संपूर्ण धार्मिक विधींची जबाबदारी मीच तर पार पाडते. माझे पती पुजारी आहेत आणि हा पंडित मला ज्ञान शिकवतोय...मात्र आता तुमचं बोलणं ऐकून मला नक्कीच विचार करायला हवा. मी जीवनाच्या कोणकोणत्या भागांमध्ये, क्षेत्रांमध्ये अज्ञानी आहे.'' रुक्मिणी हळूच पुटपुटली.

''हो, शोध घेण्याचा हा योग्य मार्ग आहे. एखादं काम एखाद्या माणसासाठी सोपं असतं तर दुसऱ्यासाठी तेच खूप कठीण. काही लोक सकाळी लवकर उठतात. परंतु असे लोक उशिरा उठणाऱ्यांना ताबडतोब आळशी आणि कामचुकार असल्याचं लेबल लावून टाकतात. ते उशिरा उठतात याचा अर्थ आळशी आहेत असं नाही. त्यामुळे त्यांच्यावर कोणतंही लेबल लावू नका. लोकांमध्ये उणिवा, त्रुटी पाहात राहिल्यामुळे तुमच्या चांगल्या सवयीदेखील तुम्हाला दुःख देतील आणि ज्या चांगल्या सवयी तुम्हाला दुःख देतात त्या चांगल्या कशा असू शकतात? माझंच बरोबर आहे हे सिद्ध करण्याऐवजी स्वतःमध्ये डोकावून पाहा. ज्या गोष्टींविषयी तुम्ही तक्रार करत असता त्याठिकाणी तुम्हीही कुठे कुठे तसंच वागत आहात ते बघा. एखाद्याने तुम्हाला कामचुकार म्हणताच दुःखी होण्याऐवजी आपण कुठेकुठे कामचुकारपणा केला किंवा करतो, याचा प्रथम शोध घ्या.''

हरक्युलिसच्या या स्पष्टीकरणावर रुक्मिणीने ताबडतोब आपले विचार स्पष्ट केले, 'मी घरातील कामं आणि पूजापाठ यांच्यामध्ये कुशल असले, तरी बाहेरची कामं जसं, बँकेत जाणं किंवा लाइट बिल, फोन बिल भरणं, मोबाइल, कॉम्प्युटर यांचा वापर करण्यात फारच अज्ञानी आहे, हे मात्र मला आत्ता समजलं.''

२७

''मी वेळेचा पाइक आहे आणि जे लोक वेळेची किंमत जाणत नाहीत, त्यांचा मला अतिशय राग येतो. आता तुम्ही सांगितल्याप्रमाणे वेळ पाळण्याची चांगली सवय मला त्रासदायक ठरत आहे.'' आपली तक्रार सांगत पुजारी म्हणाला.

''हो, बरोबर.''

''एक माणूस दररोज सकाळी कावळ्यांना दाणे खायला घालायचा. त्याची ही सवय म्हणजे भूतदया असून, ते कार्य करून तो भूतदया करत आहे, असं त्याला

वाटायचं. परंतु ही सवयच पुढे त्याच्या दुःखाचं कारण बनली. दाणे खाताना कावळे आपापसात भांडताना पाहून तो खूप दुःखी होत असे. आता तुम्हीच बघा, कावळ्यांना दाणे खायला घालण्याची चांगली सवय त्या माणसासाठी दुःखद कशी बनली? कावळे भांडतात म्हणून तुम्हाला दुःखी होण्याची काही आवश्यकता आहे का? नाही, तुम्ही तुमच्याकडून चांगलं काम केलं, संपलं... त्याबद्दल कोण कोण काय भावना व्यक्त करत आहे... त्याकडे कशा दृष्टीने बघत आहे... यामध्ये अडकायचं नाही. अन्यथा तुमच्या चांगल्या सवयीदेखील दुःखाचं कारण बनतील.''

''आता मला समजलं, लोक माझ्यासारखे वेळ पाळणारे नाहीत, असा विचार करून मी निष्कारण स्वतःच दुःखाला आमंत्रित कसा करत होतो ते.'' पुजारी म्हणाला.

''आम्हाला तर आमच्या वेडेपणावर आता हसायला येत आहे.'' सगळेच एका स्वरात म्हणाले.

''आपण किती सहजपणे हरक्युलिससमोर आपल्या मूर्खपणावर हसलो, असं दुसऱ्या कोणासमोर करू शकलो असतो का? हेही एक आश्चर्यच आहे ना?'' तेवढ्यात तुळशी म्हणाली.

''ही सत्याची जादू आहे. सत्य ऐकून असत्याचे अस्तित्व समाप्त होते.'' हरक्युलिसने रहस्यभेद केला. आता आपण परत आपल्या मूळ विषयाकडे वळायचं का?''

''हो, अवश्य.''

''अशा प्रकारे स्वतःशीच कपटमुक्त होऊन दुःखाचं कारण आणि त्याचं निवारण यांचा शोध घ्या. स्वतःबरोबर इमानदारीने संवाद साधायचा, हा शोधाचा पहिला नियम लक्षात ठेवा. या नियमाबरोबर तुमचं काम सुरू व्हायला हवं. आपल्या चांगुलपणामागे दुर्गुणांना झाकून ठेवण्याचा प्रयत्न करणं चुकीचं आहे, याची तुम्हाला कल्पना नाही. जो स्वतःशीच कपट करतो, त्याचा कधीही विकास होत नाही. यासाठी स्वतःला कपटमुक्त विचारा, 'शेजाऱ्याकडे नवीन गाडी आली तर मला दुःख होतं का? जर उत्तर आलं, 'हो' तर अशी कोणती मान्यता माझ्यामध्ये ठाण मांडून बसली आहे, जी माझ्या दुःखाचं कारण बनली आहे, याचा कसून शोध घ्या. शोध घेताच तुमची मान्यता प्रकाशात येईल. मान्यता प्रकाशात येताच त्याच्यावर काम करून तुम्ही त्या मान्यतेपासून नेहमीसाठी मुक्त व्हाल. म्हणून सर्वप्रथम स्वतःशी कपट करणं ताबडतोब बंद करा.

''वेड्यांच्या इस्पितळामध्ये एक वेडा स्वतःबरोबरच पत्ते खेळत होता. कोणी आगंतुक त्याचा खेळ बघत होता. त्याने त्या वेड्याला विचारलं, ''हे काय तू स्वतः लाच धोका का देत आहेस?'' वेडा म्हणाला, ''हळू बोला, मी दहा वर्षांपासून हेच करत आलो आहे.'' त्यावर त्या आगंतुकानं विचारलं, ''दहा वर्षांपासून तू स्वतःशी बेइमानी करत आला आहेस, तेव्हा स्वतःला बेइमानी करताना तू कधी पकडलं नाहीस?'' वेडा म्हणाला, ''छे, मी खूप चलाख आहे, पकडायची संधीच देत नाही कधी मला.'' आता बघा, तो वेडा आपल्याच मूर्खपणापासून अपरिचित आहे. तो सर्वांपेक्षा चलाखही आहे आणि सगळ्यात मोठा मूर्खदेखील. कारण त्याला हेच समजत नाही, तो स्वतःशी कपट करून स्वतःचंच नुकसान करतो आहे ते!

''त्या वेड्याप्रमाणेच तुम्हीदेखील स्वतःशी बेइमानी करून स्वतःला खूप हुशार समजत असता. तुम्ही स्वतःलाच दुःख देऊन, स्वतःपासूनच ही गोष्ट लपवता आणि वर हे सिद्ध करायला बघता, की कोणी दुसराच मला दुःख देत आहे. दुःखातून बाहेर येण्यासाठी हा मूर्खपणा अगोदर बंद करा व स्वतःशी प्रामाणिक राहा. कारण स्वतःला वस्तुस्थिती सांगितल्यानंतरच तुमचा खऱ्या अर्थाने शोध सुरू होईल. शोधादरम्यान ताबडतोब उत्तर मिळालं नाही तरीदेखील शोध चालूच ठेवा. एक ना एक दिवस तुमचा शोध अवश्य पूर्ण होईल.''

मोठ्या आनंदाने हरक्युलिसला धन्यवाद देत दुसऱ्या दिवशी स्वतःशी कपटमुक्त होऊन भेटण्याचं वचन सर्वांनी दिलं. सगळे पुरुष आपापल्या कामाला लागले. स्वयंपाक करताना निरर्थक विचारांना अजिबात प्रवेश करू द्यायचा नाही आणि स्वतःबरोबर कपटमुक्त होऊन बोलायचं, असं रुक्मिणी, ऊर्मिला व तुळशीने ठरवलं.

● ● ●

दुसऱ्या दिवशी संध्याकाळी सर्व जण ओसरीवर एकत्र जमले. प्रत्येक जण स्वतःशी केलेल्या कपटमुक्त गप्पांविषयी बोलण्यासाठी उत्सुक होते.

''मी घरातील मोठी सून आहे, त्याचबरोबर माहेरीदेखील बहीणभावंडांमध्ये मोठी आहे. माझ्या जबाबदाऱ्या मी व्यवस्थित पार पाडते, या गोष्टीचा मला सार्थ अभिमान आहे; पण त्याचबरोबर माझा अहंकारही हळूहळू वाढत आहे. मी इतरांना नेहमी कस्पटासमान लेखते. मान्यतेच्या आधारावरच माझ्याकडून सतत कृती घडत असतात. परिणामी, कित्येकदा माझ्या वागण्यामुळे दुखावलेला माणूस अशी काही प्रतिक्रिया देतो, ज्यामुळे मी दुखावते. अशा प्रकारे दुष्टचक्रामध्ये फसून आम्ही

एकमेकांवर आघात करत राहतो.'' रुक्मिणीने सुरुवात केली.

ऊर्मिला आश्चर्याने आपल्या जावेकडे पाहतच राहिली. जावेने तर तिच्या मर्मावरच बोट ठेवलं होतं. जणू त्यांच्या नात्याची नाडीच बरोबर पकडली होती.

''मनन केल्यावर मला एक गोष्ट समजली, मनुष्य आपल्या मान्यतांनुसार कोणती गोष्ट उच्च स्तरावरची आहे आणि कोणती निम्न हे ठरवत असतो. वरपक्षाच्या लोकांच्या मान्यतेनुसार त्यांना कपडे आणि दागिने खरोखरच पसंत पडले नसतील, अशीही शक्यता असेल. परंतु आपण आपली एक कथा बनवलेली असते. त्यांनी आम्हाला त्रास द्यायचाच निश्चय केला होता... ते लोक असंतुष्ट आहेत... वगैरे. अशा प्रकारे मनुष्य एकापाठोपाठ एक कथा बनवत जातो, परिणामी त्याचं दुःख कधी संपण्याचं नावच घेत नाही.'' ऊर्मिला म्हणाली.

''खूपच छान. अशा प्रकारे कपटमुक्त होऊन स्वतःशी बातचीत करत राहा.''

''आज आम्हाला शोधाचा दुसरा नियम माहिती करून घ्यायचा आहे.'' लक्ष्मण उत्सुकतेने म्हणाला.

''हो नक्कीच. शोधाचा दुसरा नियम आहे स्वानुभवाला महत्त्व देणे. जसे, कॅलेंडरने तुमचं वय सांगितलं तर तुमचा त्यावर विश्वास बसणार नाही. घड्याळाने तुम्हाला सांगितलं तू इतके तास काम केलं तर त्यावर विश्वास बसणार नाही. सकाळी झोपेतून उठल्यावर घड्याळ पाहून मी केवळ पाच तासच झोपलो असं तुम्ही म्हणता, परंतु घड्याळ जर कोणी दोन तास पुढे ठेवलं तर आपण म्हणाल, 'अरे वा, खूप छान झोप झाली!' याचाच अर्थ, आपण अनुभवांना महत्त्व न देता केवळ सांगितलेल्या गोष्टींवर विश्वास ठेवता. घड्याळ काय सांगत आहे... कॅलेंडर कोणती तारीख सांगत आहे... लोक काय म्हणत आहेत...

''तुम्ही ज्या गोष्टीचं दुःख मानत आहात त्याबद्दल तुमचा स्वानुभव काय सांगत आहे याकडे प्रथम लक्ष द्या. एखादी घटना घडते तेव्हा तुम्हाला दुःख होतं ते ठीक आहे पण आताही त्याच घटनेचं दुःख होत असेल तर शोध घ्यायचा आहे. जसे, दहा वर्षांपूर्वी कोणी तुम्हाला थप्पड मारली, त्यावेळी थोड्या वेदना झाल्या...ठीक आहे... परंतु आजतागायत ती वेदना तुम्ही भोगत आहात...हा तर अगदीच कहर झाला. जरा विचार करा, आताही कोणी तुम्हाला थप्पड मारत आहे का? कारण नसताना दहा वर्षांपूर्वी घडून गेलेल्या त्या घटनेची आठवण करून करून तुम्ही दुःखी होत असता.

शोध स्वतःचा ❑ १७६

केवळ ती घटना आठवूनच आत्ता दुःख होत आहे नाहीतर दुःख केव्हाच समाप्त झालं आहे. शोध घेतल्यानंतर हे तुम्ही स्वानुभवाने जाणाल. स्वानुभवाच्या आधारे स्वतःला सत्याशी अवगत करून देणे, सत्य सांगणे हा शोधाचा दुसरा नियम आहे.

"तीन लोक एकत्र चालले होते. एक होता न्हावी, एक टकला आणि एक मूर्ख. चालता चालता थोड्या वेळाने रात्र झाली. तेव्हा त्यांनी तेथेच मुक्काम करायचं ठरवलं. एक एक करून सगळ्यांनी तीन तीन तास पहारा द्यायचा असं ठरलं. दोघेजण झोपतील आणि एकजण जागा राहील असा निर्णय तिघांनी घेतला.

"हा निर्णय घेतल्यानंतर टकलू आणि मूर्ख दोघे झोपले आणि न्हावी पहारा देऊ लागला. न्हाव्याने विचार केला, हे तीन तास मी कसे बरं घालवणार? टक्कल असणाऱ्या माणसाचे केस कापण्याचा तर प्रश्नच नव्हता. त्यामुळे त्याने मूर्ख माणसाचे वाढलेले केस कापावे असा विचार केला. त्याने केस कापायला सुरुवात केली आणि हळूहळू त्या मूर्ख माणसाचे सगळे केस कापून त्याला पूर्णपणे टकला करून टाकला. या कामामध्ये त्याचा बराच वेळ गेला. तीन तासांनंतर तो मूर्ख माणूस जागा झाला, 'आता पहाऱ्याचे काम माझे, तू झोप' असं म्हणून पहारा देऊ लागला. पहारा देताना आळस देत त्याने डोकं खाजवलं. 'चुकून टकल्याला उठवलंस' असं न्हाव्याला सांगून तो झोपी गेला.''

सगळेच या उदाहरणावर खो खो हसत असल्याचं पाहून हरक्युलिस म्हणाला, "तुम्ही नेहमीच समोरच्याची चूक आहे असा विचार करता. परंतु चूक तुम्ही स्वतःच केलेली आहे ही शक्यता नाकारता. न्हाव्याने चूक केली आहे असं मूर्ख माणसाला वाटतं. परंतु तो स्वतःच चूक आहे या गोष्टीकडे डोळेझाक करतो. त्याचा अनुभव सांगत असतो, 'तू पण उठला आहेस.' पण तो आपल्या अनुभवाकडे दुर्लक्ष करतो. आपल्या टक्कल पडलेल्या डोक्याला हात लावताना त्याला वाटतं, न्हाव्याने चुकून टकल्याला उठवलं. अर्थात स्वानुभव होऊनही मनुष्य त्याच्याकडे दुर्लक्ष करतो आणि बनावटी सत्यामध्ये गुरफटतो. त्यामुळे शोध घेताना प्रथम स्वानुभवाला महत्त्व द्या. त्याचबरोबर जे काही घडत आहे ते केवळ तुमच्यासाठी घडत आहे ही समज कायम ठेवा. तुमच्याबरोबर काहीही घडत नाही. सर्व काही तुम्हाला आनंद देण्यासाठी घडत आहे. हेच सत्य आहे, वास्तव आहे. तुम्ही तुमच्या असण्याचा आनंद घेऊ शकता का? तुमच्या स्वानुभवाला महत्त्व देता का? जर नाहीतर तुमच्याकडून नक्कीच मान्यकथेची चूक होत आहे.''

हरक्युलिसच्या इतक्या सूक्ष्म विवेचनावर सगळेच प्रभावित झाले. आपण

परिस्थिती तसेच लोकांकडे लक्ष देऊन त्यानुसार स्वतःचे निर्णय घेत असतो. स्वानुभवावर आपलं लक्षच जात नाही ही जाणीव सर्वांना झाली.

"आमच्या प्रत्येक क्रियेमागे काही ना काही मान्यता लपलेली असतेच. प्रत्येक कार्य चूक किंवा बरोबर असं लेबल लावूनच तोललं जातं." रुक्मिणी म्हणाली.

"स्वानुभवावर लक्ष न देण्याने अशा मूर्खता घडत असतात. त्यामुळे आपण कुठे कुठे आपल्या अनुभवांना महत्त्व देत नाही याचा उद्या सगळे शोध घेऊया." हरक्युलिस बोलण्याचं थांबला आणि सर्वांच्या चेहऱ्याचं निरीक्षण करू लागला. त्यांचे प्रसन्नतेने फुललेले चेहरे त्याला सुखावत होते.

● ● ●

"आता आमच्या लक्षात येतंय, मान्यतांच्या तावडीत सापडल्यामुळे आपण आपल्या स्वानुभवाकडे दुर्लक्ष करत असतो." पुजारी शांततेचा भंग करत म्हणाला.

"हे स्पष्ट व्हावं यासाठी एखादं उदाहरण सांगा." हरक्युलिसने विचारलं.

'पाच तास झोप घेतल्यानंतर मला खूपच प्रसन्न वाटतं. परंतु वेगवेगळ्या पुस्तकांमध्ये आणि लेखांमध्ये माणसाला तंदुरुस्त राहण्यासाठी आठ तास झोप आवश्यक आहे असं मी वाचल्यामुळे माझी झोप पूर्ण झाली नाही असंच मला सारखं वाटत राहातं. अशा प्रकारे स्वानुभवाकडे दुर्लक्ष करून मी पुस्तकी ज्ञानामध्येच अडकून पडतो." पुजाऱ्याने आपले विचार मांडले.

"मी देखील आपल्या कार्यक्षमतेची एक सीमा बनवलेली आहे. कित्येकदा वार्षिक परीक्षांदरम्यान पेपर तपासता तपासता सगळा दिवस कसा संपून जातो, समजतच नाही. त्यावेळी मला अजिबात थकवाही जाणवत नाही. परंतु माझे इतर सहकारी जेव्हा आम्ही खूपच दमलो आहोत असं म्हणतात, तेव्हा मीही त्यांच्या हो ला हो करते. स्वानुभवांना महत्त्व न देता मी इतरांचं बोलणं खरं मानते. कदाचित आपल्या स्वानुभवांपेक्षा इतरांच्या बोलण्यावर माझा अधिक विश्वास असतो." तुळसा म्हणाली.

"तुम्हाला वाटतं तसं अजिबात नाही. दुःखामागे वेगळंच काहीतरी दडलेलं आहे हे ज्ञात होताच तुम्ही खुशीने आणि प्रेमाने स्वतःचा शोध घेऊ शकाल. तुम्ही प्रत्येक क्षण आनंदात राहावं अशी तुमच्या सोर्सची इच्छा आहे. तुम्ही खुश असता तेव्हा सोर्सबरोबर असता, स्वानुभवाच्या जवळ असता आणि ज्यावेळी दुःखी असता त्यावेळी मान्यतांबरोबर असता. 'मला अमुक अमुक वाटत आहे' असं मन त्यावेळी

शोध स्वतःचा ❑ १७८

म्हणेलही, पण त्यावर विश्वास ठेवू नका. मनाच्या सांगण्यावर ताबडतोब स्टॅम्पिंग न करता शोध सुरू करा. कारण शोधामुळेच सत्य गवसतं, नाहीतर मनाच्या गोष्टी खऱ्या मानून मनुष्य संपूर्ण जीवन दुःखामध्ये व्यतीत करतो.

"एका माणसामध्ये अनेक शारीरिक वैगुण्यं होती. भदाडं नाक, वाकडं तोंड, लांब कान आणि रुक्ष केस... त्याचा व्यवसायही अगदीच सामान्य होता. शारीरिक व आर्थिक दृष्टिकोनातून माझ्यात इतक्या उणिवा आहेत म्हणून लोक मला हीन समजतात असं त्याला वाटायचं. खरेदीसाठी जर मी एखाद्या दुकानात गेलो तर लोक मला बघून न बघितल्यासारखे करतात... इतकंच नाही तर माझ्या मित्रांनादेखील मी आवडत नाही... अशा प्रकारे कल्पित कथेमुळे तो माणूस नेहमीच दुःखी राहायचा. शेवटी एके दिवशी त्याने आपल्या मित्राला विचारलं, 'मला पाहून तुला काय वाटतं?' मित्र म्हणाला, 'तुला पाहून मला खूप छान वाटतं, तुला भेटून मला आनंद मिळतो.' मित्राचं हे उत्तर ऐकून त्याला आश्चर्य वाटलं. त्याने विचारलं, 'मला तर वाटत होतं तू माझ्याबद्दल वाईट विचार करत असशील.' त्याचं बोलणं ऐकून मित्र गोंधळून म्हणाला, 'अरे मी तुझ्याबद्दल चुकीचा किंवा कमी दर्जाचा विचार करत असेल असं तुला वाटलंच कसं? तू तुझ्या चेहऱ्यावरून आणि व्यवसायावरून तू असा विचार करतोस, हे मला आधीच माहीत असतं तर मी हे तुला अगोदरच सांगितलं नसतं का?' या उदाहरणावरून तुम्हाला समजलंच असेल, त्या मनुष्याने जेव्हा शोध घेतला तेव्हा केवळ 'मला वाटलं' या मान्यकथेमुळे तो दुःखी होत होता. खरंतर त्याला इतकं दुःख भोगण्याची आवश्यकताच नव्हती.''

ऊर्मिला घरातल्या इतर सदस्यांपेक्षा रंगाने जरा सावळीच होती. त्यामुळे तिने मनात दबलेली हीन भावना व्यक्त केली. परंतु आज तिच्यासमोर सत्य उलगडलं. ''माझ्या 'वाटण्यामुळे' तर मी हे दुःख खरेदी केलं नाही ना?''

''मनुष्याच्या शारीरिक विकृतीसंबंधीच्या मान्यता, वास्तविक कोणी कोणाला हीन समजू नये यासाठी तयार केल्या गेल्या. नाहीतर ज्या लोकांमध्ये वैगुण्य असते, त्यांची इतर लोक चेष्टा करतात. शाळा-कॉलेजमध्ये अशा लोकांना तुच्छ समजलं जातं. त्यामुळे त्यासंबंधित अशा काही विशेष मान्यता तयार केल्या गेल्या. जसे, सहा बोटांचा माणूस भाग्यवान असतो... प्रत्यक्षात तो भाग्यशालीही नसतो, ना अभागी... तसं पाहिलं तर जगातील प्रत्येक गोष्टीवर कोणतंही लेबल नाही परंतु आपल्यात बघण्याचा विशाल दृष्टिकोन नसल्यामुळे लेबल लावल्याशिवाय आपण ती वस्तू ओळखू शकत नाही. म्हणून त्यांना लेबल दिलं जातं. जसे कॅमेरा, स्पीकर, टेबल, घड्याळ, पुस्तक.

ज्या लेबलचा त्रास होत नाही, ते लेबल लावणं ठीक आहे. परंतु ज्या लेबलमुळे त्रास होतो, त्यावर अवश्य काम करायला हवं.

"याकडे असं पाहा, जगातील प्रत्येक गोष्टीला जर नंबर द्यायचा असेल... कॅमेऱ्याला नंबर १, पुस्तकाला नंबर २, टेबलाला नंबर ३ तर काय होईल? तेव्हा कोणत्याही झाडाला झाड म्हणून न संबोधता नंबर ११५ असं म्हटलं जाईल. अगदी अशा प्रकारे जर लोकांनाही नंबर दिले... हा काळा आहे... हा गोरा आहे... काळ्या माणसाला ३६ नंबर आणि गोऱ्या माणसाला ४६ तर कोणाच्या मनात नकारात्मक किंवा दुःखाचे विचार येतील का?"

"मला सारखेच हे विचार त्रास देत असतात, असं असं झालं असतं...तसं झालं असतं...माझ्याबरोबर हे घडलं नसतं...ते घडलं असतं, या सर्वांमागेही मान्यता लपलेल्या आहेत का?"तुळशीनं मध्येच विचारलं.

"अर्थातच! तुमच्याबाबतीत ज्या घटना घडत आहेत त्या वाईट आणि ज्या घडत नाहीत त्या चांगल्या ही मान्यता तुमच्या मनात दडलेली आहे. 'असं झालं असतं' हे वाक्य बिनबुडाच्या लोट्याप्रमाणे आहे आणि आपल्याला माहीत आहे, की हा लोटा कधी भरत नाही. यात कितीही पाणी टाकलं तरीही त्यात टिकत नाही. अशा लोट्याला 'खोटा लोटा' म्हणतात. जर आपण आजही 'जर तर'च्या विश्वात वावरून आपल्या मान्यकथांवरच प्रेम करत असाल तर त्याचा काही उपयोग नाही... आज आपल्याला जे मिळालं आहे त्याचा आनंदाने स्वीकार करा. त्याच्यावर प्रेम करा. आज तुमच्याबरोबर जे काही घडत आहे, तेच सत्य आहे, वास्तव आहे. तुमचे विचार सत्य नाहीत. जर तुम्ही 'कदाचित'च्या जगात जगत असाल, तर तुम्हाला तुमच्या कथांवरच प्रेम आहे. असं झालं असतं तर... माझं वर्तमान कसं असतं हा विचार शोधाच्या आवश्यकतेकडे इशारा करतो."

"आता तुम्ही जीवनाचं कडवं सत्य सांगितलं. मान्यकथेमुळे नेहमी आपल्याला दुःखच मिळालं आहे." महेशने अधिक स्पष्टीकरण देत सांगितलं.

"जेव्हा तुम्ही तुमच्या कथांवर प्रेम करणं आणि इतरांवर लेबल लावणं बंद कराल, तेव्हा तुम्हाला सगळं काही साफ, स्वच्छ दिसू लागेल. जेव्हा दिसणं बंद होतं, तेव्हा विचार सुरू होतात हे तुम्हाला समजेल. आता या कथांमधून बाहेर येऊन जीवनामध्ये जे काही घडत आहे, ते तुम्हाला तुमचंच दर्शन घडवत आहे का याचा शोध घ्या." हरक्युलिस म्हणाला.

‘‘इतके दिवस मी तुमचं बोलणं ऐकत होतो परंतु आता मान्यकथांमुळे कशा प्रकारे आपण आपल्या जीवनात घटनांना आमंत्रण देतो हे मला समजलं आहे आणि वास्तविक तेच आपल्या दुःखाचं मूळ कारण आहे.’’ पुजारी म्हणाला.

‘‘उद्या आपण सगळेच आपापल्या मान्यकथा मननाच्या प्रकाशात समजून घेण्याचा प्रयत्न करून आपापले यश एकमेकांबरोबर वाटून घेऊ...’’ माया उत्साहानं म्हणाली.

सभा बरखास्त झाली. प्रत्येक जण आपलं काम करू लागला. काम करता करता प्रत्येकाच्या मनात अद्यापही आपल्या मनात कोणकोणत्या मान्यता बाधा बनतात, मान्यकथांचा खरा अर्थ काय? याविषयीचे विचार चालू होते...

..२८..

दुसऱ्या दिवशी संध्याकाळी सगळे प्रसन्नचित्ताने एकत्र जमले. सर्वांच्या चेहऱ्यावर मान्यकथा जाणल्याचे भाव होते. सर्वप्रथम ऊर्मिला बोलायला उत्सुक होती... ‘‘काल मी आपल्या मान्यतांवर खूप खोलवर जाऊन शोध घेतला. मी गावातच लहानाची मोठी झाली आहे. या छोट्या गावातच माझं शिक्षण पूर्ण झालं आणि लग्नदेखील इथेच झालं. आम्हा दोघांना शहरी राहणीमान आणि रीतिरिवाज यांचा स्पर्शही झालेला नव्हता. आमचे काही नातेवाईक शहरात राहात असल्यामुळे त्यांच्यासमोर मी स्वतःला तुच्छ समजत होते. हा हीन भाव लहानपणापासून माझ्या मनात घर करून बसलेला आहे. या दुःखामागे असलेल्या सगळ्या मान्यकथांचा शोध घेतल्यानंतर मला स्वतःविषयी आदर वाटू लागला.’’

‘‘वा, खूपच छान. जेव्हा स्वतःविषयी प्रेम आणि आदर वाटू लागतो, तेव्हाच इतरांविषयी तशा भावना वाटू लागतील. परंतु हे सगळं तुम्ही इतरांकडून प्रेम किंवा आदर मिळवण्यासाठी करत नसून समज मिळाल्याने करत आहात ही गोष्ट लक्षात घ्या. समजेची मशाल आयुष्यभर पेटती राहिली पाहिजे, कधीही विझता कामा नये.’’ हरक्युलिस ऊर्मिलाची प्रशंसा करत म्हणाला.

‘‘मला देखील माझी गहन धारणा सांगावयाची आहे. ब्राह्मण कुटुंबात असल्यामुळे आणि पुजाऱ्याचा व्यवसाय करत असल्यामुळे मी स्वतःला इतर जातींपेक्षा उच्च समजतो. ब्राह्मण कुटुंबामध्ये जन्माला येणे आमच्या समाजात अभिमानाची गोष्ट मानली जाते. माझ्या या स्वभावामुळे मी खूप जातपात पाळतो. खालच्या जातीच्या

लोकांच्या हातचं पाणीदेखील पीत नाही. माझं असं वागणं आणि असे बुरसटलेले विचार म्हणजे मान्यता तर नाहीत ना?'' लक्ष्मणने विचारलं.

''अगदी बरोबर! ही मनुष्याची खोल मान्यताच आहे. जन्मल्यानंतर मनुष्याला जातीचं लेबल मिळतं. नाहीतर तो नामहीन व जातिहीन असतो. ब्राह्मण कुटुंबामध्ये जन्म घेणे म्हणजे खूप मोठी गोष्ट नाही. परंतु ब्राह्मण होऊन मृत्यू प्राप्त करणे ही महान गोष्ट आहे.''

''याचा अर्थ...मी समजलो नाही.'' लक्ष्मण भांबावून म्हणाला.

''ब्राह्मण होऊन मृत्यू प्राप्त करणे म्हणजे शरीराच्या मृत्युसमयी ब्रह्मामध्ये विलीन होणे, स्वानुभवामध्ये राहणे आणि खरा ब्राह्मणच असं करू शकतो, मग तो अस्पृश्य कुटुंबात जन्माला आला असला, तरी...'' हरक्युलिसने स्पष्टीकरण देत सांगितलं.

''शंभर वर्षे मान्यतांमध्ये आयुष्य घालवण्यापेक्षा सत्याबरोबर घालवलेला एक दिवसदेखील जगायला मिळाला तरी तो सार्थकी लागतो. शरीर तर केवळ एक निमित्तमात्र आहे, या जगामध्ये येण्याचं एक द्वार आहे. ज्याप्रमाणे माइक केवळ एक उपकरण आहे, ज्याद्वारे बोललं जातं, त्याचप्रमाणे शरीरदेखील एक यंत्र आहे, ज्याच्या माध्यमातून बोलता येतं. या शरीराद्वारे जे बोललं जातं, तेच जाणून घ्यायचं आहे. ज्या क्षणी तुम्हाला आत्मज्ञान होतं, त्यावेळी शरीर तर केवळ निमित्तमात्र आहे हेदेखील समजतं.'' हरक्युलिस म्हणाला.

काही क्षण सगळीकडे नीरव शांतता पसरली. जणू सत्यवचन ऐकून अहंकाराचं अस्तित्व विलीन झालं होतं... आजवर आपण किती भ्रमामध्ये जगत आलो आहोत असंच सर्वांना वाटत होतं.

''मी अगोदरच सांगितल्याप्रमाणे लग्नामध्ये वरपक्ष आणि आमच्या धार्मिक विधींमध्ये फरक असल्यामुळे काही विधी केले गेले नाहीत. त्यामुळे मनात राहून राहून अपशकुनाचे विचार येत होते. काही अनिष्ट तर घडणार नाही ना... देव नाराज तर होणार नाही ना... ही देखील फक्त मान्यताच आहे का?'' त्या शांततेचा भंग करत रुक्मिणी म्हणाली.

''हो, हीदेखील मान्यताच आहे. देवाविषयी भीती बाळगणं अनावश्यक आहे. समाजात सगळ्यांनी चांगलीच कामं करावीत यासाठी देवाविषयी भीती निर्माण केली गेली आहे. ईश्वराला घाबरून नाही तर त्याच्याविषयी समज, प्रेम, श्रद्धा आणि आदर

ठेवून धार्मिक कर्मकांड केली पाहिजेत. ईश्वराचा अर्थ आहे प्रेम. प्रेम कधी नाराज होतं का?'' हरक्युलिसने विचारलं.

"काही दिवसांपूर्वी तुम्ही आम्हाला नेहमी आनंदी, खुश राहण्याचा सल्ला देत होता. परंतु विश्वामध्ये किती अशांती पसरलेली आहे... कधी कुठे बॉम्बब्लास्ट होईल...अतिरेक्यांचा हल्ला होईल... प्रत्येक वेळी युद्धाच्या सावलीनं घेरलेलं... कोण केव्हा आक्रमण करेल... प्रत्येक देश महासत्ता बनण्याच्या स्पर्धेमध्ये सामील झालेला... म्हणून सामान्य लोक जीव मुठीत धरून जगत असतात... अशा स्थितीत भयाव्यतिरिक्त दुसरं काय असणार?'' लक्ष्मण विचार करत म्हणाला.

"या भीतीमागे विश्वामध्ये अशांती आहे ही मान्यता लपलेली आहे. वास्तविक तुम्ही आतून अशांत आहात. तुम्हाला जर खरोखरच युद्ध समाप्त करायचं असेल तर केवळ पोकळ वाच्यता करू नका, कृती करा. लोक म्हणतात, 'युद्ध समाप्त करण्यासाठी हे केलं पाहिजे... ते करायला पाहिजे... परंतु स्वतः मात्र काहीच करत नाहीत. तुम्हाला जर जगातून युद्ध समाप्त करायचं असेल, जगामध्ये शांती प्रस्थापित करायची असेल, तर प्रथम तुम्ही तुमच्या आतमध्ये चालू असलेलं युद्ध समाप्त करा. सतत तुमच्यात चालू असलेलं युद्ध ज्या क्षणी संपेल, त्याच क्षणी जगातील युद्ध समाप्त होण्याचा शुभारंभ होईल आणि हेच वास्तव आहे.

"ज्या ज्या वेळी तुम्ही मित्र किंवा कुटुंबातील भांडणतंट्यांमुळे वैतागून जाता त्यावेळी स्वतःलाच विचारा, 'प्रथम तू तुझ्या आतलं भांडण संपवलंस का? तुझ्यातील आंतरिक युद्ध संपलं का? वास्तविक या भांडणांद्वारे ते तुम्हाला शोध घेण्याची आठवण करून देतात, सत्याची आठवण देतात. लोक म्हणतात, 'आम्हाला घरामध्ये अशांती आवडत नाही' परंतु नकळतपणे ते आपल्या आत अशांतीला चारापाणी घालून घालून धष्टपुष्ट करत असतात. म्हणून बाहेरची अशांतता समाप्त होण्यापूर्वी प्रथम तुमच्या आतील अशांती दूर होणं आवश्यक आहे. अमुक माणूस उंदरांना घाबरतो असं म्हणून त्याच्याकडे बोट दाखवता तेव्हा वास्तविक तुम्ही अशांतीला घाबरत असता हे शोध घेतल्यानंतर जाणवतं. तिच्याविषयी तुम्ही कधी विचार केलेला नसतो. अशा प्रकारे शोध घेताच चुकीचं उत्तरही तुम्हाला बरोबर वाटायला लागेल.

"त्यामुळे या पृथ्वीवर तुम्ही प्रत्यक्षात जे करण्यासाठी आलेला आहात, तेच करायला सुरुवात करा. अशांतीला न घाबरता तुमच्या मनाला अकंप बनवण्याची साधना करा. अशांतीची तक्रार आपल्याला स्वतःपासूनच दूर घेऊन जाते. तुम्हाला

ज्या संधी मिळत आहेत, त्यांच्याद्वारे स्वतःमध्ये कधीतरी डोकावून बघण्याचा प्रयत्न करा. नाहीतर इतका सगळा होमवर्क तुम्ही एकटे करू शकला असता का? इतक्या गोष्टी तुम्हाला कशा आठवल्या असत्या? म्हणून लोकच येऊन तुम्हाला आठवण करून देत राहतात, तुम्हाला तुमचं रूप दाखवतात. ही सृष्टीची सुंदरतम व्यवस्था आहे. त्याचा पुरेपूर फायदा घ्या.'' हरक्युलिस म्हणाला.

सर्वांच्या चेहऱ्यावर धन्यवादाचे भाव होते. परंतु तुळशीच्या मनात अजूनही काहीतरी खळबळ माजलेली होती.

''अजून काही शंका आहे का?'' हरक्युलिसने विचारलं.

''एक गोष्ट मला खूप काळापासून त्रस्त करतेय. जवळपास एक वर्षांपूर्वी मी रस्त्यावरच्या अपघाताची शिकार झाले होते. मी माझ्या स्कूटरवरून जात होते, तितक्यात एकजण बाइकवरून सुसाट वेगाने आला आणि मला जोराचा धक्का मारून न थांबताच निघून गेला. स्कूटरवरून पडल्यामुळे मी गंभीर जखमी झाले. माझा पाय फ्रॅक्चर झाला. खूप काळ मला हॉस्पिटलमध्येच राहावं लागलं.'' तुळशी अडखळत म्हणाली.

तुळशीचं बोलणं ऐकता ऐकता हरक्युलिसच्या हृदयाची धडधड वाढली. हातापायाला कंप सुटला. गेल्या वर्षीच्या १२-१२ च्या दुर्घटनेची आठवण अचानक मनात ताजी झाली.

''मग...'' उत्सुकतेने ऊर्मिलाने विचारलं.

''मी बरी झाले परंतु पाय कमकुवतच राहिला. शाळेत रोज उभं राहून शिकवल्यानंतर संध्याकाळी पाय दुखायला लागतो. काही दिवसांपासून हे शोधसंकल्पन ऐकल्यानंतर माझं मन वारंवार या विचारांमध्ये, 'माझ्याबाबतीतच असं का झालं... देवाने माझा असा खेळखंडोबा का केला... अजूनही त्या बाइकवाल्याला मी माफ करू शकले नाही. त्याच्यामुळे मला किती त्रास सहन करावा लागला. राहून राहून मला ती काळी रात्र त्रास देत राहते. या दुःखामागे दडलेल्या मान्यतेचा मी शोध घेऊ शकत नाहीये. कृपया तुम्ही मार्गदर्शन करू शकता का?'' तुळशीनं अगतिक होऊन विचारलं.

तुळशीचं बोलणं ऐकल्यानंतर काही क्षण हरक्युलिसने डोळे बंद केले. ही तीच तर नाही ना? ही जिवंत आहे तर... उगाचच मी इतके दिवस अपराधीभावनेने ग्रस्त होतो. काही क्षण शांतता पसरली आणि सत्याचा प्रकाश जागृत झाला. हरक्युलिसने क्षणभर विचार केला, 'जर मला ती स्त्री मेली नाही असं समजलं असतं, तर मी पश्चात्तापाच्या

अग्नीत जळून घरातून निघून गेलो असतो का? शोधाचा परीस मला मिळाला असता? मी माझ्या वृत्तींपासून मुक्त झालो असतो का? अशाप्रकारे इतरांसाठी निमित्त बनलो असतो का? नाही ना, त्या महिलेच्या मृत्यूचं अज्ञान माझ्यासाठी किती फायद्याचं ठरलं.'

बराच वेळ विचारांमध्ये मग्न असलेल्या हरक्युलिसकडे पाहात तुळशीने आपले प्रश्न पुन्हा विचारले. तेव्हा कुठे हरक्युलिसची तंद्री भंग पावली.

"केव्हा घडली ही घटना?" त्याने चाचरत तुळशीला विचारलं.

"मागच्या वर्षी १२–१२ ला माझ्या आजोळच्या गावी ही दुर्घटना घडली. तिथेदेखील मी शाळेत शिकवत होते. दुर्घटना घडल्यानंतर चार महिन्यांपर्यंत माझ्यावर इलाज चालू होता आणि नंतर माझी याठिकाणी बदली झाली.''

तुळशीचं असं बोलणं ऐकून नक्कीच ही तीच स्त्री आहे अशी हरक्युलिसची खात्री पटली. परंतु तीच आता माझ्या प्रायश्चित्तासाठी निमित्त बनलेली आहे. विस्मय, आनंद, कृतज्ञता, धन्यवाद आणि अशाच कितीतरी असंख्य भावना हरक्युलिसच्या मनात क्षणार्धात दाटून आल्या. मनातल्या मनात तो म्हणाला, 'हे परमेश्वरा, मी उगाचच इतके दिवस अपराधभावनेच्या ओझ्याखाली दबून राहिलो आणि तू मात्र किती सहजतेने हा मोठा गुंता सोडवलास!'

"तुळशी, तुमच्याबाबत जे काही घडलं त्यामध्ये 'हे तेच आहे ज्याची मला गरज आहे' ही समज कायम ठेवा. खरंतर तुमची आवश्यकता पूर्ण करण्यासाठी ती घटना घडली तेव्हा तिचा जास्तीत जास्त लाभ घ्या. प्रत्येक घटना तुमच्याविषयी काहीतरी सांगत असते. सकाळपासून रात्री झोपेपर्यंत, एवढंच काय पण अगदी स्वप्नातदेखील तुम्हाला काही ना काही मार्गदर्शन दिलं जात असतं. परंतु तुम्ही ते ऐकत नाही, स्वीकारत नाही. तेच ऐकता, जी तुमची मान्यकथा तुम्हाला सांगत असते. तुमच्याबाबतीत जी दुर्घटना घडली त्यामध्ये तुम्हाला खूप शारीरिक कष्ट झेलावे लागलेत असंही तुम्ही सांगितलं. ही घटना तुम्हाला काही सांगू इच्छित होती. परंतु तुम्ही तुमच्या मान्यतांमुळे ती वाईट आहे असं लेबल लावलं, कारण जे ऐकायचं आहे, ते ऐकण्याची तुमची इच्छा नव्हती. यासाठी माणसाने प्रत्यक्षात जे सांगितलं जात आहे तेच ऐकायला शिकायचं आहे.'' हरक्युलिस आपल्या भावनांवर नियंत्रण ठेवून बोलला.

'मला काही समजलं नाही' असे भाव तुळशीच्या चेहऱ्यावर उमटले.

"त्या दुर्घटनेनंतर तुमच्या जीवनामध्ये कोणकोणत्या चांगल्या घटना घडल्या?

अशा कोणत्या गोष्टी आहेत, ज्या दुर्घटनेनंतर तुम्ही करायला सुरुवात केली. नाहीतर त्या कधीच केल्या नसत्या, या गोष्टीवर मनन करताच तुमच्या लक्षात येईल, दुर्घटनेची देखील स्वतःची अशी भूमिका असते. ती आपल्याकडून काहीतरी काम करून घेण्यासाठी आलेली असते. तरीही, हे माझ्याबरोबर का झालं, हा प्रश्न शिल्लक राहतोच. परंतु हा प्रश्न मनात येणं हेदेखील शुभलक्षण आहे. आज इथेच थांबू या. आपण उद्या याबद्दल बोलू ...''

सर्वांना गोंधळात टाकून वाऱ्यासारखा हरक्युलिस निघूनही गेला. उद्या सोडविण्यात येणाऱ्या या गुंत्याच्या उत्कंठतेचा विचार करतच सगळे आपापल्या कामात मग्न झाले.

रात्री तुळशीला झोप येत नव्हती. सारखी कूस बदलून ती कंटाळली होती. त्यामुळे अंथरुणातून उठून तिने लिहायला आणि मनन करायला सुरुवात केली...

- मागच्या वर्षी १२-१२ ला रस्त्यावर झालेल्या अपघातामुळे माझी रवानगी इथे झाली. आजपर्यंत मी माझ्या आजोळच्या गावातून बाहेर निघू शकले नव्हते. पण इथे येऊन स्वावलंबी जीवन जगू लागल्यामुळे माझा आत्मविश्वास उत्तरोत्तर वाढतच आहे.
- पायात दोष आल्यामुळे मी माझ्या कामाची जबाबदारी अधिक चांगल्या पद्धतीने सांभाळत आहे. मी माझ्या कमकुवतपणाचा बाऊ न करता सर्व कामं न टाळता करत असते.
- इथे येऊन रुक्मिणी आणि ऊर्मिलासारख्या जिवलग मैत्रिणी मिळाल्या आहेत, त्यांच्याबरोबर मी माझं दुःख वाटून निश्चितच समाधान मिळवू शकते.
- हरक्युलिससारख्या प्रज्ञावान मार्गदर्शकाचं मार्गदर्शन मला लाभलंय. ही महान गोष्ट इथे येऊन माझ्या आयुष्यात घडली.
- मनन-चिंतनामुळे आयुष्यातील सत्याला सामोरं जाण्याची संधी मिळत आहे.
- प्रत्यक्षात तो अपघात तर जीवन-परिवर्तनासाठी निमित्त बनलेला आहे. मला दुर्घटनेच्या या पैलूकडेही लक्ष देऊन त्या बाइकवाल्याला माफ करून त्याला धन्यवाद दिले पाहिजेत.

शेवटी धन्यवादाच्या अनंत भावनांसोबत तुळशी केव्हा झोपेच्या अधीन झाली हे तिला समजलंही नाही.

इकडे, आज हरक्युलिसची देखील झोप उडाली होती. राहून राहून त्याचं मन भूतकाळात जात होतं. तुळशीविषयी सत्य जाणल्यानंतर त्याला त्या दिव्य योजनेचं रहस्य उलगडलं. लोक एकमेकांसाठी कशाप्रकारे निमित्त बनतात...परमेश्वराने सर्वांसाठी किती उत्तम व्यवस्था केली आहे... वास्तविक ही कृपाच नाही का?...

८०.. २९ ..८०

दुसऱ्या दिवशी संध्याकाळी तुळशीने रात्री केलेलं मनन सगळ्यांना ऐकवलं. ते ऐकून हरक्युलिसच्या चेहऱ्यावर हास्य पसरलं. तुळशीच्या मननामुळे इतरांनाही एक नवीन दृष्टिकोन मिळाला. घटनेकडे बघण्याची नवी दृष्टी लाभली.

''कालची अर्धवट गोष्ट ऐकण्यासाठी मी खूप उतावीळ झाले आहे. खरंतर काल मी सकारात्मक मनन केलं होतं, तरीही मनामध्ये अशी टोचणी आहेच, 'हे माझ्याचबाबत का घडलं?'' तुळशीने उत्सुकतावश विचारलं.

''आज मी 'शोध स्वतःचा' ग्रंथ सोबत घेऊन आलो आहे, हा ग्रंथच माझा गुरू आहे.'' असं म्हणत हरक्युलिसने एका स्वच्छ, शुभ्र वस्त्रावर ग्रंथ ठेवला. आज आपण तुमच्या सर्व प्रश्नांसंबंधित उत्तरं या ग्रंथातून वाचूया, त्याने ग्रंथ उघडला आणि प्रणाम करून वाचायला सुरुवात केली...

'सगळा मान्यतांचा खेळ आहे, समज स्वतःमध्ये परिपूर्ण आहे.'

'स्वतःला शरीर मानून जगणं हीच सगळ्यात अथांग आणि मूळ मान्यता आहे. वास्तवात तुम्ही शरीर नसून चैतन्य आहात. शरीर तर या चैतन्याला ओळखण्यासाठी निमित्तमात्र आहे. ज्याप्रमाणे चेहरा दाखवण्यासाठी आरसा निमित्त असतो, त्याचप्रमाणे शरीरही तुमचं खरं रूप दाखवण्यासाठी निमित्तमात्र आहे. परंतु मनुष्य मात्र शरीरालाच मी मानून जगतो आणि हे सगळं विसरतो.

''शरीराला मी मानताच तुम्हाला वाटतं, या शरीराला थोड्या सुख-सुविधा, विश्रांती, थोडं स्वातंत्र्य, थोडं सुख मिळावं...यापेक्षा माणूस जास्त विचारच करू शकत नाही. स्वतःला शरीर मानल्यामुळे अशा इच्छा जागृत होणं स्वाभाविक असतं. प्रत्यक्षात 'तुम्ही जे आहात' त्याच्यासाठी निमित्त बनणं हीच महत्त्वपूर्ण गोष्ट आहे. तुम्ही आत्तापर्यंत स्वतःला शरीर मानूनच जगत होता. परंतु वास्तविक शरीरापलीकडे

जिवंत असण्याचा जो अनुभव आहे, ते तुम्ही आहात पण हेच तुम्हाला ठाऊक नाही. या शरीराला निमित्त बनवूनच त्या निराकाराला जाणता येऊ शकतं. तुमचं खरं अस्तित्व शरीरापलीकडे आहे. पण तुम्ही शरीर, मन किंवा बुद्धीलाच मी मानून जगत असता हे शोध घेताच जाणवेल. जेव्हा तुम्ही म्हणता, माझा शर्ट, माझं पेन...तेव्हा तसं म्हणणारा, शर्ट आणि पेन या वस्तूंपेक्षा वेगळा असतो. हे तर तुम्हाला सहज पटतं परंतु जेव्हा आपण म्हणता, 'माझं शरीर' तेव्हा हा भ्रम होतो, की मीच शरीर आहे. वास्तविक तुम्ही यांपैकी काहीच नसता. आहे ना ही मजेशीर गोष्ट!''

''माझं शरीर जर मी नाही, तर मग मी कोण आहे?'' रुक्मिणीने अत्याधिक उत्सुकतेनं विचारलं.

''माझं' म्हणणारे चैतन्य म्हणजेच तुम्ही आहात. या 'मी'ची आठवण सतत असणे अतिशय महत्त्वपूर्ण आहे. हे एका उदाहरणाद्वारे खूप चांगल्याप्रकारे समजून घेऊया. एका मनुष्याने एका घटनेमध्ये स्वतः विषयी चार ओळी लिहिल्या.

१. मी छपरावर गेलो.

२. माझ्या हाताला लागलं.

३. मला वाईट वाटलं.

४. डॉक्टरांकडे जावं असा मी विचार केला.

''पहिल्या ओळीमध्ये त्याने लिहिलं, मी छपरावर गेलो तेव्हा तिथे 'मी' हा शब्द त्याने शरीरासाठी वापरला. अगदी अशाप्रकारे दिवसातून अनेक वेळा तुम्ही स्वतःलादेखील शरीर मानून बोलत असता. जसं, मी खाल्लं, मी पाणी प्यायलो, मी आलो, मी गेलो, मी हसलो, मी रडलो इत्यादी.

दुसऱ्या वाक्यामध्ये जेव्हा त्यानं लिहिलं, माझ्या हाताला लागलं तेव्हा त्याने स्वतःला शरीरापासून वेगळं मानलं. स्वतःला शरीरापासून वेगळं मानल्यानंतरच तुम्ही 'माझा' हा शब्द वापरू शकता. जेव्हा तुम्ही, माझ्या हाताला, माझ्या शर्टला, माझ्या माइकला अशा सारखे शब्दप्रयोग

करता तेव्हा हे स्पष्ट असतं, की तुमचं अस्तित्व या सर्व गोष्टींपेक्षा भिन्न आहे, शरीरापासून वेगळं आहे.

''तिसऱ्या वाक्यात 'मला' वाईट वाटलं असं लिहिलं. तेव्हा तो मनाला 'मी' समजत होता. कारण शरीराला कधी वाईट वाटत नाही. मनुष्यमनालाच वाईट वाटू शकतं. जेव्हा तुम्ही मला वाईट वाटतं किंवा चांगलं वाटतं अशासारखे वाक्यप्रयोग करता, तेव्हा तुम्ही स्वतःला मन मानूनच बोलत असता ही गोष्ट नीट समजून घ्या.

चौथ्या वाक्यामध्ये 'मी' विचार केला, डॉक्टरांकडे जावं असं तो म्हणाला, तेव्हा हा विचार डोक्याने अर्थात बुद्धीच्या साहाय्याने चालू आहे हे लक्षात घ्या. याचाच अर्थ इथे बुद्धीला 'मी' मानलं जात आहे. अशा प्रकारे एकाच घटनेमध्ये सुरुवातीला शरीराला, नंतर मनाला, तिसऱ्यांदा बुद्धीला आणि चौथ्यांदा या सर्वांच्या मागे प्रत्यक्षात तुम्ही जे आहात, त्याला मी मानलं आहे...

काही विचार करून तुळशी उत्तरली –

- माझ्याबरोबर तो दुर्दैवी अपघात घडला.
- माझा पाय गंभीर जखमी झाला.
- मला खूप दुःख झालं.''

सुरुवातीच्या उपचारानंतर पायाच्या योग्य चलनवलनासाठी मी फिजिओथेरेपिस्टकडे जाण्याचा निर्णय घेतला...''

''मी आत्ता जे काही बोलले ते समजेतून उपजलेलं आहे.'' थोडा विचार करतच तुळशी म्हणाली.

''अगदी बरोब्बर!'' हरक्युलिसने पुष्टी जोडली. ''आता हे सांगा, जेव्हा तुम्ही, मी खुश आहे असं म्हणता तेव्हा तुम्ही नेमके कोण असता?''

''तेव्हा मी... मी... तुळशी असते.'' तुळशी आपल्या बुद्धीला ताण देत म्हणाली.

''हे चांगलं आहे, की तुम्हाला या गोष्टी नीट समजत आहेत, शोध ग्रंथातून तुम्ही योग्य समज घेत आहात.

इथे तर केवळ उदाहरण म्हणून ही चार वाक्यं सांगितली आहेत, ज्यामध्ये चार प्रकारच्या 'मी' विषयी माहिती करून घेतलं आहे. तुम्ही जर खोलवर मनन केलं तर बरेच 'मी' समोर येऊ लागतील. कधी एक 'मी' समोर येतो तर कधी दुसरा 'मी'. परंतु तुम्हाला वाटत असतं, एकच 'मी' बोलत आहे. या खोट्या 'मी'च्या गोत्यात येऊन बिचारा खरा 'मी' बाजूलाच तिष्ठत उभा राहतो.''

''या खऱ्या 'मी' ला कसं ओळखायच?'' पुजाऱ्याने व्याकूळ होत विचारले.

''खऱ्या 'मी' ला ओळखणं जितकं सहज तितकंच कठीणही आहे. हा खरा मी सदैव तुमच्या इतका जवळ असतो, की त्यादृष्टीने तुम्ही त्याला कधी पाहिलेलंच नसतं. उदाहरणार्थ, इथे ज्या चार ओळी उद्धृत केल्या आहेत, त्या तुम्ही कितीतरी वेळा मनात घोळवत राहता. परंतु या ओळींच्या आधारे तुम्ही स्वतःला शरीर, मन किंवा बुद्धीपेक्षा वेगळे मानत आहात असा विचार तुम्हाला कधी येत नाही. दिवसातून ज्या ज्या वेळी याची आठवण येईल तेव्हा स्वतःलाच विचारा, जेव्हा मी 'मी', 'माझं' या शब्दांचा वापर करतो तेव्हा हा शब्द स्वतःसाठी वापरतो का? असं विचारताच जाणवेल, तुमच्या चेतनेचा स्तर वाढला आहे. 'तुम्ही काय नाही' या गोष्टीचा शोध घेतला तर 'तुम्ही कोण आहात' हे लक्षात येईल. तुम्ही शरीराचा वापर करत आहात, परंतु तुम्ही शरीर नाही. तुम्ही कार चालवत असताना मी कार आहे असं म्हणत नाही. ही माझी कार आहे असं म्हणता. ज्या गोष्टीसोबत तुम्ही 'माझं' हा शब्द जोडता, ते तुम्ही स्वतः नसताच.''

''तुळशी, 'हे माझ्याच बाबतीत का घडलं' या तुमच्या प्रश्नाचं उत्तर मिळालं का?'' हरक्युलिसने विचारलं.

''हो, माझ्या पूर्वायुष्यात जी दुर्घटना घडली, ती माझ्याबरोबर नाही तर माझ्या शरीराबरोबर घडली. या गोष्टीची मला समज मिळाली आहे. परंतु या नवीन 'मी'विषयी मी काही जाणत नाही.''

''हे समजून घेण्यासाठी आपण सर्वजण एक प्रयोग करूया.'' असं म्हणून हरक्युलिसने ग्रंथ बंद केला. सर्वांना ध्यानावस्थेत बसण्याची आज्ञा देत, त्याने सूचना द्यायला सुरुवात केली...

"आपल्या उजव्या हाताकडे काही क्षण पाहात राहा. आता स्वतःलाच विचारा, मी म्हणजे हा हात आहे का? या प्रश्नाच्या उत्तरासाठी थोडा वेळ थांबा. बुद्धीद्वारे नाही तर तुमच्या अनुभवातून उत्तर येऊ द्या. तुमच्या हाताबरोबर तुमचं कोणतं नातं आहे असं तुम्हाला वाटतं...हात माझे आहेत परंतु मी म्हणजे हात नाही...अशा प्रकारे शरीराच्या प्रत्येक अवयवाबरोबर असा अनुभव येईल.

"प्रत्येक अवयवाबाबत हा प्रश्न विचारायचा, मी म्हणजे हा पाय आहे का... मी म्हणजे हे पोट आहे का... प्रत्येकाने दहा मिनिटं वेगवेगळ्या अवयवांसमवेत प्रश्नोत्तराचा असा प्रयोग करून पाहा...

"हा प्रयोग केल्यानंतर तुम्हाला कसं वाटत आहे?" थोड्या वेळानंतर हरक्युलिसने हळू आवाजात विचारलं.

"हा प्रयोग केल्यानंतर अशा भावना निर्माण होत आहेत, जणू हे अवयव म्हणजे मी नाही, तर मी कोण आहे?" तुळशीने विचारलं.

"आता डोळे बंद करून सर्वांनी स्वतःला पुढचा प्रश्न असा विचारा. जर माझे हात कापले गेले तर मी जिवंत राहीन, की नाही? प्रश्न विचारल्यानंतर काही क्षण थांबा."

...काही क्षणांच्या मौनानंतर हरक्युलिस म्हणाला, "उत्तर येईल, 'नाही, तरीदेखील मी पूर्ण आहे.' हात कापल्यानंतरही अर्धवट असल्याची भावना वाटत नाही. अपघातामध्ये एखाद्याचा हातपाय तुटला तरी तो 'मी पूर्णच आहे' असंच म्हणतो. मी अर्धा आहे असं कधीही म्हणत नाही. कारण शरीराला इजा झाल्यानंतर किंवा एखादा अवयव निखळून पडल्यावर तुम्ही निखळून पडत नाहीत. जेव्हा तुम्ही या सत्याचा अनुभव कराल तेव्हा 'मी शरीर आहे' ही मूळ मान्यता गळून पडेल."

"ओह! निसर्गाने हा अनुभव मला अगोदरच दिला होता. परंतु आज समजावून सांगितला आहे. पायाचं हाड मोडल्यानंतरही माझं 'मी'पण खंडित झालं नव्हतं. मी स्वतःची जाणीव अगोदर जशी करत होते तशीच आजही करत आहे." तुळशीच्या डोळ्यात खळकन पाणी आलं.

काही काळ शांतता पसरली. सर्वांनी डोळे बंद केले. तुळशीच्या अनुभवात सगळ्यांचे अनुभव विलीन होत गेले. प्रत्येक जण शरीराच्या जाणिवेतून मुक्त होऊन स्वतःच्या अस्तित्वाच्या जाणिवेवर आला होता. त्यांची अवस्था पाहून हरक्युलिसनेदेखील

डोळे बंद केले. थोड्या वेळाने सर्वजण हरक्युलिसच्या पुढच्या इशाऱ्याकडे डोळे लावून बसले होते.

''आता माझं इथं राहण्याचं प्रयोजन पूर्ण झालं आहे. आता मी आणि पुजारी उद्या इथून मंदिराकडे प्रस्थान करणार आहोत.'' हरक्युलिस हळू आवाजात म्हणाला.

''तुमच्याकडून आतापर्यंत जे काही ऐकलं, त्यामुळे अंतर्यामी प्रचंड बदल झालेला जाणवत आहे. आता एवढीच इच्छा आहे, की खऱ्या 'मी'चा अनुभव करून मूळ मान्यतांपासून मुक्त व्हावं.'' गेल्या काही दिवसांपासून सगळ्यांना संध्याकाळच्या सभेची जणू सवयच झाली होती. हरक्युलिस जाणार हे ऐकून सगळेच उदास झाले.

''शोध सुरू ठेवा. तोच तुमच्याकडून पुढचं कार्य करून घेईल.'' असं म्हणत हरक्युलिसने सर्वांना शुभेच्छा दिल्या. त्यांनीदेखील एकएक करून हरक्युलिसला धन्यवाद दिले.

दुसऱ्या दिवशी हरक्युलिस पुजाऱ्याबरोबर परत मंदिराकडे निघाला. वाटेत हरक्युलिस मनातल्या मनात विचार करीत होता, 'अंतःप्रेरणा तर सांगत आहे, तुळशी आणि रुक्मिणीला जी समज द्यायची होती ती मिळाली आहे. आतापर्यंत एकूण अकरा सदस्यांच्या जीवनात बदल घडून आला आहे आणि आता वर्ष संपायला अवघा एकच महिना शिल्लक आहे. देवीमातेच्या आज्ञेनुसार या एका महिन्यात आणखी एका माणसाचं जीवन बदलल्यानंतरच माझं प्रायश्चित पूर्ण होणार आहे...'

• • •

एक आठवडा गेला...दुसरा गेला...बारावा कुठे दृष्टीस पडत नव्हता. दिवसेंदिवस हरक्युलिसची व्यग्रता वाढत होती. एका विचित्र अपूर्णतेने त्याला घेरलं होतं. प्रत्येक क्षणी त्याचं लक्ष त्या बाराव्याच्या शोधात असायचं. प्रायश्चित्ताच्या अपूर्णतेने त्याला आपल्या कचाट्यात पकडलं होतं. रात्री त्याला नीट झोपही येत नसे. शेवटी कसा बसा अकरा डिसेंबर हा दिवस उजाडला आणि...

बेचैनी आणि उद्विग्न मनोवस्थेमध्ये हरक्युलिसचा सगळा दिवस उत्सवाच्या तयारीत गेला. दिवस कसाबसा संपला पण रात्री त्याची बेचैनी, हुरहुर मात्र अधिकच वाढली. नको नको ते विचार यायला लागले. त्याचं मन बडबडू लागलं, इतकी प्रार्थना करूनही बारावा कोण, हा प्रश्न अजूनही अनुत्तरितच राहिला आहे. आता माझं प्रायश्चित्त पूर्ण होणार कसं? देवीमातेला मी काय उत्तर देणार? या मनोवस्थेपासून मुक्त होण्यासाठी

त्याने, 'मी कोण आहे' या मेडिटेशनची मदत घेतली. हळूहळू आपली सगळी लेबलं दूर करताच...इच्छा, चिंतांच्या पलीकडे...ध्यानाच्या सखोलावस्थेत त्याला दिव्य आवाज ऐकू आला, 'अरे वेड्या! या अकरा लोकांचं जीवन ज्याने बदललं, तोच तो बारावा नाही का...तूच तो बारावा आहेस...' आणि... आणि विचारांचा गुंता एकदमच सुटला!

हरक्युलिसच्या डोळ्यांतून झरझर अश्रुधारा ओघळू लागल्या. पण त्याने स्वतःला अडवलं नाही, टोकलं नाही, जे घडत आहे ते तसंच घडू दिलं. जणूकाही कालचक्र थांबलं होतं... वारा वाहायचा थांबला... या आत्मस्थिरतेच्या अवस्थेमध्ये माहिती नाही किती काळ व्यतीत झाला. एक अवर्णनीय, अनामिक खुशीचं वातावरण सर्वत्र पसरलं. मीच तो बारावा... आणि मीच पहिला! पहिला आल्याशिवाय इतर कसे आले असते? हा पहिला आला तरी कुठून? अरेच्या, मी तर सुरुवातीपासूनच होतो. पश्चात्तापाच्या अग्नीने पहिल्याला तावूनसुलाखून त्याचं सोन्यात रूपांतर केलं. मग हा पश्चात्ताप केवळ निमित्त बनलेला आहे तर. आनंद ग्रहण करण्यासाठीचा... अखेरीस समजेचा एक अविरत, अखंड झरा अंतरंगात खळाळून वाहू लागला...

ॐ.. ३० ..ॐ

आज १२-१२...मंदिराचा वार्षिकोत्सव. प्रत्येक वर्षी १२ डिसेंबरला मंदिरामध्ये मोठ्या जल्लोषात उत्सव साजरा केला जायचा. मंदिराच्या परंपरेनुसार पुजारी गावकऱ्यांच्या मदतीने प्रत्येक वर्षी या महोत्सवाचे आयोजन करत आला होता. खरंतर त्यांना सुरुवातीला या सगळ्या गोष्टीत अजिबात रस नसायचा. परंतु मध्ये घडलेल्या काही घटनांमुळे या वर्षीच्या आयोजनामध्ये खूप मोठा फरक पडला होता. खुल्या मनाने, शुद्ध अंतःकरणाने पुजाऱ्याने यावेळी समारंभाचे आयोजन केले होते. मंदिर आणि परिसर मोठ्या कल्पकतेने सजवला होता. आकर्षक मांडव उभारला गेला. सगळीकडे दिव्यांच्या लखलखाटाने डोळे दिपून जात होते. यावर्षी नेत्रदीपक रोषणाई केली होती. दरवर्षीप्रमाणे यावर्षीही देवीमातेचे अगणित भक्त सोहळ्यासाठी जमले. सकाळी अभिषेक, पूजा, आरती आणि दुपारी भजन-कीर्तन असे भरगच्च कार्यक्रम होणार होते. सगळ्या भक्तांसाठी प्रसादाची व्यवस्था करण्यात आली होती. या विशेष प्रसंगी हरक्युलिसकडून जितेंद्र, महेश, अंगद, पूजा, आलोक, जेसिका, गायत्रीदेवी, श्रीनिवासनजी, तुळशी आणि रुक्मिणीला आमंत्रण धाडण्यात आलं होतं.

हरक्युलिसच्या आमंत्रणाचा स्वीकार करत सगळेच त्या उत्सवामध्ये सहभागी होण्यासाठी आले होते. सर्वजण भक्तिभावनेने त्या समारंभात सामील झाले.

दिवसभर पुजारी आणि हरक्युलिस कार्यक्रमांमध्ये व्यस्त, भक्तांनी घेरलेले राहिले. त्यामुळे हरक्युलिसला आपल्या खास निमंत्रित पाहुण्यांबरोबर गप्पा मारायची संधीच मिळाली नाही. पाहुण्यांना वाटत होतं, शोधानंतर त्यांना जो आनंद मिळाला आहे तो हरक्युलिसबरोबर वाटावा.

समारंभ संपल्यानंतर संध्याकाळी गर्दी थोडी कमी झाल्यावर पुजारी आणि हरक्युलिसला थोडी उसंत मिळाली. विशेष पाहुण्यांबरोबर हरक्युलिसने गप्पा मारण्याची इच्छा व्यक्त केली. त्याचबरोबर त्यांना रात्री तिथेच थांबण्याची विनंतीही केली. रात्रीच्या भोजनानंतर सगळ्यांना एकत्र जमायला सांगितलं गेलं.

भोजनानंतर सर्वजण मंदिराच्या पटांगणात एकत्र जमले. झगमगणारे मंदिर आणि त्या प्रकाशात उंच झेपावणारी कारंजी...मोठं विलोभनीय दृश्य होतं ते! आकाशात चमचमणाऱ्या चांदण्या आणि सगळीकडे पसरलेल्या शांत-प्रसन्न वातावरणाने त्या सुवर्णसंधीला जणू मुलामाच दिला होता. सर्वांच्या चेहऱ्यावर आंतरिक खुशी आणि संतोष याचं मीलन जाणवत होतं. दहा पाहुणे, पुजारी आणि स्वतः हरक्युलिस गोलाकार बसले होते. हरक्युलिसने पुजाऱ्याची आणि पाहुण्यांची ओळख करून दिली. इतरांना प्रेरणा मिळावी या हेतूने आपापले अनुभव कथन करायला सांगितले.

''पति-पत्नीच्या वितंडवादांमध्ये एकमेकांवर आरोपप्रत्यारोप करत राहण्यापेक्षा स्वतःलाच सुधारण्याची आवश्यकता आहे हे शोध घेतल्यानंतर आम्हाला समजलं. ही समज मिळवून आमच्या नात्यामध्ये खुशीचा बगिचा फुलला.'' सर्वप्रथम जितेंद्र म्हणाला.

''शोध घेऊन त्याच्या नोकरीसंबंधीच्या तक्रारी कायमच्या दूर झाल्या आहेत. त्याचबरोबर मायाचा प्रत्येक गोष्टीबाबत उतावीळपणा किंवा चिंतादेखील कमी झाली आहे.'' महेश म्हणाला.

अंगद आणि पूजाने स्वतःवर आणि इतरांवर होणाऱ्या अन्यायाचे विचार शोधाच्या मदतीने कसे संपवले याचे किस्से सांगितले.

''लोक भेदभाव करत असतात ही माझी मान्यता संपली. आता मी निर्मळ मनाने इतरांबरोबर व्यवहार करू शकतो. त्यामुळे आता मलादेखील तशाच प्रतिक्रिया मिळतात.'' आलोक म्हणाला.

''घरमालकाच्या अन्यायामुळे आधी मी स्वतःवरच करत असलेले अन्याय

थांबवले पाहिजेत तेव्हाच बाहेरील अन्याय बंद होतील ही शिकवण मला मिळाली.'' जेसिका म्हणाली.

गायत्रीदेवी आणि श्रीनिवासनजींनी आरोग्यासंबंधी शोध घेत शरीराचा अनुभव आणि आपला अनुभव वेगवेगळा कसा आहे हे सांगितलं.

''मी स्वतःला खूप ज्ञानी समजत होते परंतु शोध घेतल्यानंतर मला माझ्या अज्ञानाच्या अनेक कक्षा समजल्या.'' रुक्मिणी म्हणाली.

तुळशीने, आयुष्यात अचानकपणे सामोरे जाव्या लागलेल्या दुर्घटनेतून बाहेर पडून, क्षमाशील बनून कसं जगता येतं याचं उत्तम उदाहरण प्रस्तुत केलं.

सर्वांचं बोलणं शांतपणे ऐकल्यानंतर पुजाऱ्याने आपली हकिकत कथन केली. क्षणभर सगळेच अवाक झाले. परंतु मनातल्या मनात सगळ्यांनी पुजाऱ्याच्या साहसाचं कौतुक केलं. स्वतःशीच सामना करण्याच्या गुणामुळे पुजारी सर्वांच्या कौतुकाला पात्र ठरला. तेथे जमलेल्या सर्वांनी टाळ्यांच्या कडकडाटात पुजाऱ्याचा सन्मान केला. तितक्यात कोणीतरी, हरक्युलिससारख्या पुण्यात्म्याच्या सान्निध्यामुळे आणि मार्गदर्शनामुळे सर्वांच्या जीवनात आमूलाग्र बदल झाला आहे यासाठी हरक्युलिसची कितीही प्रशंसा केली तरी कमीच आहे, असं म्हणालं.

सर्वांचे अनुभव ऐकता ऐकता आपल्या पूर्वायुष्याचं प्रतिबिंब हरक्युलिसच्या नजरेसमोर दिसत होतं. त्याच्या आयुष्यात जो यू-टर्न आला होता, वास्तविक त्यामुळेच तो आज सर्वांचं जीवन परिवर्तन करण्यात यशस्वी ठरला होता.

देवीमातेच्या अनंत कृपाप्रसादाने हरक्युलिसचं रोम रोम पुलकित झालं. तो कृतार्थ झाला. देवीमातेने त्याला बारावा बनवून त्याचा उद्धार तर केला, शिवाय ११ लोकांच्या जीवनातही बदल घडवून आणण्यासाठी त्याला निमित्त बनवलं. या गोष्टीची त्याला धन्यता वाटली. हरक्युलिसने सर्वांना शांत राहण्याची विनंती करत त्यांना आपल्या जीवनातील 'ती' अविस्मरणीय घटना कथन केली. आपला भूतकाळ... आपलं विखुरलेलं कुटुंब...आपल्या शो-रूमच्या भागीदाराबरोबरचा तंटाबखेडा... सगळ्यांबरोबर तुटलेली नाती...ती काळी रात्र, अगदी इथपर्यंत ज्या रात्री त्याच्या हातून तो अपघात घडला...

शेवटच्या ओळी ऐकून तुळशीचे कान टवकारले गेले. काही क्षण तिला आपल्या कानांवर विश्वासच बसला नाही. रागाने तिचं शरीर थरथरू लागलं. ती लालबुंद झाली,

क्रोधाने तिने मुठी आवळल्या. आजपर्यंत मिळालेली समज आणि ज्ञान क्षणार्धात नाहीसं झालं.

"धोकेबाज...खोटारडा...नीच...आजपर्यंत तू तुझा खरा चेहरा लपवून फिरत राहिलास नाही का? कपटमुक्त होण्याचा डंका पिटवत सगळ्या गावभर हिंडत होतास. पण तुझ्या काळ्या कारनाम्यांबद्दल का नाही कधी बोललास? तुझं कोणी ऐकणार नाही म्हणूनच ना? तुला कोणी श्रेष्ठ मानणार नाही यासाठीच केला ना हा सगळा अट्टहास... तुला कोणी इतका मान देणार नाही म्हणूनच वागलास ना असं? पण लक्षात ठेव इतकं नीचकृत्य करून तू महात्मा बनू शकत नाहीस...याचं फळ तुला अवश्य मिळेल..." या शब्दांनी घणाचे घाव बसल्यासारखे सर्वजण हादरून गेले होते.

सगळे पाहुणे खिळल्यासारखे झाले. जणू कोणीतरी त्यांची शक्तीच काढून घेतली होती. त्यांनादेखील हरक्युलिसच्या बोलण्या-ऐकण्यावर विश्वास बसत नव्हता. खरोखरच हा ढोंगी आणि धोकेबाज तर नाही ना...आम्हाला हा फसवत तर नाही ना... गुन्हेगार कधी कोणाचा खरा मार्गदर्शक असू शकतो... एक ना अनेक प्रतिक्रिया उमटू लागल्या. सगळ्यांच्या मनामध्ये वेगाने असे विचार धावू लागले.

तुळशीचा हा रुद्रावतार पाहून हरक्युलिसदेखील शांत राहिला. तुळशीची ही अवस्थादेखील बदलणार आहे हे त्याला चांगल्या प्रकारे माहीत होतं. मननाच्या प्रकाशामध्ये अज्ञानाचा अंधकार किती दिवस टिकेल... पाहुण्यांच्या प्रतिक्रिया पाहूनही पुजारी मात्र अविचल राहिला. हरक्युलिसबद्दलचा त्याचा विश्वास अजिबात डगमगला नाही. हरक्युलिसच्या सान्निध्यात राहिल्यामुळे इतक्या दिवसांचा अनुभव त्याच्या पाठीशी होता.

"आत्ता तुम्ही सगळे नकारात्मक विचारांना शरण गेलेले आहात. उलट याक्षणाला आवश्यकता आहे ती विवेकबुद्धी जागृत ठेवण्याची. इतिहास साक्षी आहे, की असे कितीतरी महापुरुष झाले आहेत, जे आपल्या गतायुष्यामध्ये अज्ञानामुळे पापाचे भागीदार झाले. आपला स्वभाव, महत्त्वाकांक्षांना वश होऊन ते जगत राहिले. परंतु प्रज्ञा जागृत झाल्यानंतर कमलपत्राप्रमाणे निर्लिप्त आयुष्य जगले. प्रसिद्ध धार्मिक ग्रंथ रामायणाचे रचनाकार श्री वाल्मीकी सुरुवातीला डाकूच होते ना? परंतु नारदमुनींनी विचारलेल्या एका प्रश्नाने त्यांचं अवघं जीवनच बदललं. युवावस्थेमध्ये भगवान बुद्धांना मृत्यू आणि वृद्धत्वाच्या भीतीने ग्रासले. परंतु या भयरूपी सर्पाने त्यांना शोध घेण्यासाठी प्रवृत्त केले आणि त्यांना आत्मबोध झाला. चक्रवर्ती किताब मिळवलेल्या

सम्राट अशोकाने आपल्या साम्राज्य– विस्तारासाठी कित्येक महासंग्राम केले. परंतु महायुद्धाची परिणती पाहून त्यांनी मानवजातीच्या कल्याणाचा संकल्प केला आणि बौद्ध धर्माच्या प्रचारार्थ उर्वरित आयुष्य व्यतीत केलं. भगवान बुद्धांच्या उपदेशामुळे प्रभावित होऊन एका वेश्येने आपलं संपूर्ण जीवन सत्यप्रसारार्थ वाहून घेतलं. त्यामुळे कोणत्याही मनुष्याच्या भूतकाळात डोकावण्यापेक्षा आपलं लक्ष, आज तो कसा आहे याकडे असणं आवश्यक आहे.''

पुजाऱ्याचं हे सत्यवचन ऐकून वातावरण काहीसं थंड झालं. तुळशीदेखील आपल्या भावनात्मक आवेगातून अंशतः बाहेर आली होती. परंतु स्वतःला सांभाळू शकत नसल्यामुळे ती सभा सोडून पुन्हा आपल्या खोलीमध्ये निघून गेली. पुजाऱ्याने परिस्थितीचा अंदाज घेऊन आजची सभा संपल्याची घोषणा केली. सर्वांनी दुसऱ्या दिवशी सकाळी लवकर भेटण्याचं ठरवलं.

मंदिराच्या बाजूलाच दोन भागांमध्ये स्त्री आणि पुरुषांची राहण्याची सोय केली होती. सर्वांची झोप उडाली होती. जे काही घडलं ते सगळंच अकल्पित आणि अघटित होतं. हरक्युलिसचं बोलणं ऐकून सगळेच हैराण झाले होते. ते विचार करत होते, हरक्युलिस तर महामानव आहे, देवतुल्य आहे. त्यामुळे सगळ्यांना योग्य मार्गदर्शन मिळत आहे परंतु हरक्युलिसची हकिगत ऐकून, त्याची शुभ्रधवल प्रतिमा दुभंगली. मनन करता करता सर्वजण बेचैन झाले होते. या कुशीवरून त्या कुशीवर तळमळत होते...

स्त्रीकक्षातही हेच दृश्य दिसत होतं. तुळशी आपल्या खोलीत विमनस्क अवस्थेत येरझाऱ्या घालत होती. एकीकडे तिच्या मनात संवाद सुरू होते, ''हे देवा, ही माझी कसली परीक्षा घेत आहेस. जे काही पुजाऱ्याने सांगितलं त्यामध्ये तथ्य असूनही मी ते का स्वीकारू शकत नाही. हरक्युलिसचं सत्य जाणून मी जागृत झाले आहे तेव्हा मी स्वतःला मन मानत आहे का? मी जर मन नाही तर मग मी कोण आहे? ज्याप्रमाणे माझा पाय मोडल्यानंतरही स्वतःची अनुभूती जाणत होते, त्याचप्रमाणे मनाची इतकी छकलं उडाल्यानंतरही मी स्वतःला जाणतच आहे.

मग मी स्वतःला काय समजून या सगळ्या तक्रारी करत आहे...तुळशी कोण आहे... केवळ एक शिक्षिका... एक स्त्री... फक्त भाडेकरू... की मैत्रीण... हे तर केवळ लेबल आहे... या लेबलमुळेच तर मान–अपमान, प्रेम–घृणा यांचं अस्तित्व आहे. मग वास्तवात मी कोण?...

''हरक्युलिसने शिकवलेल्या मेडिटेशनमुळे जेव्हा आपण मन आणि शरीरापलीकडे

जातो तेव्हा आपलं काही नाव नसतं, न आकार. मग तोच अनुभव म्हणजे 'मी' आहे का...आपलं शरीर बालपण, तारुण्य आणि वृद्धावस्था या अवस्थांमधून जात असताना बदलत असतं. बाहेरच्या घटना बदलतात आणि त्यानुसार आंतरिक भावना, विचार आणि इच्छादेखील बदलत राहतात. परंतु खरा 'मी' अपरिवर्तनशील आहे... तोच खरा 'मी'... कधीही न बदलणारा...

''काही तासांपूर्वी हरक्युलिसविषयी सत्य जाणल्यानंतर माझं मन आवेगाने भरून आलं, नाही नाही ते बडबडू लागलं, क्रोधित झालं. परंतु आता मनाची अवस्था वेगळी आहे. सगळं बदलतं परंतु खरा 'मी' बदलत नाही. जेव्हा या खऱ्या 'मी' ची आठवण कायम असेल, तेव्हाच मनाच्या साऱ्या रूपांना साक्षी भावनेतून पाहू शकेन. मनाच्या वेगवेगळ्या अवस्थांमध्ये निःस्पृह राहू शकेन. हरक्युलिसमुळे झालेल्या त्या भयंकर दुर्घटनेने जर त्याला आज या परिस्थितीत आणून सोडलं आहे, तर तीच घटना मला खऱ्या 'मी' पर्यंत नेऊ शकणार नाही का? एकच घटना एखाद्यासाठी शिडी असते तर दुसऱ्यासाठी दरी. केवळ मनुष्याच्या संवदेनशीलतेमध्ये फरक आहे.

आज हरक्युलिसने त्या अपघाताच्या दुर्घटनेमुळे प्रायश्चित्तस्वरूप आपल्या घरादाराचा त्याग केला. परंतु मी मात्र मनातल्या मनात आक्रोश करत बसले आहे.

'मी शरीर आहे' या खोलवर रुजलेल्या मान्यतेमुळेच ही दुर्घटना मला विचार करण्यासाठी प्रवृत्त करत आहे. वास्तविक हरक्युलिस ज्ञानप्राप्तीसाठी, मला जागृत करण्यासाठी निमित्त बनला आहे आणि मी अज्ञानवश त्यालाच स्वतःचा शत्रू मानते. अरे देवा... हे माझ्याकडून केवढं घोर पाप घडत होतं... केवढा अनर्थ होत होता.''

मननाच्या प्रकाशाने अज्ञानाच्या दाट काळोखातही आशेचा नवीन किरण चमकून गेला. संपूर्ण रात्र डोळ्याला डोळा नव्हता. शरीर आणि विचारांच्या जगापासून दूर... तुळशी विलीन झाली होती एका नवीन अनुभवामध्ये.

दुसऱ्या दिवशी सकाळी आठ वाजता तुळशी सोडून इतर सगळे लोक मंदिरामध्ये जमा झाले. रात्री झालेलं जागरण सगळ्यांच्या चेहऱ्यावर स्पष्ट दिसत होतं. पश्चात्ताप, आत्मग्लानी, अज्ञान असूनही सर्वांचे चेहरे मननामुळे फुललेले दिसत होते. ''आज तुमच्या सर्वांची अवस्था कशी आहे?'' सर्वांना संबोधून पुजाऱ्याने विचारलं.

''सुरुवातीला आमच्या मनात नाना तऱ्हेच्या शंकाकुशंकांचं जाळं पसरलं गेलं होतं. परंतु एक धागा मिळाल्यावर हळूहळू ते उलगडत गेलं.'' महेशने सगळ्यांची अवस्था सांगत उत्तर दिलं.

‘‘अच्छा, तुमच्यात परिवर्तन घडावं, अशा कोणत्या शोधपंक्ती मननाच्या शेवटी तुम्हाला गवसल्या?’’ पुजाऱ्याने आश्चर्याने विचारलं.

एकएक करत सर्वांनी आपापल्या शोधपंक्ती सांगितल्या.

* ज्ञान प्रदान करणाऱ्याचं पूर्व जीवन पवित्र आणि निर्मळच असायला पाहिजे.
* आपण आपल्या पूर्वायुष्यामध्ये कोणकोणती पापकर्म केली आहेत, किती लोकांची मनं दुखावली आहेत, त्यांच्यावर आघात केला आहे.
* आपण लाल चष्मा लावलेला आहे.
* ईश्वराच्या अगाध लीलेमध्ये आपण सर्वजण कठपुतळ्या आहोत.
* जी घटना दुःख देत असते ते दिखावटी सत्य आहे. मी केवळ ईश्वरीय गुण पाहणार.
* विचारांना उलटे करून पाहा.

‘हे ते आहे’, ज्याची मला आवश्यकता आहे.

तितक्यात समोरून शांत संयत तुळशीचं आगमन झालं. कालच्या उग्र रूपाची जागा आज सौम्यतेने घेतली होती. आल्याबरोबर तिने हरक्युलिसला धन्यवाद दिले आणि कोणतीही भूमिका न उभारता हरक्युलिसला कालची गोष्ट पुढे नेण्याची विनंती केली. क्षणभर कुणाचाच आपल्या कानावर विश्वास बसला नाही. सर्वांसाठी हे एक सुखद, अकल्पित दृश्य होतं.

हरक्युलिस मंद हसत म्हणाला, ‘‘तुम्हाला यूनानी पौराणिक कथांमध्ये प्रसिद्ध हरक्युलिसची कथा माहितीच असेल. त्या हरक्युलिसने आपल्या जीवनामध्ये काही पापकर्म केली होती. त्यांचं प्रायश्चित्त घेण्यासाठी तो अपोलो देवतेच्या आदेशानुसार एका राजाकडे त्याचा गुलाम बनून राहिला होता. राजाने त्याला अशी बारा अवघड कामं सांगितली जी सामान्य माणसाच्या बळ–बुद्धीच्या कक्षेबाहेरची होती. हरक्युलिसने ती सगळी कामं कुशलतेने पूर्ण केली. ती ‘हरक्युलियन टास्क’ या नावाने प्रसिद्ध आहेत. त्याचप्रमाणे माझं पूर्वायुष्यदेखील चुकांनी भरलेलं होतं. पश्चात्तापदग्ध होऊन मी देवीमातेला प्रार्थना केली. देवीमातेने माझ्या पापांच्या प्रायश्चित्तस्वरूप मला एक मोठी जबाबदारी सोपवत सांगितलं, ‘‘तू अमुक अमुक टेकडीवरील मंदिरातील पुजाऱ्याकडे जा. ते जे काम सांगतील, ते पूर्ण करत पुढच्या १२ डिसेंबरपर्यंत १२ लोकांच्या जीवनात

बदल घडवून आण. देवीमातेचे आज्ञापालन करण्यात मी सफल झालो आहे. आज याचा मला अत्यंत आनंद आहे आणि देवीमातेच्या कृपेने कुठून कुठे येऊन पोहोचलो आहे. पुन्हा सुखीसमाधानी कुटुंबाची निर्मिती करेन, असा दृढ विश्वास आता माझ्यात निर्माण झाला आहे. मी पुढच्या आयुष्यातही उच्चतम विकसित समाजाची निर्मिती करण्यासाठी प्रयत्नशील राहीन.''

''जर तुम्ही मला तुमचा मार्गदर्शक समजत असाल तर मी तयार केलेल्या महायोजनेला कार्यरूपात स्वीकारण्यासाठी तयार आहात का?'' हरक्युलिसने सर्व सहयोगींना विचारलं.

सगळ्यांनी ताबडतोब संमती दर्शवली. हरक्युलिसने विस्तारपूर्वक सांगितलं, ''मी ही योजना बनवली आहे, की पुढच्या वर्षी बारा डिसेंबरपर्यंत इथे उपस्थित प्रत्येक सदस्याने १२ लोकांना शोधाची पद्धत शिकवून त्यांचं जीवन बदलून टाकावं. तुम्ही ज्या गोष्टी शिकलेल्या आहात त्या बारा लोकांमध्ये उतरवण्याचा प्रयत्न करा. पुढच्या वर्षी बारा डिसेंबरला त्या सर्व लोकांना घेऊन इथे या...देवीमातेचे दर्शन घडवा... महानिर्वाण निर्माण उत्सव साजरा करा. आज ज्याप्रमाणे आपण या विषयावर बोलत आहोत त्याप्रमाणे वार्तालाप करून प्रत्येक मनुष्याला बारा लोकांच्या जीवनामध्ये परिवर्तन घडवून आणण्यासाठी प्रेरित करा. ही शृंखला बारा वर्ष अखंडित चालू राहिली पाहिजे.''

त्याच्या प्रेरणेमुळे सर्वांच्या नजरेमध्ये अनोखं असं काहीतरी करून दाखवायची चमक दिसली...

''म्हणजे पुढच्या वर्षी १४४ लोक इथे येतील'' हरक्युलिस आकडेमोड करत म्हणाला.

''आणि त्याच्या पुढच्या वर्षी १४४ x १२ म्हणजे १७२८ लोक.'' मनातल्या मनात हिशेब करत उत्साहाने पुजारी म्हणाला.

तुळशीने मोबाइल फोनवर आकडेमोड करत तिसऱ्या वर्षीचा आकडा सांगितला – वीस हजार सातशे छत्तीस (२०७३६)

हा आकडा ऐकून सगळेच हैराण झाले. कुणालाच आपल्या कानावर विश्वास बसत नव्हता.

तेवढ्यात अंगद कॅल्क्युलेटर काढून पुढच्या वर्षांमध्ये एकूण सदस्यांच्या संख्येचा

हिशेब करण्यात गुंग झाला. आश्चर्यचकित होऊन सर्वजण अंगदकडे बघू लागले. पाच मिनिटांत अंगद म्हणाला, ‘‘अविश्वसनीय, अगदीच अशक्य. माझा विश्वासच बसत नाहीये. तुम्ही विश्वासदेखील करू शकत नाही, आजपासून १२ वर्षांनंतर परिवर्तन झालेल्या लोकांची संख्या किती असणार आहे? सगळ्यांना जास्त वेळ आश्चर्यावस्थेत न ठेवता कॅल्क्युलेटर दाखवत अंगद सांगू लागला...१०६९९३२०५३७९०७२ (एक करोड, सहा लाख, नव्याण्णव हजार, तीनशे वीस करोड) हे असंही वाचता येईल- एक लाख सहा हजार नऊशे त्र्याणव अरब.

‘‘अरे देवा अगदीच अविश्वसनीय... कल्पनेच्या पलीकडचं... अगदीच समजण्यापलीकडचं...’’ म्हणत सगळ्यांनी डोळे विस्फारले. विस्मय आणि अविश्वासाच्या भावनेमध्ये काही क्षण सगळेच पुतळा बनून गेले होते.

‘‘वर्तमानात लोकसंख्या केवळ ६.८ अरबच आहे. बारा वर्षांमध्ये ती जवळपास ७ ते ८ अरब इतकी होईल.’’ अंगदने सांगितलेला आकडा यापेक्षा कितीतरी पटींनी जास्त आहे. त्यामध्ये तर किती विश्व सामावली जातील.’’ तुळशी हळूच म्हणाली.

‘‘७ ते ८ अरब आकडा तर ८ वर्षांमध्येच पूर्ण होईल. माझ्या गणतीनुसार नवव्या वर्षी ६१ अरब लोकांच्या जीवनामध्ये परिवर्तन घडून येऊ शकतं.’’ अंगद ताबडतोब म्हणाला.

‘‘बाप रे, इतकी विशाल संख्या! प्रत्यक्षात आपल्यावर सोपवलेलं काम खूप कठीण नाहीये. विश्वपरिवर्तनाचे कार्य विभाजित करून केलं तर इतकं सरळ होऊ शकतं...’’ पूजा विस्मयचकित झाली.

‘‘आपलं लक्ष्य ८ वर्षांमध्येच पूर्ण झालं तर पुढील ४ वर्षं आपण काय करायचं?’’ जेसिका आश्चर्यचकित होऊन म्हणाली.

‘‘पुढची ४ वर्षे ग्रेस पीरियड आहे. ८ वर्षांमध्ये काही कार्य शिल्लक राहिलंच तर ते देखील पूर्ण केलं जाऊ शकतं.’’ हसत हसत हरक्युलिस म्हणाला.

‘‘आपण बारा लोक मिळून इतकी मोठी क्रांती घडवून आणू शकतो या गोष्टीवर तर माझा अजूनही विश्वास बसत नाहीये.’’

‘‘एका बीजापासून घनदाट अरण्य बनतं. एका परिवर्तनातून विश्व-परिवर्तनाची शक्यता निर्माण होते. विश्वास ठेवला तर सत्याचा हा प्रवास चालूच राहील, ख्रिस्तांच्या बारा शिष्यांनी जसा आपला काफिला सुरू केला होता, तसे आपण सगळेच वचनबद्ध

होऊन जबाबदारीने कार्य सुरू केले पाहिजे. त्याचप्रमाणे पुढे इतरांना ते करण्यासाठी उद्युक्त केलं तर लवकरच हे जग उच्चतम विकसित होऊन प्रेम, शांती, आनंद आणि भक्तीमुळे फळाफुलाला येईल.''

पुजाऱ्यासमवेत प्रत्येकजण अंतःकरणपूर्वक, भक्तिभावनेने हरक्युलिसचे विचार ऐकत होते. लवकरच संपूर्ण जग शोधामध्ये प्रवीण होणार आहे या गोष्टीचा अमर्याद आनंद आणि दृढ विश्वास त्यांना होता. मग काय उशीर... सगळेच एका अनामिक अंतःप्रेरणेने उठले आणि स्वतःचा सामना करण्यासाठी शोधपथावर अग्रेसर झाले...

दरम्यान, हरक्युलिसने आपली पत्नी राधेला फोन करून, आता तो पहिल्यासारखा राहिलेला नाही याविषयी विश्वास दिला. त्याने आपल्या अहंकाराच्या साक्षात्काराविषयी इत्थंभूत वर्णन केलं. त्याला ज्ञात होतं पुढच्या बारा शोधकांमध्ये पहिला नंबर राधेचाच आहे.

मग काय... हरक्युलिसने आपल्या चुका कबूल केल्या. आता त्याच्या नवीन जीवनामध्ये प्रेम भरभरून वाहणार होतं आणि आनंद तर त्याचं स्वागत करण्यासाठी जणू प्रतीक्षाच करत होता.

हरक्युलिसने मोठ्या भक्तिभावाने पुजाऱ्याची अनुमती घेतली आणि आपल्या परिचित परंतु नवीन जगाच्या दिशेने तो वाटचाल करू लागला. बारा लोकांसाठी आरशाप्रमाणे काम करण्यासाठी...

● ● ●

परिशिष्ट

हरक्युलिसचं बारा कार्य

पुराण कथा

हरक्युलिस देवतांमध्ये स्थान प्राप्त केलेला एक महानायक होता. यूनानी पुराण-कथांमध्ये हरक्युलिसचा उल्लेख अनेकदा पाहायला मिळतो. कित्येक कथा आणि चित्रांमध्ये हरक्युलिसला बाहुबल आणि वीरतेच्या प्रतीकरूपात चित्रित केलं आहे. या कथांमध्ये तो आपल्या अलौकिक शक्तींसाठी प्रसिद्ध होता. महाभयंकर दैत्यांचा नाश करून जगाला वाचविण्याच्या अदम्य साहसाचे वर्णन या कहाण्यांमध्ये केलं आहे. परंतु या सगळ्या कहाण्यांमध्ये हरक्युलिसच्या बारा कार्यांची कहाणी अधिक प्रसिद्ध आहे.

सावत्र आई – हेराने कान भरविल्यामुळे हरक्युलिस वेडाच्या भरात आपली पत्नी मेगारा व मुलांची हत्या करतो. जेव्हा त्याचा रागाचा भर ओसरतो, तेव्हा आपण किती क्रूर कर्म केलं आहे, याची जाणीव त्याला होते. त्यामुळे तो डेल्फी नावाच्या शहराकडे प्रयाण करतो. मुक्त होण्यासाठी तो अपोलो देवतेची प्रार्थना करतो. परिणामस्वरूप डेल्फीचा ओरेकिल, हरक्युलिस समोर प्रकटतो. हरक्युलिसची पापं धुतली जावी, यासाठी दहा वर्षांपर्यंत त्याने आपला सावत्र भाऊ राजा यूरिथियसची सेवा करायची आणि त्याने सांगितलेली सगळी कामं पूर्ण करायची अशी आज्ञा त्याला दिली. हरक्युलिस आपले राज्य तर हिरावून घेणार नाही ना? अशी भीतीही राजा यूरिथियसला वाटत होती. त्यामुळे हरक्युलिसपासून सुटका मिळवण्यासाठी राजा यूरिथियसने दहा महाकठीण कामं त्याच्यावर सोपवली. नंतर या दहा कार्यांमध्ये त्याने आधीची दोन कार्य कपटपूर्वक पूर्ण केलेली आहेत हे सांगून जोडली. अशा प्रकारे हरक्युलिसची बारा कार्य आजही प्रसिद्ध आहेत.

शोध स्वतःचा ❑ २०५

हरक्युलिसची बारा प्रसिद्ध कार्य होती – भयानक नेरिमन सिंहाला ठार मारणे, नऊ डोक्याच्या लर्नियन हायड्रा (सापाला) ठार मारणे. आर्टेमिसच्या सोनेरी हरणाला पकडणे, ऍरीमॅन्थसच्या जंगली डुकराला जिवंत पकडणे, ऑजियनच्या तबेल्यांची सफाई करणे, स्टिमफेलियन पक्ष्यांना ठार मारणे, क्रीटन सांडाला काबूत आणणे, डायोमिडिज घोड्यांना एकत्र करणे, अमेजोन राणीची कंबरेची साखळी चोरणे, गरयॉन नामक दैत्याच्या पशूंना चरायला घेऊन जाणे. हेस्पेरिडेसची सफरचंद चोरणे आणि सगळ्यात शेवटी सेरबेरस नावाच्या पशूला ताब्यात ठेवणे, जो नरकात राहात होता.

हरक्युलिसने ही सगळी असंभव कार्य आपल्या बाहुबलाने, चतुराईने आणि बुद्धिमत्तेने करून दाखवली. या आश्चर्यकारक कार्यांवर जर सखोलपणे विचार केला, तर तत्त्वज्ञान आणि नैतिकतासंबंधीची शिकवण यामधून मिळते. ही बारा कार्य पूर्ण केल्यानंतर हरक्युलिसने शौर्यपूर्वक पुढची कार्य सुरू ठेवली. शेवटी त्याने अमरत्व प्राप्त केलं आणि देवतांच्या श्रेणीमध्ये त्याची गणना होऊ लागली.

या पुस्तकामध्ये हरक्युलिसची बारा कार्य या कहाणीचा प्रयोग मनुष्याच्या बाहेरील संघर्षाऐवजी आतील संघर्ष दाखवण्यासाठी केलेला आहे. उदाहरणार्थ– अहंकाराच्या सिंहाचा सामना करणे, जे खऱ्याखुऱ्या सिंहाचा सामना करण्यापेक्षाही अधिक महत्त्वपूर्ण आणि कठीण आहे. हे पुस्तक आपल्या आतील संघर्ष मिटवण्यासाठी स्वतःचा सामना करण्याची पद्धत शिकवते. त्याचप्रमाणे तुमचे संपूर्ण आयुष्य पालटून टाकते. हे पुस्तक जरी आत्ताच्या युगाचं द्योतक असलं, तरीही या पुस्तकाच्या मुख्य पात्राचे – हरक्युलिसचे नाव त्याच्याविषयी जगातील सर्व लोकांना समजावं म्हणून प्राचीन काळातील हरक्युलिसच्या नावावरूनच ठेवण्यात आलं आहे. या पुस्तकाची कथा काल्पनिक असली, तरी याची संकल्पना अमर आहे. या कहाणीचे मुख्य पात्र हरक्युलिस. 'हरक्युलिसची बारा कार्य' त्याऐवजी सहा कार्य संपन्न करून बारा लोकांच्या जीवनात बदल घडवून आणतो. इतका तो निष्णात असतो. यामध्ये बारावा प्रमुख आहे. सर्व बारा लोकांसाठी विशेषतः बाराव्यासाठी, स्वतःचा सामना करण्यासाठी जी पद्धत सांगितली आहे, तिचा प्रतिध्वनी सर्व वाचकांच्या जीवनात नक्कीच उमटेल... त्याचे पडसाद सदैव आपल्या अंतर्यामी प्रतिबिंबित होतील.

❑ ❑ ❑

हे पुस्तक वाचल्यानंतर आपला अभिप्राय कृपया या पत्त्यावर अवश्य पाठवा.

Tej Gyan Global Foundation, Pimpri Colony Post Office, P.O.Box 25, Pune-411017. Maharashtra (India).

विषय-सूची

१	विषय संकेत	७
२	दिव्य आवाज आणि स्वदर्शन प्रस्तावना	९
३	हरक्युलिसचा शोध नवी कहाणी	१३
४	पारिवारिक सुख-शांती हरक्युलिसचं पहिलं कार्य	२५
५	नोकरी आणि व्यवसाय हरक्युलिसचं दुसरं कार्य	५२
६	न्याय आणि अन्याय हरक्युलिसचं तिसरं कार्य	७८
७	आजार आणि स्वास्थ्य हरक्युलिसचं चौथं कार्य	११३
८	विचारांचे रहस्य हरक्युलिसचं पाचवं कार्य	१४१
९	मान्यतांच्या पलीकडे हरक्युलिसचं सहावं कार्य	१६६
	परिशिष्ट	२०३
१	हरक्युलिसची बारा कार्य पुराण कथा	२०५
२	तेजज्ञान फाउंडेशन परिचय	२०८

शोध स्वतःचा ❏ २०७

एक अल्प परिचय
सरश्री

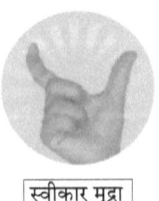

स्वीकार मुद्रा

सरश्रींचा आध्यात्मिक शोधाचा प्रवास त्यांच्या बालपणापासूनच सुरू झाला होता. हा शोध सुरू असतानाच त्यांनी अनेक प्रकारच्या पुस्तकांचं अध्ययन केलं. त्याचबरोबर या शोधकाळात त्यांनी अनेक ध्यानपद्धतींचा अभ्यासही केला. त्यांच्यातील या जिज्ञासेने त्यांना अनेक वैचारिक आणि शैक्षणिक संस्थांमध्ये जाण्यासाठी प्रेरित केलं. जीवनाचं रहस्य समजण्यासाठी त्यांनी **प्रदीर्घ काळ मनन करून आपलं शोधकार्य सातत्याने सुरू ठेवलं. या शोधातूनच त्यांना 'आत्मबोध' प्राप्त झाला.** आत्मसाक्षात्कारानंतर त्यांना जाणवलं, की **अध्यात्माचा प्रत्येक मार्ग ज्या शृंखलेने जोडलेला आहे, तो म्हणजे 'समज'** (Understanding). आत्मबोधप्राप्तीनंतर त्यांनी अध्यापनाचं कार्य थांबवलं आणि जवळ जवळ दोन दशकांहूनही अधिक काळ आपलं समस्त जीवन मानवजातीच्या कल्याणासाठी आणि आध्यात्मिक विकासासाठी अर्पण केलं.

सरश्री म्हणतात, ''सत्यप्राप्तीच्या सर्व मार्गांचा प्रारंभ जरी वेगवेगळ्या मार्गांनी होत असला, तरी सर्वांचा अंत मात्र एकच समज प्राप्त केल्याने होतो. ही **'समज'च सर्व काही असून ती स्वतःमध्ये परिपूर्ण आहे.** आध्यात्मिक ज्ञानप्राप्तीसाठी या 'समजे'चं श्रवणच पुरेसं आहे.'' ही समज प्रकाशमान करण्यासाठी आजपर्यंत त्यांनी **आध्यात्मिक विषयांवर तीन हजारांहून अधिक प्रवचनं दिली आहेत.** या प्रवचनांद्वारे ते अध्यात्मातील अतिशय गहन संकल्पना सहज, सुलभ आणि व्यावहारिक भाषेत समजावून सांगतात. समाजातील प्रत्येक स्तरावरील मनुष्य सरश्रींद्वारे सांगितल्या जाणाऱ्या या समजेचा लाभ घेऊ शकतो.

ही समज प्रत्येकाला आपल्या अनुभवातून प्राप्त व्हावी, यासाठी सरश्रींनी **'महाआसमानी परमज्ञान शिबिर'** आणि त्यासाठी आवश्यक असणारी कार्यप्रणाली (सिस्टिम) तयार केली. **तिचा लाभ आज लाखो लोक घेत आहेत.** या प्रणालीला आय.एस.ओ. (ISO 9001:2015) प्रमाणपत्रही लाभलंय. या प्रणालीमुळेच अनेकांना सत्यमार्गावर वाटचाल करण्याची प्रेरणा मिळाली आहे. या समजेचा प्रचार आणि प्रसार करण्यासाठी त्यांनी 'तेजज्ञान फाउंडेशन' या आध्यात्मिक संस्थेचा पाया रचला. **'हॅपी थॉट्सद्वारे उच्चतम विकसित समाजाची निर्मिती करणे,'** हेच या संस्थेचं मुख्य उद्दिष्ट आहे.

विश्वातील प्रत्येक मनुष्य आज सरश्रींच्या मार्गदर्शनाचा लाभ घेऊ शकतो. त्यासाठी कोणत्याही धर्म, जात, उपजात, वर्ण, पंथ वा लिंग यांचं बंधन नसतं. विश्वाच्या प्रत्येक कानाकोपऱ्यांतील लोक आज 'तेजज्ञान'च्या अनोख्या ज्ञानप्रणालीचा (System for Wisdom) लाभ घेत आहेत. याच व्यवस्थेचा आणखी एक महत्त्वपूर्ण भाग म्हणजे, **दररोज सकाळी आणि रात्री ९ वाजून ९ मिनिटांनी लाखो लोक विश्वशांतीसाठी प्रार्थना करत आहेत.**

बेस्ट सेलर पुस्तक 'विचार नियम' शृंखलेचे रचनाकार म्हणूनही सरश्रींना ओळखलं जातं. **केवळ पाच वर्षांच्या कालावधीत या पुस्तकाच्या १ कोटीपेक्षा अधिक प्रती वितरित** झाल्या आहेत. याशिवाय आजवर त्यांनी विविध विषयांवर **१०० हून अधिक पुस्तकं लिहिली** आहेत. त्यांपैकी 'विचार नियम', 'स्वसंवाद एक जादू', 'शोध स्वतःचा', 'स्वीकाराची जादू', 'निःशब्द संवाद एक जादू', 'संपूर्ण ध्यान' इत्यादी पुस्तकं बेस्ट सेलर झाली आहेत. ही पुस्तकं दहापेक्षा अधिक भाषांमध्ये अनुवादित असून, पेंगुइन बुक्स, हे हाउस पब्लिशर्स, जैको बुक्स, मंजुळ पब्लिशिंग हाउस, प्रभात प्रकाशन, राजपाल ॲण्ड सन्स, पेंटागॉन प्रेस आणि सकाळ प्रकाशन इत्यादी प्रमुख प्रकाशन संस्थांद्वारे ती प्रकाशित झाली आहेत.

तेजज्ञान फाउंडेशन परिचय

तेजज्ञान फाउंडेशन आत्मविकासातून आत्मसाक्षात्कार प्राप्त करण्याचा एक मार्ग आहे. यासाठी सरश्रींद्वारा एक अनोखी बोधप्रणाली (System for Wisdom) निर्माण झाली आहे. या प्रणालीला आंतरराष्ट्रीय प्रमाणपत्राद्वारे ISO 9001:2015च्या आवश्यकतेनुसार आणि निकष पडताळून सरळ, व्यावहारिक आणि प्रभावी बनवलं गेलं आहे.

या संस्थेच्या प्रबोधनपद्धतीच्या भिन्न पैलूंना (शिक्षण, निरीक्षण आणि गुणवत्ता) स्वतंत्र गुणवत्ता परीक्षकांद्वारे (Quality Auditors) क्रमबद्ध पद्धतीने पडताळलं गेलं. त्यानंतर या पैलूंना ISO 9001:2015 साठी पात्र समजून या बोधपद्धतीला हे प्रमाणपत्र प्रदान करण्यात आलं.

या फाउंडेशनचे लक्ष्य आहे नकारात्मक विचारांकडून सकारात्मक विचारांकडे वाटचाल. सकारात्मक विचारांकडून शुभ विचारांकडे म्हणजे हॅपी थॉट्सकडे प्रगती. शुभ विचारांकडून निर्विचार अवस्थेकडे मार्गक्रमण आणि निर्विचार अवस्थेच्या अंती आत्मसाक्षात्कार प्राप्ती. 'मी सर्व विचारांपासून मुक्त व्हावे' हा विचार म्हणजे शुभु विचार (हॅपी थॉट्स). 'मी प्रत्येक इच्छेपासून मुक्त व्हावे', अशी इच्छा म्हणजे शुभ इच्छा.

तेजज्ञान म्हणजे ज्ञान व अज्ञान या दोहोंच्या पलीकडचे ज्ञान. पुष्कळ लोक सामान्य ज्ञानाच्या (General Knowledge) माहितीलाच ज्ञान मानतात. परंतु अस्सल ज्ञान आणि नुसती माहिती यांत फार मोठे अंतर आहे. आजमितीला लोक सामान्य ज्ञानाच्या उत्तरांनाच जास्त महत्त्व देतात. अशा ज्ञानाचे विषय म्हणजे कर्म आणि भाग्य, योग आणि प्राणायाम, स्वर्ग आणि नरक इत्यादी. आजच्या युगात सामान्यज्ञान प्राप्त करणारे लोक, शिक्षक मोठ्या प्रमाणावर आहेत; परंतु हे ज्ञान ऐकून जीवनात परिवर्तन घडून येत नाही. असे ज्ञान म्हणजे केवळ बुद्धिविलास आहे किंवा अध्यात्माच्या नावावर चाललेला बुद्धीचा व्यायाम आहे.

सर्व समस्यांवरील उपाय आहे तेजज्ञान. क्रोध, चिंता आणि भय यांपासून मुक्त जीवन म्हणजे तेजज्ञान. शारीरिक, मानसिक, सामाजिक, आर्थिक आणि आध्यात्मिक प्रगतीचा, सर्वांगीण प्रगतीचा मार्ग आहे तेजज्ञान. तेजज्ञान आपल्या अंतरंगात आहे. येथे या आणि या गोष्टीचा अनुभव घ्या.

शोध स्वतःचा ❑ २१०

आपल्याला असे ज्ञान हवे आहे, की जे सामान्य ज्ञानापलीकडे आहे, जे प्रत्येक समस्येवरील उत्तर आहे, जे प्रत्येक समजुतीपासून, गृहीत धारणांपासून आपल्याला मुक्त करते, ईश्वरी साक्षात्कार घडविते, अंतिम सत्यात स्थापित करते. आता वेळ आली आहे शाब्दिक, सामान्यज्ञानातून बाहेर येऊन तेजज्ञानाचा अनुभव घेण्याची!

आजवर जप-तप, तंत्र-मंत्र, कर्म-भाग्य, ध्यान-ज्ञान, योग-भक्ती असे अनेक मार्ग अध्यात्मात सांगितले आहेत. या सर्व मार्गांनी प्राप्त होणारी अंतिम समज, अंतिम ज्ञान, बोध एकच आहे. अंतिम सत्याच्या शोधकाला, साधकाला शेवटी जी एकच 'समज' प्राप्त होते, ती 'समज' श्रवणानेसुद्धा प्राप्त होऊ शकते. अशा समजप्राप्तीसाठी श्रवण करणे यालाच तेजज्ञान प्राप्त करणे म्हटले गेले आहे. तेजज्ञानाच्या श्रवणाने सत्याचा साक्षात्कार घडतो, ईश्वरीय अनुभव मिळतो. हेच तेजज्ञान सरश्री महाआसमानी शिबिरात प्रदान करतात.

महाआसमानी परमज्ञान
शिबिर परिचय आणि लाभ (निवासी)

तुम्हाला सर्वोच्च आनंद हवाय? असा आनंद, जो कोणत्याही बाह्य कारणावर अवलंबून नाही... जो प्रत्येक क्षणी वृद्धिंगत होतो. या जीवनात तुम्हाला प्रेम, विश्वास, शांती, समृद्धी आणि परमसंतुष्टी हवी आहे का? शारीरिक, मानसिक, सामाजिक, आर्थिक आणि आध्यात्मिक अशा आयुष्याच्या सर्व स्तरांवर यशस्वी होण्याची तुमची इच्छा आहे का? 'मी कोण आहे' हे तुम्हाला अनुभवाने जाणावंसं वाटतं का?

तुमच्या अंतर्यामी अशा सर्व प्रश्नांची उत्तरं जाणण्याची इच्छा आणि 'अंतिम सत्य' प्राप्त करण्याची तृष्णा असेल, तर तेजज्ञान फाउंडेशनतर्फे आयोजित 'महाआसमानी शिबिरा'त तुमचं स्वागत आहे. हे शिबिर सरश्रींच्या मार्गदर्शनावर आधारित आहे. सरश्री, आजच्या युगातील आध्यात्मिक गुरू असून, ते आजच्या लोकभाषेत अत्यंत सहजपणे आध्यात्मिक समज प्रदान करतात.

महाआसमानी परमज्ञान शिबिराचा उद्देश :

विश्वातील प्रत्येक मनुष्यानं 'मी कोण आहे', या प्रश्नाचं उत्तर जाणून तो सर्वोच्च आनंदाच्या अवस्थेत स्थापित व्हावा, हाच या शिबिराचा मुख्य उद्देश आहे. प्रत्येकाला

असं ज्ञान प्राप्त व्हावं, जेणेकरून त्यानं प्रत्येक क्षणी वर्तमानात जगण्याची कला आत्मसात करावी. तो भूतकाळाचं ओझं आणि भविष्याची चिंता यांतून मुक्त व्हावा. प्रत्येकाच्या आयुष्यात कधीही न संपणारा आनंद आणि योग्य समज यावी. शिवाय, प्रत्येकानं समस्या विलीन करण्याची कला आत्मसात करावी. थोडक्यात, मनुष्यजन्माचा उद्देश सफल व्हावा, हाच या शिबिराचा उद्देश आहे.

'मी कोण आहे? मी येथे का आहे? मोक्ष म्हणजे काय? या जन्मातच मोक्षप्राप्ती शक्य आहे का?' असे प्रश्न जर तुमच्या मनात असतील, तर त्यांवरील उत्तर आहे- 'महाआसमानी परमज्ञान शिबिर'.

महाआसमानी परमज्ञान शिबिराचे मुख्य लाभ :

वास्तविक या शिबिराचे लाभ तर असंख्य आहेत; पण त्यांपैकी मुख्य लाभ पुढीलप्रमाणे-

* जीवनात शक्तिशाली ध्येय निश्चित होतं
* 'मी कोण आहे' हे अनुभवाने जाणता येतं (सेल्फ रियलायजेशन)
* मनाचे सर्व विकार विलीन होतात.
* भय, चिंता, क्रोध, बोरडम, मोह, तणाव या नकारात्मक बाबींतून मुक्ती
* प्रेम, आनंद, मौन, समृद्धी, संतुष्टी, विश्वास अशा दिव्य गुणांशी युक्ती
* साधं, सरळ पण शक्तिशाली जीवन जगता येतं
* प्रत्येक समस्येचं निराकरण करण्याची कला प्राप्त होते
* 'प्रत्येक क्षणी वर्तमानात जगणं' हा तुमचा स्वभाव बनतो
* आपल्यातील सर्व सकारात्मक शक्यता खुलतात
* याच जीवनात मोक्षप्राप्ती होते

महाआसमानी परमज्ञान शिबिरात सहभागी कसं व्हाल?

या शिबिरात सहभागी होण्यासाठी तुम्हाला खालील बाबींची पूर्तता करायची आहे-

१. तुमचं वय कमीत कमी अठरा किंवा त्यापेक्षा अधिक असायला हवं.

२. सर्वप्रथम तुम्हाला 'सत्य-स्थापना' (फाउंडेशन ट्रुथ रिट्रीट) शिबिरात सहभागी व्हावं लागेल. या शिबिरात, तुम्ही प्रामुख्यानं दोन बाबी शिकाल- प्रत्येक क्षणी वर्तमानात जगण्याची कला कशी आत्मसात करावी आणि निर्विचार अवस्था कशी प्राप्त करावी.

३. प्राथमिक स्तरावर तुम्हाला काही प्रवचनं ऐकायची असून, त्यांतून तुम्ही मूलभूत समज आत्मसात कराल आणि महाआसमानी शिबिरात प्रवेश करण्यासाठी तयार व्हाल.

हे शिबिर साधारणपणे एक-दोन महिन्यांच्या अंतराने आयोजित करण्यात येतं. यात हजारो सत्यशोधक सहभागी होतात. या शिबिराची तयारी दोन पद्धतींनी करू शकता. पहिली पद्धत- मनन आश्रम, पुणे येथे ५ दिवसीय शिबिरात भाग घेऊ शकता. दुसरी पद्धत- तेजज्ञान फाउंडेशनच्या जवळच्या सेंटरवर जाऊन सत्यश्रवणाद्वारेही करू शकता. महाराष्ट्रात अहमदनगर, सातारा, औरंगाबाद, नाशिक, नागपूर, वर्धा, अमरावती, चंद्रपूर, यवतमाळ, कोल्हापूर, सांगली, रत्नागिरी, लातूर, बीड, नांदेड, परभणी, पनवेल, मुंबई, ठाणे, सोलापूर, पंढरपूर, जळगाव, अकोला, बुलढाणा, धुळे, भुसावळ आणि महाराष्ट्राबाहेर सुरत, अहमदाबाद, बडोदा, नवी दिल्ली, बेंगलुरू, बेळगाव, धारवाड, रायपूर, भुवनेश्वर, कोलकाता, रांची, लखनौ, कानपूर, चंदीगढ, जयपूर, चेन्नई, पणजी, म्हापसा, भोपाळ, इंदोर, इटारसी, हर्दा, विदिशा, बुऱ्हाणपूर या ठिकाणी महाआसमानी शिबिराची पूर्वतयारी करू शकता.

तेजज्ञान फाउंडेशनमध्ये उपलब्ध असणाऱ्या सरश्रीलिखित पुस्तकांचं वाचन करून तुम्ही या शिबिराची पूर्वतयारी करू शकता. याशिवाय, तुम्ही रेडिओ किंवा यू ट्युबवरील सरश्रींच्या प्रवचनांचा लाभही घेऊ शकता. पण लक्षात घ्या, पुस्तकांतील ज्ञान, रेडिओ आणि यू ट्युबवरील प्रवचनं म्हणजे 'तेजज्ञानाची तोंडओळख' आहे; 'संपूर्ण तेजज्ञान' मुळीच नाही. तुम्ही महाआसमानी शिबिरात सहभागी होऊनच तेजज्ञानाचा आनंद घेऊ शकता. तेव्हा आगामी महाआसमानी शिबिरात सहभागी होण्यासाठी आजच संपर्क करा– 09921008060/75, 9011013208

महाआसमानी परमज्ञान शिबिरस्थान :

हे शिबिर पुण्यातील मनन आश्रम येथे आयोजित केलं जातं. येथे तुमच्या निवासाची आणि भोजनाची व्यवस्था केली जाते. तुम्हाला काही शारीरिक व्याधी असतील आणि त्यासाठी जर तुम्ही नियमितपणे औषधं घेत असाल, तर शिबिरात येताना ती सोबत बाळगावीत. शिवाय, वातावरणानुसार गरम कपडे, स्वेटर, ब्लँकेटही आणावं.

पुणे शहरापासून १७ किलोमीटर अंतरावर अत्यंत निसर्गरम्य परिसरात मनन आश्रम वसलेला आहे. आश्रमात महिला आणि पुरुष यांच्या निवासाची स्वतंत्र व्यवस्था असून येथे जवळपास ८०० लोकांच्या राहण्याची व्यवस्था आहे. आपण हवाईमार्ग, हायवे किंवा रेल्वे अशा कोणत्याही मार्गाने पुण्यात येऊ शकता.

मनन आश्रम : मनन आश्रम, पुणे, सर्व्हें नं. ४३, सणस नगर, नांदोशी गाव, किरकटवाडी फाटा, तालुका- हवेली, जिल्हा- पुणे- ४११०२४. फोन- 09921008060

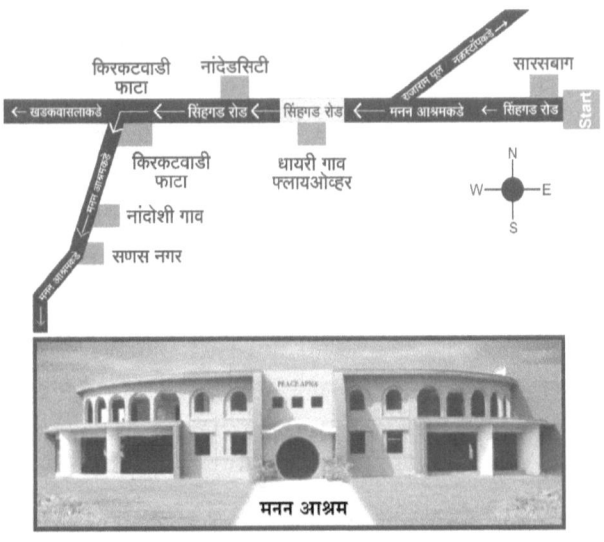

मनन आश्रम

आता एका क्लिकवर
शिबिराची नोंदणी!

आता तुम्ही पुढील शिबिरांसाठी **ऑनलाइन** नोंदणी करू शकता.

महाआसमानी परमज्ञान शिबिर परिचय आणि लाभ (५ दिवसीय निवासी शिबिर)

मॅजिक ऑफ अवेकनिंग (केवळ इंग्रजी भाषिकांसाठी ३ दिवसीय महाआसमानी शिबिर)

आध्यात्मिक नींव स्थापना (किशोरवयीन मुलांसाठी मिनी महाआसमानी निवासी शिबिर)

www.tejgyan.org

शोध स्वतःचा ❏ २१४

✳ तेजज्ञान इंटरनेट रेडिओ ✳

तेजज्ञान इंटरनेट रेडिओद्वारे २४ तास ३६५ दिवस, सरश्रींच्या प्रवचन आणि भजनांचा लाभ घ्या. त्यासाठी पाहा लिंक–
http://www.tejgyan.org/internetradio.aspx

विविध भारती F.M. वर दर रविवारी
सकाळी १०:०५ ते १०:१५ वा.

नोट : या कार्यक्रमांच्या वेळेत बदल झाल्यास नोंद ठेवावी.

www.youtube.com/tejgyan च्या साहाय्यानेदेखील
सरश्रींच्या प्रवचनांचा लाभ घेऊ शकता.
For online shoping visit us - www.tejgyan.org,
www.gethappythoughts.org

आपणास हवी असलेली पुस्तकं घरपोच मिळण्यासाठी मनीऑर्डर पाठवा.

ही पुस्तकं आमच्या खर्चाने रजिस्टर्ड पोस्ट, कुरिअर आणि व्ही.पी.पी.द्वारे पाठवली जातील. त्यासाठी खालील पत्त्यावर संपर्क साधावा.

वॉव पब्लिशिंग्ज् प्रा. लि.

*रजिस्टर्ड ऑफिस : E- 4, वैभव नगर, तपोवनमंदिराजवळ, पिंपरी, पुणे –४११०१७

* पोस्ट बॉक्स नं. ३६, पिंपरी कॉलनी, पोस्ट ऑफिस, पिंपरी–पुणे – ४११०१७

फोन नं. : 09011013210 / 9623457873

आपण पुस्तकांची ऑर्डर ऑनलाईनही देऊ शकता.

लॉग इन करा – www.gethappythoughts.org

५०० रुपयांहून अधिक किमतीची पुस्तकं मागवल्यास १०% सूट मिळेल आणि डिलिव्हरी फ्री.

तेजज्ञान फाउंडेशनच्या मुख्य शाखा

पुणे : (रजिस्टर्ड ऑफिस)

विक्रांत कॉम्प्लेक्स, तपोवन मंदिराजवळ, पिंपरी,
पुणे : ४११ ०१७.
फोन : (०२०) २७४१२५७६, २७४११२४०

मनन आश्रम :

सर्व्हे नं. ४३, सणस नगर, नांदोशी गांव,
किरकटवाडी फाटा, तालुका : हवेली,
जि. पुणे: ४११ ०२४. फोन : ०९९२१००८०६०

e-books

The Source • Complete Meditation • Ultimate Purpose
of Success • Enlightenment I Inner Magic • Celebrating
Relationships • Essence of Devotion • Master of Siddhartha
• Self Encounter and many more.
Also available in Hindi at gethappythoughts.org

Free apps

U R Meditation & Tejgyan Internet Radio on all platforms like
Android, iPhone, iPad and Amazon

e-magazines

'Yogya Aarogya' & 'Drushtilakshya'
emagazines available on www.magzter.com

e-mail

mail@tejgyan.com

Website

www.tejgyan.org, www.gethappythoughts.org

शोध स्वतःचा ❏ २१६

www.ingramcontent.com/pod-product-compliance
Lightning Source LLC
LaVergne TN
LVHW040141080526
838202LV00042B/2984
9788184153217